சாயர்புரம் திருச்சபை சரித்திரம்

பாகம் 01

பேராசிரியர்.அருள்திரு. D.A. கிறிஸ்துதாஸ்

Publisher

TINNEVELLY CHRISTIAN HISTORICAL SOCIETY

சாயர்புரம் திருச்சபை சரித்திரம்

பாகம் 01

ஆக்கியோன்

பேராசிரியர்.அருள்திரு.D.A. கிறிஸ்துதாஸ்
B.A.,L.T.,B.D.,M.Th.

தொகுப்பு

மன்னா செல்வகுமார்

பதிப்பு & வெளியீடு

திருநெல்வேலி கிறிஸ்தவ வரலாற்றுச் சங்கம்

SAWYERPURAM THIRUCHCHABAI SARITHTHIRAM

in Tamil

©

Tinnevelly Christian Historical Society

Author

Prof. Rev. D. A. Christadoss B. A. , L. T. , B. D. , M. Th.

Published by:

TINNEVELLY CHRISTIAN HISTORICAL SOCIETY
2.2.3(4), North Street,
Bungalow Surandai-627859
Tenkasi district (Tirunelveli)
04633-290401, +91 91767 80001,+91 75388 12218
Email : christianhistorical@gmail.com

First Edition:

2023

ISBN:

Donation:

Design & Printing :

TCHS Press

Website :

christianhistoricalsociety.in
tchsportal.co.in

பதிப்புரை

பூர்வ நாட்களை நினை; தலைமுறை தலைமுறையாய்ச் சென்ற வருஷங்களைக் கவனித்துப்பார்; உன் தகப்பனைக் கேள், அவன் உனக்கு அறிவிப்பான், உன் மூப்பர்களைக் கேள், அவர்கள் உனக்குச் சொல்லுவார்கள். உபாகமம் 32.7

ஒருங்கிணைந்த திருநெல்வேலி திருச்சபை உருவாகி சுமார் இரண்டரை நூற்றாண்டுகளாகின்றன. பராபரனின் பெரிதான கிருபையினால் இன்று திருமண்டலங்களாகவும், பல நூறு திருச்சபைகளாகவும் பெருகிவளர்ந்து கொண்டு இருக்கின்றது. **பராபரனுக்கு ஸ்தோத்திரம்.**

திருச்சபைச் சரித்திரத்தை அறிய வேண்டிய அவாவும் மக்கள் மனதில் அதிகரித்துக்கொண்டே இருக்கின்றது. இந்நிலையில் **'யார் நமது காரியமாய் போவான்,' 'இதோ அடியேன் இருக்கிறேன், என்னை அனுப்பும்'** என்று ஏசாயா தீர்க்கன் முன் வந்தது போல திருநெல்வேலி வரலாற்றை மீள் பதிப்பு செய்யவும், வரலாற்று பணிகளை கள ஆய்வு மேற்கொள்ளவும், நின்றுபோன வரலாற்று **'தொடரோட்டத்தை தொடரவும்'** கடவுளால் தெரிந்துகொள்ளப்பட்ட இயக்கமே **'திருநெல்வேலி கிறிஸ்தவ வரலாற்றுச் சங்கம்'**

திருநெல்வேலி சரித்திரத்தை தொடர வேண்டுமால் சரித்திரத்தை எழுதுவதற்குரிய அறிவும், ஆற்றலும், அனுபவமும் உடையவரும் சரித்திரத்தை கற்பதிலும், கற்பிப்பதிலும் திருநெல்வேலி சரித்திர பேராசிரியர் அருள்திரு தே.அ.கிறிஸ்துதாஸ் ஐயரவர்களின் பணி பிரதானமானது. அவர் தனது 78 வது வயதில் 1990 ஆம் ஆண்டு மரித்துவிட்ட போதிலும், அவருடைய படைப்புகளை குடும்பத்தின் உறுப்பினர்கள் பாதுகாத்து வந்ததும், ஐயருடைய படைப்புகளை தக்க தருணத்தில் வரலாற்றுச் சங்கத்திற்கு அனைத்து நூல்களையும் மறுபதிப்புக்கு அனுமதியளித்தும் ஐயருடைய மறந்து கிடந்த கையெழுத்துப் பிரதிகளை வெளிக்கொண்டு வரவும், மொழிபெயர்ப்பு பணிகளுக்கும் பராபரன் உதவிசெய்தார்.

சாயர்புரம் திருச்சபை சரித்திர முழு வரலாற்றை ஐயா அவர்கள் எழுதவில்லையோ என்று நினைத்து அவருடைய கையெழுத்துப் பிரதிகளில் தேடியபொழுது அந்த நாட்களில் உள்ள பள்ளி நோட்டுகள் சில கிடைத்தன. அது பல ஆண்டுகளாக ஐயரவர்களால் எழுதப்பட்டு

பதிப்பு செய்யப்படாமல் இருந்து. சவாலான பணிகளை யாரைக் கொண்டு செய்வது எப்படி செய்வது என்று யோசிக்கும்பொழுது போப் கல்லூரி நிறுவனரும், முதல்வருமான பேராசிரியர். D.S. ஜார்ஜி முல்லர் ஐயா அவர்களின் மகள் பேராசிரியர். திருமதி. நிர்மலா தங்கராஜ் அவர்களை அணுகினோம். அவர்கள் அதற்கான முழு செலவுகளையும் கொடுத்து எங்களை உற்சாகப்படுத்தினார்கள் அவர்களுக்கும் கிறிஸ்தவ வரலாற்றுச் சங்கத்தின் சார்பாக நன்றியை தெரிவித்துக்கொள்கின்றோம்.

இந்நூல் வெளிவர உதவி செய்த அருள்திரு.T. மேசியாதாஸ், அருள்திரு. A. ஜெபரத்தினம், அருள்திரு. H. ஜான் சாமுவேல், டாக்டர். G. ஜியோ ஞானதுரை, திரு. P.G.T. ஆல்வின் ஜேக்கப், பேரா. P. குட்டி ஜேஸ்கர், திருமதி. A. ஹெப்சிபா குளோரி, திரு. S. சுஜித் ரெக்ஸ், திரு. G. மன்னா செல்வகுமார் அவர்களுக்கும் மற்றும் **ஸ்டீபன் நீல் ஆய்வு நூலகத்தின்** ஊழியர்களுக்கும் நன்றியைத் தெரிவித்துக்கொள்கின்றோம்.

மறைந்து கிடந்த சரித்திரங்களை கண்டெடுத்து சிறந்தொரு ஆபரணமாக கொடுத்திருக்கின்றார் பேராசிரியர். அவருடைய படைப்புகளில் இது மிகச்சிறந்த நூலாக இருக்கும் என்பது நம்பிக்கை.

பராபரன் இந்நூலை இயற்றியவரையும், வெளியிட உதவியவர்களையும், இதனைப் படிப்பவர்களையும் ஆசீர்வதிப்பாராக. இரண்டாம் பாகம் வெளிவர தொடர்ந்து ஜெபித்துக்கொள்ளுங்கள்.

திருநெல்வேலி கிறிஸ்தவ வரலாற்றுச் சங்கம்

பேராசிரியர் அருள்திரு தே. அ. கிறிஸ்துதாஸ் ஐயர்

ஆக்கியோன்

பேராசிரியர் D.S. ஜார்ஜ் முல்லர்,
கல்லூரியின் நிறுவனர் & முதல்வர்

Dr. Mrs. Nirmala Thangaraj M.A., M.Phil., Ph.D.,
Head of the Dept. English (Retd.,)

15 A Water Tank Road,
Perumalpuram,
Tirunelveli- 627007
Ph. No. : 0462 - 253004,
Cell No. 9486701227

வாழ்த்துரை

கிறிஸ்துவுக்குள் அன்பானவர்களே!

ஆண்டவர் இயேசு கிறிஸ்துவின் நாமத்தில் என் அன்பின் வாழ்த்துக்கள்.

"சாயர்புரம் திருச்சபை வரலாறு" என்ற இந்த புத்தகத்தை கிறிஸ்தவ வரலாற்றுச் சங்கம் வெளியிடுவதைக் குறித்து மிகுந்த மகிழ்ச்சி அடைகிறேன்.

"போர்த்துகீசிய வியாபாரியாகிய சாயர்" ஒரு கிறிஸ்தவ சபையை உருவாக்குவதில் பெரும் பொறுப்பு பெற்றிருந்தார் என்பது வியக்கத்தக்க ஒன்று. ஒரு வியாபாரியேயாயினும் தன் வியாபாரத்தின் மத்தியிலும் நெல்லை மிஷன் மேற்பார்வையாளராக பணியாற்றினதும் மட்டுமின்றி பண உதவியாலும் திருச்சபை வளர்ச்சிக்குக் காரணமானார். புதிதாக கிறிஸ்துவை ஏற்றுக்கொண்டவர்கள் புறமதஸ்தரால் துன்புறுத்தப்பட்ட போது, அவர்களுக்கு அடைக்கலம் கொடுக்க சாயர் 150 ஏக்கர் நிலம் வாங்கி நன்கொடையாக அந்த நிலத்தை துன்புறுத்தப்பட்ட கிறிஸ்தவர்கள் குடியேற செய்தார். இந்த பெரிய உதவியை நன்றியுடன் நினைவு கூறும் வகையில் அவர் பெயர் இந்த கிராமத்திற்கு சூட்டப்பட்டது. சாயர்புரம் திருச்சபை வளர்ச்சியின் வரலாறு ஒழுங்கும் கிரமமுமாக எழுதப்பட்டிருப்பது இந்த புத்தகத்தின் சிறப்பு அம்சமாகும்.

சாயர்புரம் திருச்சபை சரித்திரத்தை நன்கு ஆய்வு செய்து, பல ஆண்டு சரித்திரத்தை நாம் அறியச் செய்த கனம் D.A. கிறிஸ்துதாஸ் ஐயர் அவர்களின் ஆராய்ச்சி போற்றத்தக்கது. அவர் ஆய்வு செய்த குறிப்புகளைக் கொண்டு கிறிஸ்தவ வரலாற்றுச் சங்கம் சிறந்த முறையில் இந்நூலை வெளியிட்டிருப்பது பாராட்டப்படத்தக்கது.

"சாயர்புரம் திருச்சபை சரித்திரம்" அதை வாசிக்கிற ஒவ்வொருவருக்கும் சவாலாக உள்ளது. இன்று பள்ளிகள், கல்லூரிகள் உள்ளடக்கிய சாயர்புரம் அந்த கிராமத்திற்கும், சுற்று வட்டாரத்தில் உள்ள

கிராமங்களுக்கும் கலங்கரை விளக்கமாய் விளங்குகிறது.

திருச்சபையின் தலைவராய் இருந்து பெரிய அதிசயங்களை செய்து வரும் இறைவன் இயேசு, தொடர்ந்து, வளர்ந்து பெருகும் நம் திருச்சபைக்கு சாயர்புரம் திருச்சபை சரித்திரத்தை நம்மை ஊக்கப்படுத்தும் வண்ணம் பயன்படுத்துவாராக..

பேராசிரியர் திருமதி. நிர்மலா தங்கராஜ்

X

A SHORT BIOGRAPHY OF REV. D.A.CHRISTADOSS

Rev. Devanesan Azariah Christadoss was born on 25th March 1912 to Rev. S.V. Devadasen and Thaiammal. To understand him better, one should first revisit his family legacy.

Rev. D.A. Christadoss's great grandparents were Narayana and Parvati, natives of Kovaikulam who became Christians in 1840. After baptism, Narayana became Gnanayutham and Parvathi became Packiam. Gnanayutham (Narayana) had two sons, the younger was Rev. D.A. Christadoss' grandfather, Vedamanickam. Vedamanickam had seminary training and married Ellen, a convert in 1857. Vedamanickam served as a catechist in Adaikalapuram from 1866 to 1876, and was ordained in 1876. After his ordination, he served as assistant pastor in Palayamkottai and later transferred to Parpillankulam in 1877. Unfortunately he died there of cholera in 1885, contracting the disease from an old woman parishioner, whom he had ministered the whole night, while others shied away in fear. Sadly, though he saved the old woman's life, he lost his own from the deadly disease. In those days, Cholera was a dreaded plague and people including several young British soldiers lost their lives. Many villages were deserted in panic. Rev. Vedamanickam was 50 years old when he died. After Rev. Vedamanickam's death, Bishop Sargent took his widow, Ellen, to Palayamkottai and appointed her as a Bible Woman.

Rev. Vedamanickam and Ellen had nine children, the eighth was Rev. D.A. Christadoss's father, Samuel Devadason. Samuel Devadason went to Madras to be educated for ordained ministry and finished his Theological Course with high credit. He married Thaiammal, the youngest daughter of one of the most leading families in Palayamkottai. Rev. D.A. Christadoss grew up in Palayamkottai where he also worked as a court clerk. He met Emily Kamalam, the daughter of Rev. David Yesudian and Mary Thangammal, during a church meeting, where evangelist Sahayam was preaching. They married in 1936. Emily Kamalam was a medical doctor. They moved to Mudalur, the first Christian village in Tirunelveli District, where he worked as a Headmaster and there she ministered to the Christian community with a missionary zeal.

In 1942, encouraged by the Bishop, he joined Thirumaraiyoor Theological seminary, where he completed his theological studies and later his masters. He was asked to continue in Thirumaraiyoor Theological seminary as a Professor. However, in 1955, he shifted to Palayamkottai, where he became the Principal in Bishop Sargent Training School. Then in 1959, he moved to Serampore University, where he served as a Professor in Church History and later as the Bursar and Vice Principal of the University. While in Serampore, he also served for several years as the General Secretary of Church History Association of India. Then, unexpectedly a tragedy struck in the family. In 1964, his beloved wife Emily Kamalam died from hepatic amoebiasis, a liver infection, at the early age of 50 years and was buried there in Danish mission cemetery, near the Baptist Mission cemetery, where William Carey and William Ward, and Joshua Marshman the founders of Serampore College lay buried. Interestingly, William Ward died of cholera at Serampore on 7 March 1823.

Rev. D. A. Christadoss moved back to Tirunelveli diocese in 1972, and worked as a honourary pastor in Perumalpuram church, Palayamkottai. Later, he moved over to Bethel Agricultural Fellowship, Danishpet, Salem District, where his daughter, Dhamayanthi Jeyasingh was located and there he continued ministering, both as a teacher in Bethel Bible Institute and chaplain of the Fellowship, after which, he finally retired. He was 78 years old, when he died in the parsonage of

St George's Church, Madurai, where his youngest son Sathiaraj Christadoss was ministering. Rev. D. A. Christadoss has written several books on church history and missions, particularly on Thirunelveli diocese. Research and writing was his only passion. He kept writing till his last breath. To his credit, he has mentored several theological students and helped them complete their theses. Many of his students have become Bishops and theological Professors. His entire library and writings, along with a cache of research books of Paul H. Jeyasingh, his son-in-law, have been donated to the Bishop Neil's Research Library, Palayamkottai, maintained by the Tirunelveli diocese. To our dismay, this much touted research library has been in disarray and neglect, because of lack of funds. However, in recent times, there seems to be some efforts by the management towards preservation and conservation of the books and rare manuscripts. In this context, we admire the initiatives taken by "Tinnevelly Christian Historical Society", Tirunelveli. They need all our support and encouragement.

Written and signed
by
Rev. D.A. Christadoss' children:
Mrs. Chandra Thomas (Malaysia)
Mr. Mathias Christadoss (Retd. Professor, Tanjavur)
Mrs. Leela Pandian (Retd. Headmistress, Chennai)
Mrs. Damayanthi Jeyasingh, Bangalore

தோற்றுவாய்

17-ம் நூற்றாண்டின் இறுதி வருஷம். டென்மார்க் (King Frederick IV of Denmark) தேசத்தில் மன்னர் 4 ஆம் பிரடெரிக் சிம்மாசனமேறுகிறார். சிறிதான தேசமாயிருந்தாலும் இதற்குச் சொந்தமாக ஆசியா, ஆப்பிரிக்காக் கண்டங்களில் குடியேற்று வீடுகளாகவும், வியாபாரத் துறைகளாகவும் பல தேசங்களுமுண்டு. சிம்மாசனம் ஏறும்முன் இளவரசராயிருந்த காலத்திலே கிறிஸ்துவை அறியாதவர்களின் மனந்திரும்புதலைக் குறித்த கவலை உள்ளவராயிருந்தமையால், தாம் மகுடாபிஷேகம்பெற்ற நாள் முதல் (1699) ஆசியா, ஆப்பிரிக்கா, அமெரிக்காவிலும் தமது இராஜ்ஜியத்தைச் சேர்ந்தவர்களுக்குச் சுவிசேஷத்தை அறிவிக்கச் செய்வது தமது இராஜரீகக் கடமை என்று எண்ணினார். இவ்வெண்ணத்திற்கிசைய அவர் தம் அரண்மனைக் குருவாகிய ஃபிரான்ஸ் ஜே. லுட்கென்ஸ் (Franz J. Ltkens) சாஸ்திரியாரின் ஆலோசனைக்கிணங்கி ஹல்லே (Halle) சர்வ கலாசாலைத்

தலைவரின் ஃபிராங்கே சிபார்சின் பேரில் அக்கலாசாலையின் முந்திய மாணவராகிய பர்த்தலோமேயு சீகன்பால்க் (Bartholomaeus Zie-genbalg) என்பவரையும் அவருடைய நண்பன் ஹென்ரிச் புளூட்ச்சோ (Henrich Pluetchau) வையும் இந்தியாவிலுள்ள தரங்கம்பாடிக்கு மிஷனெரிகளாய் அனுப்பினார்.

பர்த்தலோமேயு சீகன்பால்க் ஜெருமனியிலுள்ள புல்ஸ்னிட்ஸ் (Pulsnitz) என்ற சிற்றூரில் பக்தியுள்ள பெற்றோரின் பிள்ளையாய் பிறந்தார். அவர் சிறுவனாயிருந்தபோதே தாயார் மரித்துப் போனார்கள். ஆறு வயதாகும்போது தகப்பனாரையும் இழந்து, தன் மூத்த சகோதரியால் கர்த்தரைப் பற்றிய பயத்தில் வளர்க்கப்பட்டார். வாலிபத்தில் தம்மைக் கர்த்தருக்கு ஒப்புவித்து மெர்ஸ்பர்க் எர்பர்ட் (germany marburg erpat) நகரங்களில் உபாத்திமைத் தொழில் செய்து, பின் 1703 ம் ஆண்டில் ஹல்லே Halle (Saale) சர்வகலாசாலையில் ஜோச்சிம் லாங்கே மற்றும் ஏ.எச். ஃபிராங்கே (Joachim Lange and A. H. Francke) பண்டிதரின் மாணவராயமைந்து வேதசாஸ்திரங் கற்றுவரும்பொழுது நோய்வாய்ப்பட்டுப் படிப்பை நிறுத்த வேண்டிய நிர்ப்பந்தம் ஏற்படவே 1704 - 5 ம் வருஷங்களில் பலவிடங்களிலும் பல குருக்களுக்குப் பதிலாய்ப் பிரசங்கித்து, பக்தி முயற்சியில் அதிகரித்து அனேக உபத்திரவங்களைச் சகித்துக்கொண்டதால் கிறிஸ்துவின் பள்ளிக்கூடத்தில் தேறின மாணவனாகி, தூரதேசத்தில் மிஷெனெரி ஊழியம் செய்யப் பக்குவப்பட்டவராயிருந்தார்.[1]

1705 அக்டோபரில் அவர் டென்மார்க் தேசத்தின் தலைநகராகிய கோப்பனேகன் நகரில் குருப்பட்டம் பெற்று, நவம்பர் மாதம் 19-ம் தேதி நண்பர் ஹென்றிச் புளுட்ச்சோவுடன் இந்தியாவிற்குப் பயணமானார்.

1706 (அடுத்த வருஷம்) ஜூலை மாதம் 9-ம் தேதி தரங்கம்பாடியில் இருவரும் வந்திறங்கினார்கள். இவ்விருவருமே இந்தியாவில் சுத்த சுவிசேஷ தீபத்தை முதல் முதல் ஏற்றி வைத்த முதல் மிஷெனெரிமார். இவர்களை ஆதரித்த மிஷன் சங்கம் டேனிஷ் - ஹல்லே மிஷன் (Danish-Halle Mission) என்றழைக்கப்பட்டது.

டேனிஷ் - ஹல்லே (Danish-Halle) மிஷன் சரித்திரத்தை நாம் ஈண்டு விஸ்தரிக்கப்போவதில்லை. ஆயினும் இம்மிஷனின் ஊழிய விரிவின் ஒரு பாகமே ஆதித் திருநெல்வேலிச் சபையாகுமாதலால் இதின் நீண்ட சரிதையின் சில முக்கிய குறிப்புகளை ஈண்டு தர நேரிடுகிறது.

பர்த்தலோமேயு சீகன்பால்க் டேனிஷ் - ஹல்லே மிஷனின் முதல் மிஷெனெரி மட்டுமல்ல. இவரே சுத்த சுவிசேஷச் சபையை இந்தியாவில் நிலைநாட்டினவருமாவார். இவரது ஊழிய காலம் சுமார் 13 வருஷங்களே. எனினும் இக்குறுகிய காலத்திற்குள் ஸ்திரமான சபைகளை ஸ்தாபித்துவிட்டார்.

---

1. Opt Cit. P -8

சீகன்பால்க் ஐயருக்குப் பின் வந்த ஜான் எர்னஸ்ட் கிரண்ட்லர், ஷஇல்ட்ஸ், (John Ernest Grundler, Schultz,) போதகன்மார் காலத்தில் மிஷனெரி ஊழியம் வெகுவாய் வியாபிக்கலாயிற்று. 1750-க்குள் தஞ்சாவூர் ஆதீனம் (1721), சென்னை (1726), புதுக்கோட்டைப் பிராந்தியம் (1730), கடலூர் (1737), நாகப்பட்டினம் (1732), சதுரங்கப்பட்டணம் (1733), புழலேரிப் பிரதேசம் (1746) வரை மிஷனெரிச் சேவை விரிவுற்றது.

இதற்கிடையில் டேனிஷ் - ஹல்லே மிஷன் ஊழியத்தின் புகழ் மனம் ஐரோப்பிய தேசங்களனைத்திலும் வீசிற்று. விசேஷமாய் இங்கிலாந்து தேசத்தினர் இச்சேவையில் மிகவும் கருத்துக் கொண்டனர். 1725-ல் இங்கிலாந்து தேச அரசன் முதலாம் ஜார்ஜ், இளவரசி சார்லசும் The Society for Promoting Christian Knowledge (SPCK) சங்கத்தாரும் இம்மிஷனுக்குப் பணவுதவி செய்தனர். பின் 1730 -ல் S.P.C.K. சங்கத்தார், டேனிஷ் ஹல்லே மிஷன் சென்னையில் 1726 -ல் ஆரம்பித்து நடத்தி வந்த வேலையைத் தம் ஆதீனத்திற்குள் எடுத்துக் கொண்டனர். இவ்வண்ணம் டேனிஷ் ஹல்லே மிஷன் ஊழியத்தில் S.P.C.K. சங்கம் சிரத்தைகொள்ள ஆரம்பித்தது.

டேனிஷ் - ஹல்லே மிஷனெரிமாரில் மிகவும் கீர்த்தி பெற்றவர் சங்கை C.F. ஸ்வார்ட்ஸ் ஐயர் (Christian Friedrich Schwarz). இவர் தரங்கை, திருச்சி, தஞ்சைப் பிராந்தியங்களில் ஆற்றிய கிறிஸ்தவச் சேவையின் மகத்துவம் யாவருமறிந்ததே.

தமிழ்நாடெங்கும் பல பெருஞ்சபைகளை ஸ்தாபிப்பதில் கர்த்தர் இவரையே கருவியாயுபயோகித்தார். ஊழியம் விரிவுற்றது. மதுரை, ராமநாதபுரம் (Madurai, ramnad) முதலிய தென் பிரதேசங்களிலும் பூந்தமல்லி, வேலூர் (Vellore, Poonamallee) முதலிய வடபிராந்தியங்களிலும் கிறிஸ்து சபை நாட்டப்பட்டது.

S.P.C.K. சங்கத்தார் டேனிஷ் ஹல்லே மிஷன் சேவையில் அதிகமதிகமாய் பங்கு பெறலாயினர். 1767 - ல் திருச்சிராப்பள்ளி ஊழியம் S.P.C.K. சங்கத்தார் வசம் விடப்பட்டது.

சங்கை ஸ்வார்ட்ஸ் ஐயர் திருநெல்வேலி (Tinnevelly)

திருச்சபையின் ஸ்தாபகத் தந்தை என்னும் சிறப்புப் பெயருக்குரியவராவார். ஏனெனில் அவர் 1770 க்கு மேல் தென்கோடிச் சீமையான நெல்லை நாட்டினரின் மீட்பில் கருத்துக் கொள்ளலானார். நெல்லையில் முதல் முதல் சுத்த சுவிசேஷப் போதகம் செய்தது, அவரிடம் உபதேசம் பெற்று சபையில் சேர்ந்தவரான சவரிமுத்து என்பவரே. இச் சவரிமுத்து 1771-ல் பாளையங்கோட்டையில் தமது இனத்தவரான சிலருக்குப் புதியேற்பாட்டை வாசித்துப் போதித்து வந்தார். இவர் நெல்லை நாட்டினரென்றும், திருச்சிக்கு போயிருந்த காலத்தில் அங்கு ஐயரின் போதகத்தால் இழுப்புண்டு விசுவாசித்து ஞானதீட்சை பெற்றார் என்றும், பின் தம் குருவின் அனுமதி பெற்று பாளையங்கோட்டைக்கு வந்து மேற்சொன்னவாறு புறமதஸ்தவரான தம்மவருக்குள் ஊழியம் செய்தார் எனவும் அறியலாம்.[2]

தரங்கை மிசியோன் சரித்திரத்தை எழுதிய கனம் ஞா. சாமுவேல் ஐயர் (The Tranquebar Mission in tamil ad 1706-1955) சவரிமுத்தின் வரலாற்றை வேறு விதமாய் எழுதுகிறார். அவர் கூற்றுப்படி இவர் பாளையங்கோட்டையிலுள்ள ஒரு இந்து கணக்கப்பிள்ளையெனவும், அவ்வூரிலுள்ள ஒரு ஆங்கிலேய சார்ஜென்டினிடத்தில் வேலையாயிருக்கும் சமயம் திருச்சிக்குச் சென்றதாகவும் அங்கு ஸ்வார்ட்ஸ் ஐயர் பிரசங்கத்தைக் கேட்டு சபையில் சேர விருப்பங்கொண்டிருந்ததாகவும், அங்கு தரிக்கக் காலம் போதாமையால் பாளையங்கோட்டைக்குத் திரும்பிவந்து தன் எஜமானான அந்த சார்ஜென்டினிடத்திலேயே உபதேசம் பெற்று அவன் கையினாலேயே சவரிமுத்து என்ற பெயருடன் ஞானஸ்நானம் பெற்று பின்னர் திருச்சியிலுள்ள ஒரு கிறிஸ்தவப் பெண்ணைக் கலியாணம் செய்து கொண்டு பாளையங்கோட்டையில் மேற்கண்டவாறு பணியாற்றினார் என்கிறார்.[3] ஆனால் 1771 ல் ஸ்வார்ட்ஸ் ஐயர் எழுதிய கடிதமொன்றில் சார்ஜென்ட்டினிடத்தில் ஞானதீட்சை பெற்ற கணக்கப்பிள்ளையும் சவரிமுத்தும் ஒரே ஆளல்லவென்பது தெளிவாய்ப் புலப்படுகிறது.

அது எவ்வாறாயினும் 1771-ல் திருநெல்வேலிச் சீமைக்குக் கொண்டு வந்து விதைக்கப்பட்ட சுவிசேஷ வித்து சீக்கிரமாய்ப் பலன் கொடுக்க ஆரம்பித்தது.

1778-ல் ஸ்வார்ட்ஸே பாளையங்கோட்டைக்கு வரலானார். 1780-

2. Early history of tinnevelly bishop caldwell P-4
3. Op Cit P 76,77

ல் சுமார் 40 ஆத்துமாக்கள் கொண்ட ஒரு சிறு சபை இந்நகரில் காணப்பட்டது.

1785 - ல் ஐயர் இரண்டாம் விசையாகப் பாளையங்கோட்டைக்கு வந்து கிளாரிந்தாள் என்ற கிறிஸ்தவ பிராமண ஸ்திரீ அங்கு கட்டியிருந்த சிற்றாலயத்தைப் பிரதிஷ்டை செய்தார். இதற்கிடையில் 1784 - ல் ஞானப்பிரகாசம் உபதேசியாரையும், இராயப்பன் நாட்டையரையும் சபைக் கண்காணிப்புக்காக அனுப்பியிருந்தார். இவ்விஜயத்தில் சபைகள் பல கிராமங்களிலும் தோன்றியிருத்தலைக் கண்டு, தமது சிஷ்யனும், தெய்வபக்தியிலும் விடாமுயற்சியிலும் சிறந்தவருமான சத்தியநாதன் உபதேசியாரைப் பாளையங்கோட்டைக்கு நியமித்தார்.

1785 முதல் 1805 வரை சத்தியநாதன் (SATYANATHAN 1753) நெல்லையில் பணிவிடைசெய்தார். இதில் முதல் ஐந்து வருஷங்களிலும் உபதேசியாராகவும், 1790 முதல் குருவாகவும் ஊழியம் புரிந்தார். இக்காலத்தில் J D ஜெனிக்கே (1791-1850) (J D Jan-icke) கெரிக் (1800-1802) (C.W.Gericke -1742-1803) J.C. கோலேப் (1802-1806) (J.Caspar Kohlhoff-1762-1844) முதலிய தஞ்சை மிஷெனரிமார் நெல்லையில் மேல் விசாரணைகர்த்தாக்களாய் சேவையாற்றினார். சபை வளர்ந்து பெருகிற்று.

சத்தியநாதனையரது (SATYANATHAN-1753-1815) சிறந்த சேவையை விஸ்தரிக்க இவ்விடம் போதாது. அது நம் கருத்துமன்று. சுருங்கக்கூறுமிடத்து அவரது விடாமுயற்சியின் பயனாய், கிறிஸ்தவர்களின் தொகை 6000 ஐ எட்டிப்பிடித்தது. மே 1800 ஆண்டு முதல் 1803 ஜூன் முடிவுக்குள்ளாக மட்டும் ஞானதீட்ஷை பெற்றவர்களின் தொகை மட்டும் 5670.[4] தென் கீழ் நெல்லையில் இன்றும் புகழுடன் விளங்கா நிற்கும் திருச்சபை அவர் காலத்துத் தோன்றியதாகும். இன்றைக்கும் மகிமையுடன் இலங்கும் நாசரேத், வாழையடி, இடையன்குடி, புதூர், ஆனைகுடி, முதலூர், குலசேகரம்பட்டினம், பெட்டக்குளம், எருசலேம், பெத்லகேம், அடையல் இன்னும் பல சத்தியநாதனையரின் ஊழியத்தின் மேன்மையை எடுத்துகாட்டும் சின்னங்களாம்.

சத்தியநாதனையர் 1805 கடைசியில் சுயநாடாகிய தஞ்சைக்குத் திரும்பினார். அங்கு பின்னும் பத்தாண்டு அருள்நாதரின் பணியைத் திறமையுடன் ஆற்றிமுடித்து 1815 ம் ஆண்டில் பரமபதம் சேர்ந்தார்.

---

4. Early history of tinnevelly bishop caldwell P-72,74

சாயர்துரை

(SAMUVEL SAWYER)

சத்தியநாதன் ஐயரின் ஊழியகாலத்தின் பிந்திய பாகத்தில் திருநெல்வேலி திருச்சபையில் ஒரு பிளவு ஏற்பட்டது. அக்காலத்தில் தஞ்சாவூரிலிருந்து பிரசங்கிமாரும், உபதேசிமாரும் ஐயருக்கு உதவியாக அனுப்பப்பட்டு, நெல்லையில் அநேக சபைகளில் ஊழியம் செய்து வந்தனர். அவர்களில் அநேகர் வேளாளர் வகுப்பினர், ஜாதிய பிரமாணம் உடையவர்கள். நெல்லைக் கிறிஸ்தவர்கள் மிகுதியாக நாடார் மரபிலிருந்து வந்தவர்கள்.

உபதேசியாருக்கும் சபையாருக்கும் குலவித்தியாசம் இருந்ததாலும், அது ஊழியரால் பாராட்டப்பட்டு வந்தபடியாலும், இந்த விஷயத்தினால் மன ஸ்தாபங்களுண்டாயின. சின்னாட்களில் சபைகள்தோறும் இவ்விபரீதவுணர்ச்சி வளர்ச்சியுற்று ஐக்கியக் குறைவு ஏற்பட்டது. நாளாவட்டத்தில் சபைகளில் கட்சிகள் தோன்றின.

துவக்கத்தில் சத்தியநாதனையர் தம் உடன் ஊழியரைக் கண்டித்து, தம்முடைய தாழ்மை, பொறுமை, ஜாதி அபிமானமற்ற வாழ்க்கை முதலியவற்றை அவர்களுக்கு முன்மாதிரியைக் காட்டி, கிறிஸ்து மார்க்கத்துக்குகந்த வாழ்க்கை நடத்த அவர்கள் ஊக்கப்படுத்தின போதிலும், உபதேசிமாருக்கு ஜாதி விதிகளை விட்டுக் கொடுப்பது மட்டும் கூடாத காரியமாய்ப்பட்டது. எனவே அவர்கள் செவி கொடுத்தார்களில்லை. இதனால் உண்டான பிரிவினைகள் தஞ்சாவூர் கட்சி, திருநெல்வேலிக் கட்சி என்று பெயர் பெற்றன. பின்னது நெல்லை நாட்டானும், நாடார் மரபினனும், தஞ்சைக்குச் சென்றிருந்த காலத்தே

கிறிஸ்தவனாகி, பிரசங்கிப் பயிற்சி பெற்று, சங்கை ஸ்வார்ட்ஸ் ஐயரின் பிரியத்தைச் சம்பாதித்து, அவராலேயே 1795 ம் ஆண்டு போல் சத்திய நாதனையருக்கு உதவியாக பாளையங்கோட்டைக்கு அனுப்பப்பட்டு உபதேசியாராகச் சிலகாலம் அங்கு ஊழியம் செய்தபின் தன் சொந்த ஊராகிய சாத்தான்குளத்துக் கருகிலுள்ள காலன்குடிக்குப் போய் தன் ஜாதியினருக்கும் இனத்தவருக்கும் சுவிசேஷ நற்செய்தியைக்கூறி, பலர் ஞானஸ்நானம் பெற்ற காலத்தில் அவர்களுக்குண்டான துன்பத்தினின்று அவர்களை விடுவிக்கும் நோக்கத்துடன் 1799 -ம் ஆண்டில் அடையல் கிராமத்திற்கருகில் நிலம் வாங்கி அன்னவர்களைக் குடியேற்றி, அக்குடியேற்றத்திற்கு முதலூர் என்று பெயர் தந்து, பின் அங்கு மற்றும் பல இடங்களிலும் ஊழியம் செய்து அநேகருடைய மதிப்புக்குக் காரணனாகி, சகலராலும் நன்கு மதிக்கப் பெற்றுவந்த தாவீது சுந்தரானந்தம் உபதேசியார். இவருக்கும் சத்தியநாதனையருக்குமிடையில் இப்பிரிவினை காரணமாய் மனஸ்தாபம் உண்டாயிற்று. சத்தியநாதனையரும் தான் சம்பந்தப்பட்ட மட்டில் ஜாதி வித்தியாசம் பாராமல் என்ற தீக்குணத்தை அறவே ஒழித்திருந்தாரெனினும், உபதேசியாரிடையே ஊன்றி நின்ற அக்குணத்தை மட்டுப்படுத்த இயலாதவராயிருந்தார்.

மேலும் கட்சிப்பிரிவினை பலத்து வந்த காலத்தில் தஞ்சைக்காரரை அவர் ஓரளவு ஆதரித்திருந்தால் ஆச்சரியமில்லை. ஒருவேளை அப்படி தம் கட்சியைத் திறம்பட நடத்தினார். அக்கனவானின் பெயர் சாயர் என்பது.

தஞ்சை நெல்லைக் கட்சிகள் தத்தம் பிரியாதுகளை நெல்லை மிஷனின் மேல்விசாரணைக் கர்த்தாவாகிய தஞ்சாவூர் கனம் யோவான் காஸ்பர் கோலாப் (John Caspar Kohlhoff - S.P.C.K. Missionary) ஐயருக்குத் தெரியப்படுத்தினார். இருபக்கங்களிலும் மனஸ்தாபம் முற்றி வளர்ந்தன. கோலாப் ஐயர் சத்தியநாதனையரிடத்திலும் இவ்விஷயத்தில் ஏதோ குற்றமிருக்கக் கண்டிருக்க வேண்டும். ஏனெனில் இப்பிரியாதுகளின் பலனாக கோலாபுக்கும் சத்தியநாதனுக்கும் மனத்தாங்கல்கள் ஏற்பட்டு, அதன் விளைவாக 1805 -ம் வருஷத்தில் சத்தியநாதனையர் தம் வேலையை விட்டு நீங்கிக் கொண்டு தஞ்சாவூர் போய் சேர்ந்தார். நெல்லையில் மிஷன் ஊழியத்தை நடத்தத்தக்க ஆள் ஒருவருமில்லாது போயிற்று.

இன்னிலையில் மிஷனை ஆதரித்து நடத்த சாயர்துரை முன்வந்தார். மிஷனை மேற்பார்க்கும் பொறுப்பு சாயர்துரையின் மேல்

விழுந்தது. கோலாப் ஐயர் அவரை முழுவதுமாய் நம்பினார். சாயரிடம் பணப்பொறுப்பையும் ஒப்புக் கொடுத்தார். அவரும் மாதந்தோறும் மிஷன் ஊழியருக்குச் சம்பளம் பட்டுவாடா செய்வதும், சொத்து பரிபாலனம் பண்ணுவதும், ரிபோட் முதலானவற்றைக் கவனிக்கவுமான இத்தியாதி விஷயங்களை திறம்பட நடப்பித்து கோலாப் ஐயருக்குப் பெரும் ஒத்தாசையாக விளங்கினார்.

சாயர்துரை ஒரு ஆங்கிலோ இந்திய வியாபாரி. பாளையங்கோட்டையில் தொழில் நடத்தி வந்தார். அக்காலம் அந்நகரில் ஆங்கிலேயப் பட்டாளம் இருந்துவந்ததாகையால் அங்கு அநேக ஐரோப்பிய உத்தியோகஸ்தர் வாழ்ந்து வந்தார்கள். அம்மக்களுக்கவசியமான பொருட்களை கொழும்பு, சென்னை முதலியவிடங்களிலிருந்து தருவித்து அவ் ஐரோப்பியர்களுக்கு விற்று இவ்விதமாகத் திரண்ட ஆஸ்தியுடையவராயிருந்தார் என்று ஊகிக்கலாம். அவர் எவ்வூரைச் சேர்ந்தவர் என்றாவது என்ன வயதுடையவர் என்றாவது நமக்கு ஒன்றும் தெரியாது. ஆனால் அவர் உத்தம விசுவாசியென்பதும், கிறிஸ்துவின் நாமத்துக்காக வைராக்கியமுள்ளவர் என்பதும், ஏழைகள், கஷ்டப்பட்டவர்கள், ஆதரவற்றவர்கள் முதலியவர்களைத் தாங்கி ஆதரிப்பதில் ஆர்வமுடையவர் என்பதும் திண்ணம். மிஷன் ஊழியத்திற்கும் அவர் அடிக்கடி முன்பணம் கொடுத்து உதவி செய்துவந்தார்.

சத்தியநாதனையர் தஞ்சைக்குத் திரும்பிய பின், சில காலம் சாயர் மிஷன் ஊழியத்தை மேல்விசாரனை செய்து வந்தார் என்று கூறினும் பாளையங்கோட்டையில் திறமை மிக்க ஊழியன் ஒருவருமில்லாதிருப்பது மிஷன் ஊழியம் பாதிக்கப்பட என்றுணர்ந்த கோலாப் ஐயர், கூடிய சீக்கிரமே ஞானப்பிரகாசம் என்ற பெயருடைய ஒரு உபதேசியாரை அங்கு அனுப்பினார். அனுப்பும் போது அவர் சாயர்துரையின் ஆலோசனையைக் கேட்டு அவர் புத்திமதியைப் பெற்று எக்காரியத்தையும் செய்ய வேண்டும் என்று கற்பித்திருந்தார். ஆனால் ஞானப்பிரகாசம் சீக்கிரம் தஞ்சைக் கட்சியினரைச் சேர்ந்து அதன் தலைவரானார். எனவே அவருக்கு சாயர்துரையைப் பற்றி நல்லெண்ணம் கிடையாது. அத்துரையுடன் சிநேகமாயிருந்து அவருடைய ஆலோசனையைக் கேட்டு நடப்பதற்கு மாறாக, கோலாப் ஐயரிடம் அவரைக் குறித்துப் பல புகார்கள் செய்தார். அவர் எழுதிய கடிதங்களில் சாயர் கல்வியறிவில்லாதவரெனவும், ஜெபம் செய்யவாவது, வேதவிளக்கம் தரவாவது, வேத வசனங்களை வாசிக்கக் கூடவாவது இயலாதவர் என்று இழிவாக எழுதி, மிஷன்

காரியாதிகளை மேற்பார்வையிட எவ்விதத்திலும் லாயக்குள்ளவர் அல்ல என்றும் குறிப்பிட்டார். இக்கடிதங்களில் கூறப்பட்ட புகார்கள் எவ்வளவு தூரம் சரியோ, அறியோம். ஆனால் அவர் வேத வசனங்களை வாசிக்கக்கூட இயலாதவர் என்பதும், ஜெபிக்கத் தெரியாதவர் என்பதும் மிஷன் காரியாதிகளை மேல்விசாரனை செய்ய லாயக்கற்றவர் என்பதும் ஒப்புக்கொள்ளக் கூடியதல்ல. அவர் அவ்வளவு குறைபாடுடுள்ளவராயிருந்தாரெனில் கோலாப் ஐயர் எங்ஙனம் அவரை நம்பி மிஷன் மேற்பார்வையை அவரிடம் ஒப்புவித்திருப்பார்? ஜெபிக்கவும் கூடத் தெரியாதவராயிருந்திருந்தவரானால் ஆதி நெல்லைக் கிறிஸ்தவர்கள் எப்படி அவரை நன்கு மதித்து தங்கள் காரியங்களை அவரிடம் நம்பிவிட்டிருப்பர்? ஜெபிக்கவும் கூட அறியாத சாயர் கடவுள் மீது எவ்வித பக்தி தான் கொண்டிருந்திருப்பார்? மிஷன் விஷயங்களில் அவர் காட்டிய அக்கரை, பக்தியற்ற ஒரு ஆங்கிலோ இந்தியக் வியாபாரியிடம் எப்படிக் காணப்பட்டிருக்கக்கூடும்? தவிரவும் டாக்டர் போப் ஐயர் சாயரை ஒரு கிழக்கிந்திய எழுத்தாளர் என்று கூறுகிறார். எனின் கல்லாதவர் என்பதையாவது வாசிக்கத் தெரியாதவர் என்பதையாவது நாம் எப்படி ஒப்புக்கொள்ள முடியும்?

ஞானப்பிரகாசம் உபதேசியாரின் புகார்களைக் கோலாப் ஐயர் சட்டை செய்யவில்லை என்பதே, உபதேசியாரின் வார்த்தைகள் எவ்வளவு தூரம் தான் நன்கு மதிக்கப்பட்டிருந்தனவென்றும், நம்பத்தகுந்ததாயிருந்தனவென்றும் காட்டுகிறதல்லவா! கோலாப் ஐயர் ஞானப்பிரகாசம் உபதேசியாருக்கு எழுதிய கடிதங்களில் சாயரைப் பற்றிய புகார்கள் விஷயத்தில் எவ்வித பதிலுரையும் கொடுக்கவில்லை. ஆனாலும் நெல்லையில் மக்களுக்குள் சமாதானம் உண்டாவது மட்டும் அவசியம் என்று கண்டு அதற்கானவற்றைக் கவனிக்கலானார். சமாதானம் உண்டாக வேண்டுமானால் ஞானப்பிரகாசத்தை நம்பி மிஷனை அவரிடம் ஒப்புவிப்பதும் தவறு, ஞானப்பிரகாசத்தை எதிர்த்து சாயரையே ஆதரிப்பதும் தப்பு. ஆகையினால் இரண்டுக்கும் பொதுவாக ஒரு ஐரோப்பிய மிஷனெரியை அனுப்பி, மிஷன் விசாரணையை அவர் கையில் ஒப்புவிப்பது தான் தகுந்த முறையெனக் கண்டார்.

அக்காலத்தில் ரிங்கல்தெளபே (William Tobias Ringel-taube) என்ற புதிய மிஷனெரியொருவர் பாளையங்கோட்டைக்கு வரும் நோக்கத்துடன் தரங்கம்பாடியில் தமிழ் கற்றுக்கொண்டிருந்தார். கோலாப் ஐயர் அவரையே நெல்லைக்கு நியமித்து, அவருக்காக ஒரு வீடு ஆயத்தம் செய்யப்பட வேண்டும் என்று ஞானப்பிரகாசம் உபதேசியாருக்குக்

கட்டளை கொடுத்தார். புதிய மிஷனெரி ரிங்கல்தௌபெ ஐயர் 1806 ம் ஆண்டு பெப்ருவரி மாதம் 9 ம் தேதி தூத்துக்குடியில் வந்திறங்கி இரண்டொருநாள் அங்கிருந்த டச்சு பாதிரியார் கிளீவர் ஐயரிடம் தங்கி, 11 -ம் தேதி புறப்பட்டு, 12 -ம் தேதி பாளையங்கோட்டை வந்து சேர்ந்தார்.

ரிங்கல்தௌபே ஐயர் நெல்லைத் திருச்சபையை 1806 முதல் 1809 வரை கண்காணித்து வந்தார். துவக்கமுதல் சாயர் அவருக்கு உதவி செய்து வந்தார். ரிங்கல்தௌபே தம்முடைய முதல் சுற்றுப் பிரயாணம் செய்ததே சாயர் கொடுத்துதவிய குதிரையின் மீது தான்.

இது பற்றிக் கூறும்பொழுது இம்மிஷனெரி இவரை **'போர்த்துக்கீசிய வியாபாரியான சாயர்'** என்று குறிப்பிடுகிறார். இவ்விதம் சாயரைக்குறித்து ரிங்கல்டாப் எண்ணினது தவறு. அவர் போர்த்துக்கீசியனல்ல. ஆனால் தற்காலம் எந்த ஐரோப்பியனையும் இங்கிலீஷ்காரன் என்று சாதாரண ஜனங்கள் எண்ணுவதுபோல, அக்காலத்திலும் எந்த ஐரோப்பியனையும் சாதாரண மக்கள் போர்த்துக்கீசியன் என்று எண்ணிவந்தனர். ஐரோப்பியர்களும் தங்கள் சொந்த நாட்டினரல்லாத மற்ற ஐரோப்பியரை முதலில் போர்த்துக்கீசியர் என்றே எண்ணுவர். அதிலும் ஆங்கிலோ-இந்தியரை போர்த்துக்கீசியர் என்றழைப்பது சகஜம். இவ்விதம் சாதாரண மக்களும் ஐரோப்பியரும் எண்ணிவர முக்கிய காரணம்.

15 -ம் நூற்றாண்டு முதல் போர்த்துக்கீசியர் இந்தியாவுக்கு வந்து மேற்குக் கரையில் பலவூர்களை ஜெயித்து, வியாபாரஸ்தலங்களை ஏற்படுத்தி, வியாபார நிமித்தம் நம் தேசத்தின் உள்நாட்டிலும் பல பட்டணங்களில் பரவியிருந்தமையே.

ரிங்கல்டாப் மேலும் தம் குறிப்பில் சாயருக்கு 'மிஷனின் தூதன்' (அல்லது ஆதாரம்) (Prop) என்று பெயர் கொடுக்கிறார். இவ்வார்த்தை சாயர் அக்காலம் மிஷனுக்கு எவ்வளவு தூரம் இன்றியமையாதவராயிருந்தார் என்பதை விளக்குகிறது. ரிங்கல்டாபின் ஊழிய காலம் முழுவதும் சாயர் அவருக்கு ஏற்ற ஆலோசனைக்காரராகவும் துணையாகவும் விளங்கினார். தஞ்சாவூர்க்கட்சி, திருநெல்வேலிக்கட்சி என்ற பிரிவினைகளும் மறக்கப்பட்டும் போயின.

ரிங்கல்டாப் ஐயரின், ஊழிய விருத்தாந்தம் இவ்விடம் விவரிக்க அவசியமில்லை. பின்னொரு அத்தியாயத்தில் அவரைக்குறித்து இரண்டொன்று கூற நேரிடும். சிறந்த பக்தனான இம்மிஷனெரி 1809 ம்

ஆண்டில் தமக்கும், இச்சீமையில் மிஷன் ஊழியத்தை ஆதரித்து வந்த கிறிஸ்தவ அறிவு அபிவிருத்தி சங்கத்தாருக்கும் (S.P.C.K) உள்ள தொடர்பை நீத்து திருவாங்கூரில் சுவிசேஷப்பிரசங்கம் செய்யச்சென்று விட்டார்.

அவர் போனபின் திருநெல்வேலிச் சபை சரித்திரத்தின் இரண்டகாலம் ஆரம்பமாகிறது. 1810 முதல் 1816 வரையுள்ள ஏழு வருஷங்கள் சபைக்குக் கொடிய துன்பங்களுண்டான காலம். ஞானப்பிரகாசம் உபதேசியார் 1810 க்கு முன் தஞ்சை திரும்பிவிட்டார். ரிங்கல்டாபிற்குப் பதிலாக அனுப்புவதற்கு ஐரோப்பிய மிஷனெரிமார் யாரும் கிடைக்கவில்லை. எனவே கோலாப் 1811 மார்ச் மாதத்தில் வேதநாயகம் என்ற பெயருடைய குருவானவர் ஒருவரை அனுப்பினார். 1809 ல் ரிங்கல்டாப் போனது முதல் வேதநாயகம் ஐயர் வரும் வரை சாயரே மறுபடியும் நெல்லை மிஷனின் மேற்பார்வையாளரானார். ஆனால் இவருக்கு முன்போன்ற அதிகாரம் கொடுக்கப்படவில்லை. மாதா மாதம் உபதேசிமாருக்குச் சம்பளம் பட்டுவாடாச் செய்தது தவிர அதிகமாக வேறொன்றும் இவர் செய்யவில்லை. வேதநாயகம் ஐயர் வந்தபின் சாயரிடமிருந்து இப்பொறுப்பையும் பெற்றுக்கொண்டுவிட்டார். அது முதல் சில காலம் சாயருக்கும் மிஷனுக்கும் எவ்விதத் தொடர்பும் இருந்ததாகத் தெரியவில்லை. ஆனாலும் அவருக்கு மிஷனில் ஏற்பட்டிருந்த அக்கரை குறைந்து விடவில்லை.

வேதநாயகம் ஐயர் (VEDANAYAGAM 1811-1813) காலம் ஆரம்பமான 1811 ம் வருஷம் ஓர் துயரமிகுந்த ஆண்டு. அதற்கு முந்திய வருஷக் கடைசியில் தென்னிந்தியா முழுவதும் பரவியிருந்த கொள்ளைக் காய்ச்சல் நெல்லைக்கும் வந்துவிட்டது. வியாதியை அகோரப்படுத்துவதற்கும், அதிகமாய்ப் பரப்புவதற்கும் துணைபுரியுமாப் போல் அவ்வாண்டு டிசம்பர் முதல் வாரத்தில் கனத்த மழை பெய்ய ஆரம்பித்தது. தொடர்ந்து பல வாரங்களாக கனத்த மழை பெய்ததின் காரணமாய் ஆற்றில் வெள்ளம் வந்து, பலவிடங்களில் உடைப்புகள் ஏற்பட்டன. ஒருமாதம் நின்றிருந்த மழை திரும்பவும் 1811 பெப்ருவரியில் ஆரம்பித்து ஏப்ரல் முதல் வாரம் வரை பலத்துப் பெய்யவே கொள்ளைக் காய்ச்சல் உரம் கொண்டுவிட்டது. ஆயிரக்கணக்கில் மக்கள் மாண்டனர். சாகக் கொடாத வீடே கிடையாது என்று அக்காலத்திலிருந்த கலெக்டர் எழுதினார்.

பல கிராமங்களில் மக்களில் மிகுதியானவர்கள் மாண்டொழியவே

மீதியானவர்கள் குடியோடிப் போயினர். பல விடங்களில் விளைந்த நெல்லை அறுக்கவும் ஆளில்லாதபடி, அத்தனை மக்களும் மரித்துப் போயினர். சுமார் இரண்டு வருஷங்களாக இக்கொள்ளைநோய் நெல்லையை வாட்டினது. இப்பயங்கர காலத்தில் ஏராளமான கிறிஸ்தவர்கள் பலர் மரித்தும் பலர் மறுதலித்தும் போயினர். அநேக சபைகள் விசேஷமாய் கரைச் சுற்றுப் பிரதேசத்தில் மறுதலித்துப் போயின. உபதேசியாரின் அரவணைப்பும், மிஷெனரிமாரின் ஆதரவுமின்றிச் சபைகள் நலிந்து மெலிந்து விட்டன. சபைக் குருவாகிய வேதநாயகமும் 1813 ல் மரித்து, பாளையங்கோட்டையில் அடக்கம் செய்யப்பட்டார்.

அவர் விட்டுப்போன சபையைச் சந்தித்து ஆறுதல் கூறி விசாரித்து வர ஆபிரகாம் (ABRAHAM 1811-1820) ஐயர் பாளையங்கோட்டைக்கு வந்து சில நாட்கள் தங்கிவிட்டுச் சென்றார். அதன் பின் 1816 வரை ஆதரவற்ற சபையாக நெல்லைத் திருச்சபை விடப்பட்டது.

இக்காலமெல்லாம் சாயர்துரை இருந்தாரெனினும் அவரால் திருச்சபைக்கு எவ்வித நிரந்தர உதவியும் செய்யக்கூடவில்லை. ஒருவேளை கஷ்டப்பட்ட சில கிறிஸ்தவர்களுக்கு கொஞ்சம் பணவுதவி செய்திருக்கலாம். ஆனால் இவ்வெண்ணத்திற்கு ஆதாரம் கிடையாது.

மரித்தவர்களும் மறுதலித்தவர்களும் போக மீதியாயிருந்த சிறு சபைக்கு 1815 -ம் 1816 -ம் வருஷங்களில் புறமதஸ்தரால் ஒரு கொடுந்துன்பம் உண்டாயிற்று. கிறிஸ்தவர்கள் நாதியற்றவர்களாயினர். முதலூர் தாவீதும் ஒருவேளை இக்காலத்தில்தான் கிறிஸ்தவர்களைத் துன்பப்படுத்தின புறமதஸ்தரை சபைக்காக பக்தி வைராக்கியம் கொண்டு பலாத்காரத்தால் எதிர்த்து அவர்களைக் காப்பாற்றப் பிரயாசப்பட்டதின் காரணமாக பகைவரின் கோபத்துக்கும் தந்திரங்களுக்கும் இரையாகி, பெத்லகேமில் விஷமிட்டுக் கொல்லப்பட்டு. கிறிஸ்தவ சபைக்காக வீரமரண மெய்தினாரா என்று எண்ண இடமுண்டு. சபைகள் சிதறடிக்கப்பட்டன. இந்நிலையில் சாயர் மறுபடியும் சபையைப் பாதுகாக்கக் கடவுளால் அனுப்பப்பட்ட தூதனாக முன் வந்தார்.

துன்பப்பட்ட கிறிஸ்தவர்களை எவ்விதம் தற்காப்பது என்று அவர் பலவாறு யோசித்து முடிவில் ஒரு முடிவு கண்டார். ஏற்கெனவே இது போன்ற உபத்திரவம் ஏற்பட்ட காலத்தில் தன் நண்பன் தாவீது தன் போன்ற யூரேஷியனான ஒரு சிநேகிதனின் உதாரத்துவ ஈகையின் உதவியினால் 1799 ம் ஆண்டு ஆகஸ்டு மாதத்தில் அடையல் என்ற கிராமத்துக்கருகில் நிலம் வாங்கி அங்கொரு குடியேற்றத்துக்கு 'முதலூர்'

என்று பெயரிட்டதையும், அம்முதலூர் சமீபத்திலுண்டான கொள்ளை நோய் நாட்களிலும், புறமதஸ்தாலுண்டான உபத்திரவ காலத்திலும் கிறிஸ்தவர்களுக்கு ஓர் அடைக்கலப் பட்டணமாய் விளங்கினதையும், அதுபோன்ற மற்ற குடியேற்றங்களாகிய நாசரேத், எருசலேம், சமாரியா, பெத்லகேம், துன்பப்பட்ட மக்களுக்கு ஆதரவளிக்கும் அரண்களுமாய் விளங்கினதையும் சாயர் எண்ணி, ஆற்றுக்கு அக்கரையிலும் அவ்விதக் குடியேற்றம் ஒன்று ஏற்படல் அவசியம் என்று எண்ணி 1816 ம் ஆண்டில் ஓர் 150 ஏக்கர் விஸ்தீரணமான நிலம் வாங்கினார். நிலம் வாங்கி அதன் கிரயப்பத்திரம் முடித்துச் சின்னாட்களில் நோய்வாய்ப்பட்டு மரித்து அண்ணல் அடி அடைந்தார்.

மறுவருஷத் துவக்கத்தில் அந்நிலத்தில் அடைக்கலமின்றி நின்ற மக்களில் சிலர் குடியேறினர். மரிக்கும் முன் தங்கள் வாழ்வுக்காக இப்பேர் உதவி புரிந்த மகான் சாயர்துரையை என்றும் ஞாபகப்படுத்துமாறு அக்குடியேற்றத்துக்குச் சாயர்புரம் என்று பெயர் வைத்தனர்.

சாயரின் இவ்வீகையை வியந்து கனம் டாக்டர் போப் ஐயர் (George Uglow Pope) எழுதிய பாராட்டை மொழிபெயர்த்து இவ்வத்தியாயத்தை முடிப்போம். அவர் கூறுவது,

சாயர்புரத்தைப் பற்றிப் பேசும்போது, அவ்வூரின் பெயருக்குக் காரணமாக விளங்கினவரைப் பற்றி கூறாதிருக்க எனக்கு முடியாது. சாயர் என்பவர் பாளையங்கோட்டையில் வியாபாரத்திலீடுபட்டவர் என்றும், இடைக்கிடையே சங்கத்தாரின் (S.P.C.K.) ஆளாக உபதேசியாருக்குச் சம்பளம் பட்டுவாடா செய்தும், பள்ளிக்கூடங்களை மேற்பார்த்தும் பணி செய்தார் என்று நம்புகிறேன். ஒரு சமயம் கிறிஸ்தவர்களுக்குத் துன்பம் உண்டானபோது இப்பாகங்களிலிருந்த சபைகளின் ஏழைகளான அங்கத்தினருக்கு அடைக்கலக் குடியேற்றம் கிடைக்கவேண்டி, இப்பொழுது அவருடைய பெயரால் அழைக்கப்படும் சாயர்புரம் இருக்கிற மனையை விலைக்கு வாங்கினார். விலைக்கிரயம் செய்ததில் ஏதோ தவறு இருப்பதின் காரணமாக மிஷன் அந்நிலத்தில் எவ்விதச் சொத்துரிமையும் கொண்டாட முடியாது என்று எண்ணுகிறேன். ஆனால் சர்க்காருக்கு ஒரு சிறு தொகையை தீர்வையாகச் செலுத்த கடந்த முப்பது வருஷமாக மிஷன் அதை அனுபவித்து வருகிறது.

அக்காலமுதல் இச்சிறு கிராமம் சிதறடிக்கப்பட்ட சபையின் பிள்ளைகளுக்கு ஒரு பாதுகாப்பளிக்கும் ஸ்தலமாக விளங்குகிறது. ஐரோப்பிய மிஷனெரிமார் ஒருவருமே சபைகளைச்

சந்திக்காதிருந்த காலத்தில் சாயர்துரையினுடைய நன்கொடையான இக்கிராமம் ஒன்றிருந்திராவிடின் சுவிசேஷத்தின் ஒளி இப் பிரதேசத்தில் அணைந்து போயிருக்கும் என்பதற்குச் சந்தேகமில்லை. அடிக்கடி நான் சுற்றிலும் ஏறிட்டுப்பார்த்து, இச்சேகரத்தின் எத்திசையிலும் ஆலயங்களும் மற்ற மிஷன் கட்டடங்களும் தலைநிமிர்ந்து நிற்பதையும், இவ்வூர் நிரந்தரமானதும் மிகவும் சித்தியுள்ளதுமான ஒரு மிஷன் தலைமை ஸ்தானமாய்

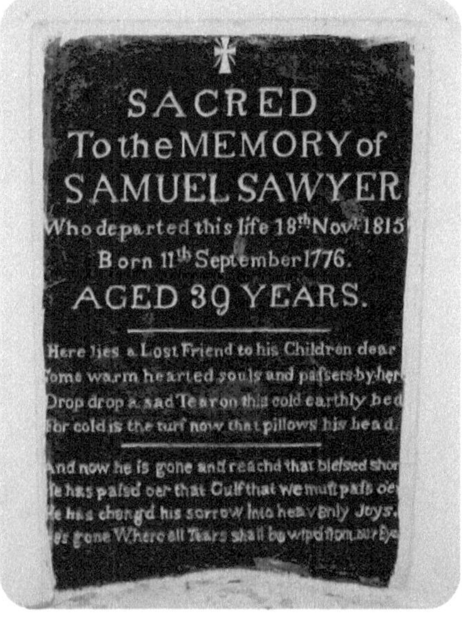

விளங்கக்கூடிய சிலாக்கியமுடையதாயிருப்பதையும் காணுந்தோறும் நான் சாயரை நினைத்து, அவர் தன்னயமற்றவராகச் சுவிசேஷத்தை நிலைநாட்டுவதற்கு எடுத்துக்கொண்ட முயற்சிகளின் பலனை அவர் பார்க்கக்கூடியதாயிருந்தால் நலமாயிருக்கும் என்று வாஞ்சிப்பேன்.

பொங்கிக் கலங்கி நின்ற தண்ணீர்களின் மேல் அவர் போட்ட ஆகாரம் அநேக நாட்களுக்குப்பின் தன் பலனை அளித்தது. இதையெல்லாம் சிந்திக்கும்போது "காலையிலே உன் விதையை விதை; மாலையிலே உன் கையை நெகிழ விடாதே; அதுவோ, இதுவோ எது வாய்க்குமோ என்றும், இரண்டும் சரியாய்ப் பயன்படுமோ என்றும் நீ அறியாயே என்னும் புத்திமதி அர்த்தபுஷ்டியுடன் என் மனதில் தோன்றும். காலத்தில் செய்யப்பட்ட ஒரு பக்தியுள்ள நற்கிரியையிலிருந்து பயக்கும் நன்மைக்கு இதைவிடச் சிறந்த திருஷ்டாந்தம் காணமுடியாது." சாயர் கனம் பொருந்திய (S.P.C.K.) சங்கத்தாருக்கும், கிறிஸ்துவின் திருச்சபைக்குமே சகாயம் செய்தவராக என்னாலும் நினைவு கூரப்படுவார் என்று நான் பூரண நிச்சயத்துடன் நம்புகிறேன்.

ஆதிச்சபை

சாயர்புரம் வட்டாரத்தில் சாயர்புரம் தோன்றும் முன்பே கிறிஸ்தவ சபை தோன்றிற்று. அதன் வரலாறாவது:

சங்கை ஸ்வார்ட்ஸ் ஐயர் இரண்டாம் விசையாக 1785 -ல் திருநெல்வேலி நாட்டிற்கு வந்தபோது பாளையங்கோட்டையிலும் வேறு சில ஊர்களிலும் கிறிஸ்தவ சபைகள் காணப்பட்டதைக் கண்டு அவற்றைக் கண்காணிக்கவென்று ஏற்கெனவே அவர் அனுப்பியிருந்த ராயப்பன் ஐயரும், ஞானப்பிரகாசம் உபதேசியாரும் தஞ்சைக்குத் திரும்பி விட்டிருந்தமையால், தம் சிஷ்யனான சத்தியநாதனை அனுப்பினார் என்றும் அவர் முதலில் உபதேசியாராகவும், பின் குருவாகவும் இருபது வருஷங்கள் ஊழியம் செய்து 1805 -ல் ஓய்வெடுத்தார் என்றும் முன்னால் பார்த்தோம்.

அக்காலத்தில் நெல்லைச் சபை ஊழியத்தை 1790 முதல் 1800 வரையிலும் கனம் ஜெனிக்கே ஐயர் (JAENICKE) மேற்பார்வை செய்தார். 1800 முதல் 1802 வரை அதை கெரிக் ஐயர் (GERICKE) விசாரணை செய்தார். சத்தியநாதனையரும் அவருடைய உடனூழியரான பிரசங்கிமார், உபதேசிமாரும் அடிக்கடி சுற்றுப் பிரயாணம் செய்து அநேக ஊர்களில் பலரை ஆயத்தக்காரராகச் சேர்திருந்தனர். சத்தியநாதனையர் 1802 ஏப்ரலில் இவ்வாயத்தக்காரரைச் சந்திக்கப் புறப்பட்டு ஊரூராய்ச் சென்று பலரை ஞானஸ்நானத்தின் மூலம் சபையில் சேர்த்தார். செப்டம்பர் மாத்தில் மிஷெனெரியாகிய கெரிக் ஐயரும் அவருடனே சேரவே அம்மாதம் 27-ம் தேதியிலிருந்து அக்டோபர் 7-ம் தேதி வரை முதலூர், பெத்லகேம், மணப்பாடு முதலியவிடங்களுக்குச் சென்று சுற்றிலுமுள்ள கிராமங்களைச் சேர்ந்தவர்களளான 1015 பேர்களுக்கு ஞானஸ்நானம் கொடுத்தார்கள். அதன்பின் கெரிக் ஐயர் தஞ்சைக்குத் திரும்பினதுபோலக் காணப்படுகிறது. ஆனால் சத்தியநாதனைவரும் பிரசங்கிமாரும் டிசம்பர்

வரை பின்னும் பலவூர்களைச் சந்தித்து மேலும் சுமார் 4000 பேருக்கு ஞானஸ்நானம் கொடுத்தார்கள். இவர்களெல்லாரும் பல நாட்களாக ஞானஸ்நான ஆயத்தக்காரராயிருந்து உபதேசம் பெற்றவர்கள்.

அந்நாலாயிரம்பேரில் சிறுத்தண்டைச் சேர்ந்த மூவரும் புளியங்காட்டைச் (தற்காலம் புளியநகர்) சேர்ந்த நாற்பத்தெண்மரும் சேர்ந்திருந்தனர். இவ்வைம்பத்தொருவரும் நாடார் வகுப்பைச் சேர்ந்தவர்கள். சிறுத்தண்டு மூவருக்கு 1802 நவம்பர் 30-ம் தேதி ஆவுடையார்புதூரில் ஞானதீட்ஷை கொடுக்கப்பட்டது. புளியங்காட்டினர் முதுமொத்தன் மொழியில் டிசம்பர் 12-ம் தேதி நடந்த ஞானஸ்நான ஆராதனையில் கிறிஸ்து சபையின் அங்கத்தினர்களாக்கப்பட்டனர். இவ்விரண்டு சபைகளின் ஞானஸ்நான வருஷத்திலிருந்து நம் சாயர்புரம் வட்டாரத்தின் சரித்திரம் ஆரம்பமாகிறது என்று கூறலாம்.

சிறுத்தண்டில் கிறிஸ்து சபை உண்டானபின் 1804 -க்குள் நட்டாத்தி, ஏரல் என்ற கிராமங்களில் சபைகள் தோன்றின. புதிதாக 1802, 1803 -ல் ஆயிரக்கணக்காய் மக்கள் திருச்சபையில் சேர்ந்ததைப் பொறுக்காத இந்துக்கள், சபையாரை வெகுவாய்த் துன்புறுத்தினார்கள். கிறிஸ்தவ மக்கள் துன்பத்தழலில் புடமிடப்பட்டார்கள். கெரிக் ஐயர் கிறிஸ்தவர்களுக்கு ஏற்பட்ட உபத்திரவங்களைப் பற்றி கலெக்டருக்கு மனுப்பண்ணினார். ஆனால் கலெக்டர் (லஷிங்டன் துரை (S.R. LUSHINGTON 1801-1803) பின்னால் இவர் சென்னை கவர்னர் ஆனார்.) இந்து உத்தியோகஸ்தர்களின் வார்த்தைகளை நம்பி உதவி செய்ய இணங்காது போயினார். எனினும் கெரிக் மனந்தளராது திரும்பவும் திரும்பவும் நியாயத்துக்காகப் போராடி, உண்மையை நிரூபித்தபின் கலெக்டர் இந்தக் கொடிய உபத்திரவத்தை நிறுத்தக் கட்டளையிட்டார். எனினும் அவருடைய கட்டளை பூரணமாகக் கீழ்ப்படியப்படவில்லை. பலவூர்களில் துன்பம் ஓய்ந்தபாடில்லை. பல கிறிஸ்தவ மக்கள் தாங்கமாட்டாமல் மறுதலித்துப் போயினர். அநேக சபைகள் அழிந்தொழிந்தன.

ஆனால் சிறுத்தண்டு சபை மூன்று பேருடன்தான் ஆரம்பித்த போதிலும் உறுதியான விசுவாசத்தில் நிலைத்து நின்றது. 1804 -ல் கனம் சத்தியநாதனையர் கடிதத்தில் நாம் காண்கிறபடி அச்சபை நட்டாத்தி, ஏரல் சபைகளுடன் சேர்த்து சின்னமுத்து என்ற பெயருடைய உபதேசியாரின் விசாரணையில் விடப்பட்டது. இவ்வுபதேசியார் ஐயரின் நன்மதிப்புக்குரியவர், திறமைசாலி. ஆகையினால் இவருக்கு இம்மூன்று

புதுச்சபைகளில் ஊழியம் செய்வதுடன் ஆற்றுக்கு வடக்கேயுள்ள பிராந்தியத்தில் சுவிசேஷப் பிரகாச ஊழியம் நடப்பிப்பதும் கடமையாகக் கொடுக்கப்பட்டிருந்தது.

புளியங்காட்டுச் சபையைப் பற்றி 1807 -ம் வருஷம் ரிங்கல்டாப் ஐயர் எழுதிய ஒரு குறிப்பு மட்டும் நமக்குக் கிடைத்திருக்கிறது. அதில் புளியங்காட்டுச் சபைக்கு அவ்வருஷம் புறமதஸ்தரால் உண்டான உபத்திரவங்களைக் குறித்து எழுதினார். அவருடைய வார்த்தைகளை ஈண்டு மொழிபெயர்த்திடுவோம். ஆகஸ்டு 14 புளியங்காட்டிலிருந்து இருவர் (தருவைக்கு) என்னிடம் வந்து தங்களுக்குச் சமீபமாயுள்ள ஒரு கிராமத்திலுள்ள புறமதஸ்தர் தாங்கள் ஜெபம் செய்து கொண்டிருக்கும் போது தங்களெல்லாரையும் அடித்து, சிலரைக் குற்றுயிராக்கினர் என்றும் பெண்களையும் பிள்ளைகளையும் கூட விட்டனரல்லர் என்றும் பிரலாபித்தார்கள். 15 -ம் தேதி அவ்வூருக்குப் போகப் புறப்பட்டேன். இரவு நாசரேத் வந்து சேர்ந்தேன். அங்கே இரக்கமற்ற விதமாய் இம்சிக்கப்பட்டிருந்த புளியங்காட்டைச் சேர்ந்தவரான இரு குடும்பத்தாரைக் கண்டேன். அவர்கள் அளித்த சாட்சி என் மனதை உருக்கிற்று. அவர்கள், விசேஷமாய்ப் பெண்கள், வெகுவாய் கலங்கி, பயத்தால் நடு நடுங்கிக் கொண்டிருந்தார்கள். நமது பலவீனங்களில் ஆவியானவர் நமக்கு உதவி செய்கிறார் என்று அப்போஸ்தலனாகிய பரிசுத்த பவுல் கூறிய வசனத்தை வைத்து சபையாருக்கு ஒரு பிரசங்கம் செய்தேன்.

16 -ம் தேதி கர்த்தருடைய நாள். இந்துமார்க்கத்திலிருந்து கிறிஸ்து மார்க்கத்திற்கு வர விருப்பம் கொண்டிருந்த ஒருவனிடம் கிறிஸ்தவன் ஒருவன் பேசத்தகாத ஒரு வார்த்தையைப் பேசினதினால் அவன் கோபம் கொண்டு, ஆலயத்தில் ஆராதித்துக் கொண்டிருந்த சுமார் இருபது பேரான இச்சிறு மந்தையின் மீது சுமார் நூறு பேரை ஏவிவிட்டான் என்றும், அவர்கள் முதலில் கிறிஸ்தவர்களை அடித்து கொடூரமாய் இம்சித்து, பின் அவர்கள் மறுபடியும் ஆராதனைக்குக் கூடி வந்தால் அவர்களுடைய ஆலயத்தை நெருப்புக்கிரையாக்கிவிடுவோம் என்று பயமுறுத்தினார்கள் என்றும் விசாரித்து அறிந்தேன். பல காரணங்களால் விரோதிகள் மீது வியாஜ்யம் தொடுப்பது நல்லதல்ல என்று எண்ணினேன். கிறிஸ்துவின் நாமத்திற்காக சனதரீம் சங்கத்தாரின் முன்பு சவுக்கடிகளையும் நிந்தனைகளையும் சகிக்க அழைக்கப்பட்ட கர்த்தருடைய பரிசுத்த அப்போஸ்தலரின் சந்தோஷத்தை முன்வைத்து நமது ஜனங்களை மிகுந்த பட்சத்துடன்

ஆறுதல்படுத்தினேன். (அப்போஸ்தலரிடத்தில் காணப்பட்ட அவ்வித) தைரியத்தை அவர்கள் கிஞ்சித்தும் காட்டக் கூடாதவர்களாயிருந்த போதிலும் அவர்களில் இரண்டு பள்ளர் குடும்பங்களைப்பற்றி நான் மகிழ்ச்சியடைந்தேன். அவர்களை ஒரு காலத்தில் மகிமையுடன் பிரகாசிக்கக்கூடிய உண்மையான சாட்சிகளாய் இருக்கிறார்கள் என்று அவர்களைக் குறித்து நான் எண்ணுகிறேன். கிறிஸ்தவர்களை இம்சித்த அக்கூட்டத்தாரின் முக்கியஸ்தர்களை நான் என் முன் அழைத்து, மறுபடியும் இவ்வித சமாதானபங்கம் செய்வார்களானால் அவர்களுக்கு வரக்கூடிய தண்டனைகளை எடுத்துரைக்க விரும்பினேன். ஆனால் அவர்கள் ஓடி ஒளித்துக் கொண்டார்கள் (என்றறிகிறேன்). எங்களைத் துன்பப்படுத்தினவர்களுக்காக முழு இருதயத்தோடு ஜெபம் பண்ணினோம்.

இக்குறிப்பினின்று புளியங்காட்டுச் சபையைப்பற்றி நாம் சிலவறிகிறோம். அச்சபையினர் உபத்திரவத் தீயிலகப்பட்டனர். ஆனால் மறுதலியாமல் தங்கள் ஆண்டவருக்காகப் பொறுமையுடன் துன்பங்களைச் சகித்தார்கள். மேலும் 1802 -ல் நாடார் குலத்தினரிலிருந்து ஐம்பத்தொருவர் சபையைச் சேர்ந்தார்கள் என்று பார்த்தோம். ஆனால் இதற்கிடையில் பள்ளர் குலத்தோரிலும் சிலர் கிறிஸ்தவர்களானார்கள் என்றும் அவர்களும் விசுவாசத்தில் உறுதியாயிருந்தார்கள் என்றும் காண்கிறோம்.

ரிங்கல்டாப் நெல்லையை விட்டுச் சென்றபின் 1816 -ம் ஆண்டு வரையுள்ள காலம் இருண்ட காலம் என்று திருநெல்வேலிச் சபைச் சரித்திரத்தில் அழைக்கப்படுகிறது.

அக்கால முடிவில் தான் சாயர்புரம் பூமி கிறிஸ்தவக் குடியேற்றத்திற்காக வாங்கப்பட்டு அடுத்த வருஷத்தில் குடியேற்றமாகி, அப்புதுக்கிராமம் சாயர்புரம் என்ற பெயருடன் விளங்கிற்று என்று முதலாம் அத்தியாயத்தில் பார்த்தோம்.

இந்தியத் திருச்சபைச் சரித்திரத் தந்தை (The Father The History of Christianity in India - James Hough என்று புகழப்படும் ஜேம்ஸ் ஹாக் ஐயர் 1816 -ம் வருஷத்தில் சாயர்துரை மரணமடைந்ததை தம் நூலில் குறித்தெழுதும்போது, பாளையங்கோட்டையில் வசித்து வந்த கனம் பொருந்தியவராகிய சாயர் சிலகாலம் (திருநெல்வேலிச்) சபைகளுக்கு பாதுகாப்பும், பண சகாயமும் கொடுத்து வந்தார். 1816

-ல் சாயர் இறந்ததினால் இப்பிரதேசம் அனைத்துமே ஒரு அன்புள்ள சிநேகிதனை இழந்து விட்டது என்று வரைந்தார்.

1816 -ல் ஜேம்ஸ் ஹாக் ஐயர் (James Hough) கிழக்கிந்தியக் கம்பெனியின் பட்டாள குருவாகப் பாளையங்கோட்டைக்கு வந்தார். கம்பெனியில் சம்பளம் வாங்குகிற குருவென்ற முறையில் அவருக்கும் மிஷெனரி வேலைக்கும் எவ்வித தொடர்பும் இல்லையெனினும், கர்த்தருடைய ஓர் உத்தம ஊழியனாக அச்சேவையில் அக்கரை கொள்ளலானார்.

சபைகள் 63 கிராமங்களில் காணப்பட்டன. கிறிஸ்தவர்களின் தொகை 2830. இச்சபைகளை மேற்பார்வை செய்தது பாளையங்கோட்டையில் வசித்து வந்த ஆபிரகாம் ஐயர். 1819 -க்கு மேல் இவர் முதலூரிலும், பின்வந்த விசுவாசநாதன் ஐயர் நாசரேத்திலும் குருக்களாயமைந்து சபைப் பரிபாலனம் செய்யலாயினர். ஹாக் ஐயரும் அடிக்கடி சபைகளைச் சந்தித்து ஊக்கப்படுத்தி வந்தார். S.P.C.K சங்கத்தாரின் ஆதரவில் நெல்லைச் சபைகள் இருந்த போதிலும், முதல் மிஷெனரிமாரும் குருக்களும் லுத்தரன் சபையைச் சேர்ந்தவர்களாயிருந்தபடியால் சபைகளும் லுத்தரன் முறைகளையே தங்கள் ஆராதனைகளில் உபயோகித்து வந்தனர், ஹாக் ஐயர் ஆங்கில ஜெபபுஸ்தக உபயோகத்தைக் கொஞ்சம் கொஞ்சமாக சபைகளில் புகுத்தினார். இதுபோன்ற பல சீர்திருத்தங்களைச் செய்து சபைகளை மேன்மையுறச் செய்ததும் தவிர, மேல் கமிற்றிகளுக்கும் சங்கத்தாருக்கும் எழுதி உடனே ஒரு மிஷெனரியை அனுப்ப வேண்டுமென்று வற்புறுத்தினார்.

S.P.C.K சங்கத்தாருக்கும் S.P.G. சங்கத்தாருக்கும் அச்சமயத்தில் மிஷெனரியொருவரையும் அனுப்பக் கூடாதிருந்தமையால் அவர் C.M.S. சங்கத்தாரைக் கேட்டுக் கொள்ளவே அவர்கள் 1820 -ம் ஆண்டில் நெல்லையில் சுவிசேஷப் பிரபல்யப் பணியாற்றவென்று கனம் C.T.E. ரேனியஸ் (Charles Theophilus Ewald Rhenius) ஐயரை அனுப்பினார்கள்.

ஹாக் ஐயர் செய்த வேலைகளை விவரிக்க இது இடம் இல்லை. இப்பகுதியில் நாம் அறிய வேண்டியது சாயர்புரம், நாசரேத் விசுவாசநாதன் ஐயர் விசாரணையிலிருந்ததென்பதும், ஒரு வேளை ஹாக் ஐயரின் விஜயமும் விசாரிப்பும் பெற்றிருக்கலாம் என்பதுவே.

ஹாக் ஐயர் போனபின் மறுபடியும் திருநெல்வேலித் திருச்சபை ஐரோப்பிய மிஷனெரி, குருக்களின் அரவணைப்பை இழக்கலாயிற்று. S.P.C.K. சங்கத்தார் மிஷனெரி ஒருவரை அனுப்பப் பிரயாசப்பட்டும் கூடாது போயிற்று. எனவே அவர்கள் C.M.S. (Church Mission Society) சங்கச் சார்பில் பாளையங்கோட்டையில் ஊழியம் ஆரம்பித்திருந்த கனம் ரேனியஸ் ஐயரையே தங்களுக்குச் சொந்தமாயிருந்த 63 சபைகளையும் தம் ஊழியத்துடன் சேர்த்து மேற்பார்க்கும்படி கேட்டுக் கொண்டார்கள். எனவே 1821 முதல் அச்சபைகள் ரேனியஸ் ஐயரின் பராமரிப்புக்குள்ளாயின.

ரேனியஸ் ஐயர் காலத்தில் S.P.C.K. சபைகள் வளர்ச்சியடைந்துள்ளன. முதலூர் குரு ஆபிரகாம் ஐயர் 1820 லேயே சுய நாட்டுக்கு (தஞ்சாவூர்) திரும்பிவிட்டார். விசுவாசநாதன் 1822 -ல் மரித்துப் போனார். 1828 வரை வேறு சுதேசக்குருமார் யாரும் வரவில்லை. இடையில் 1826 -ல் S.P.C.K.

சங்கத்தார் பற்பல காரணங்களால் இந்தியாவில் தாங்கள் செய்து வந்த ஊழியங்களனைத்தையும் S.P.G (Society for the Propagation of the Gospel) சங்கத்தினரிடம் ஒப்படைத்தனர். அது முதல் S.P.C.K. சபைகளான மேற்படி 63 சபைகளிலும் S.P.G சபைகளாயின. நம் சாயர்புரம், செபத்தியாபுரம் சபைகளைப் போன்றே S.P.G. யின் ஆதரவுக்குள்ளாயின.

S.P.G. சங்கத்தாரும் முதல் சில வருஷங்களாக மிஷனெரிமாரை அனுப்பக்கூடாது போயினமையால் C.M.S கனம் ரேனியஸ் ஐயரையே, தம் கண்காணிப்பைத் தொடர்ந்து நடத்த வேண்டுமென்று கேட்டுக் கொண்டனர். அவரும் ஒப்புக்கொண்டார்.

கனம் ஐயர் ஒரு சிறந்த ஊழியன். தூரதிருஷ்டியும், முன்னோக்கும் கொண்டவர். திருச்சபை நெல்லையில் நிலைக்க வேண்டுமானால் பள்ளிக்கூட ஸ்தாபனங்கள் அதற்குப் பெரிதும் பயன்படும் என்று கண்டவர். அவ்வெண்ணத்துக்கொப்ப C.M.S. சபைகளில் பலவற்றிலும் பள்ளிக்கூடங்களை ஸ்தாபித்தார். S.P.G. பாகத்தில் சத்தியநாதனையர் காலத்தில் ஸ்தாபிக்கப்பட்ட பள்ளிக்கூடங்களில் அநேகம் அழிந்து போயின. முதலூர், நாசரேத் போன்ற பெருஞ்சபைகளில் மட்டும்தான் அவை நிலைத்து நிற்கின்றன.

ஹாக் ஐயர் காலத்தில் பள்ளிக்கூடச் சேவையின் மேன்மையுணரப்பட்டதெனினும் அவ்வுணர்வு காலகட்டத்தில் பரிணமிக்கவில்லை. ரேனியஸ் ஐயரோ தம் சபைகளைப் போலவே இச்சபைகளையும் எண்ணினபடியால் அங்கு போன்றே இங்கும் பல கிராமங்களில் பள்ளிக்கூடங்களை ஸ்தாபித்தார். 1829 -ல் அவர் S.P.G. சங்கத்தாருக்கு அனுப்பிய ரிப்போர்ட்டின்படி S.P.G. பிராந்தியத்தில் 15 கிராமங்களில் பள்ளிக்கூடங்களிருந்தன. **அவையாவன:**

பாளையங்கோட்டை (S.P.G.), பத்மநாபபுரம், நாசரேத், சாயர்புரம், எருசலேம், முதலூர், குலசேகரப்பட்டினம், போலையார்புரம், பெத்லெகேம், இடையன்குடி, சமாரியா, உக்கிரமன்கோட்டை, பார்வதியாபுரம், பூவாணி, கீரைக்காரன் தட்டு. இவற்றில் **பாளையங்கோட்டை, எருசலேம், முதலூர், இடையன்குடி என்ற நான்கு ஊர்களில் மட்டுமே** சத்தியநாதனையர் காலத்தில் பள்ளிக்கூடங்கள் ஸ்தாபிக்கப்பட்டன. அவர் ஸ்தாபித்த மற்றப் பள்ளிக்கூடங்கள் இருண்ட காலத்தில் அச்சபைகளோடு கூட அழிந்து போயின. ஹாக் ஐயர் நாசரேத்தில் ஒரு செமினெரியை ஸ்தாபித்தார் என்பது மட்டும் தான் அவர் காலத்தில் இத்துறையில் நடந்த வேலையைப்பற்றி நாமறியும் குறிப்பு.

எனவே இப்பதினைந்தில் மேற்படி நான்கு கலாசாலைகளைத் தவிர சாயர்புரம் முதலிய மற்ற பதினொரு கல்வி ஸ்தாபனங்களையும் ரேனியஸ் ஐயரே ஸ்தாபித்தார் என்று கொள்க.

சாயர்புரம் பள்ளிக்கூடத்தில் 1828 டிசம்பர் 31 -ம் தேதி கணக்கின்படி பிள்ளைகளின் தொகை 10. உபாத்தியாயர் சவரிமுத்து என்ற பெயருடையார். அவருக்குச் சம்பளம் ரூ. 5. இவ்வைந்து ரூபாய் மாதச் சம்பளமோ, ஆறு மாத ஊதியமோ, அறியோம். சவரிமுத்தே[1] சாயர்புரம் உபதேசியாராகவும் வேலைசெய்தார் என்று எண்ணலாம்.

ரேனியஸ் ஐயர் 1829 ம் வருஷம் நவம்பர் மாதத்தில் S.P.G. சங்கத்தார் புதிதாக அனுப்பின (நெல்லையில்) அவர்களுடைய முதல் மிஷனெரி டேவிட் ரோசன் (DAVID ROSEN- 1791- 1857) ஐயாவிடம் S.P.G சபை விசாரணையை ஒப்படைத்தார். அன்றைய கணக்கின்படி S.P.G சபைகள் 69 ஆத்துமாக்கள் 3626, பள்ளிக்கூடங்கள் 15, உபதேசிமார் 20, இவைகளை மேற்பார்த்த சுதேச

---

1. சவரிமுத்து 1837-ம் ஆண்டு நவம்பர் 16 -ம் தேதி 57 வயதுடையவராய் தூத்துக்குடியில் மரித்தார் என அறியமுடிகின்றது.

குரு, 1828-ல் தஞ்சாவூரிலிருந்து வந்திருந்த கனம் அடைக்கலம் (ADEIKALAM-1831) ஐயர்.

ரோசன் ஐயர் பாளையங்கோட்டையில் வசித்து வந்தார். அவர் அங்கிருந்து புறப்பட்டு சபைகளைச் சுற்றிப் பார்ப்பது வழக்கம். துவக்கத்தில் அவர் சாயர்புரம் உபதேசியார் சவரிமுத்தை எக்காரணத்தாலோ மாற்றிவிட்டு ஆசேர் என்ற வொருவரை நியமித்தார். ஆனால் சீக்கிரமே ஆசேரை நாயீனூருக்கு மாற்றி அபிஷேகநாதன் என்ற பேருடைய ஒரு உபதேசியாரை சாயர்புரத்திற்கனுப்பினார்.

இக்காலத்தில் நாம் புதிதாக ஒரு சபையைப் பார்க்கிறோம் அது சிவத்தையாபுரத்தில் (SIVATHIAPURAM NOW SABATHAI-PURAM) தோன்றியிருந்த சபையே. அச்சபை ரேனியஸ் ஐயர் காலத்தில் புதிதாக உண்டான ஆறு சபைகளில் ஒன்றாயிருந்திருக்கலாம். அப்படியானால் கிறிஸ்து மார்க்கம் இங்கு தோன்றியது 1807 -ம் ஆண்டு.

இச்சபையைப் பற்றி நமக்குக் கிடைத்துள்ள இம்முதற் குறிப்பை அதை எழுதின கனம் ரோசன் ஐயரின் வார்த்தைகளிலேயே (மொழி பெயர்த்துத்) தந்திடுவம்.

1830 ஜூலை 19: இன்று பிற்பகல் தூத்துக்குடியை விட்டுப் புறப்பட்டேன். சிவத்தையாபுரத்திற்கு வழி முள்செடியான உடை (a thought shaala acacia arabica) களும் அது போன்ற மற்றச் செடிகளும் அடர்ந்த வெட்ட வெளியினுடே செல்லுகிறது. திட்டவட்டமான ஒழுங்கான பாதையில்லாமையால் பல சமயங்கள் என் பல்லக்குத் தூக்கிகள் வழியை விட்டுவிட்டார்கள். கடைசியில் எங்கள் விளக்கையும் ஒரு பலத்த காற்று அணைத்துவிட்டது. எனினும் எங்களோடு வந்தவர்களில் ஒருவன் எப்படியோ நாங்கள் செவத்தையாபுரத்திற்குச் சமீபத்தில் இருக்கிறோம் என்று அனுமானித்து இருட்டில் எவ்வண்ணமோ அவ்வூர் சேர்ந்து வயோதிபனொருவனுடன் எங்களிடம் திரும்பி வந்தான். அவ்வயோதிபன் சிவத்தையாபுரத்திலுள்ள கிறிஸ்தவர்களில் ஒருவன் என்று பின்னால் அறிந்தேன்.

அவன், நான் அவனுடைய கிராமத்திற்குச் சென்று, அவர்களோடு ஜெபிக்க வேண்டும் என்று விரும்பினான். அப்போது மணி இரவு

பதினொன்றரை. சிவத்தையாபுரம் சாயர்புரத்திலிருந்து ஒன்றரை மைல் தானிருப்பதாலும், அங்கு வெகு சிலரே கிறிஸ்தவர்களாயிருப்பதாலும், சாயர்புரம் முக்கியமான ஊராயிருப்பதாலும் நான் சாயர்புரத்தில் நான் தங்கவேண்டும் என்று தீர்மானித்திருந்தேன். ஆகையினால் என்னுடைய சாமான்களையெல்லாம் ஏற்கெனவே அங்கே அனுப்பிவிட உத்தரவிட்டிருந்தேன். எனினும் அவ்வயோதிபனுடன் (சிவத்தையாபுரத்திற்கு) போனேன். அவனுக்குத் தங்கள் போதகர் தங்கள் மத்தியில் வந்தது பற்றி மிகுந்த சந்தோஷம். அவன் உடனே தன் குடும்பத்தினரையும், வேறு இரண்டு மூன்று பேரையும் தூக்கத்தினின்று எழுப்பினான். சிற்றாலயத்துக்குச் சமீபத்தில் அவர்களெல்லாரும் என்னை வந்து சந்தித்தார்கள். அந்த ஜெபாலயம் கூடுமானமட்டும் நல்ல நிலைமையில்தான் இன்னும் காணப்படுகிறது. நள்ளிரவிற்குப்பின் நான் நாளையதினம் அவர்களைச் சாயர்புரத்தில் பார்க்கலாம் என்று நம்புகிறேன் என்று கூறி விடை பெற்றுக்கொண்டு புறப்பட்டேன்.

சாயர்புரத்திற்கு வந்ததும் அவ்வூரார் நான் தங்குவதற்கு ஏற்ற இடம் அவ்வூரில் சிற்றாலயம் ஒன்றுதான் என்று சொல்லி அவ்வாலயத்தைக் காண்பித்தனர். இந்தச் சிற்றாலயம் களிமண் சுவர்களால் கட்டப்பட்டிருக்கிறது. ஆறு தூண்கள் கூரையைத் தாங்கி நிற்கின்றன. கூரை பனையோலைகளால் மேவப்பெற்றிருக்கிறது. ஆலயத்தின் நீளம் சுமார் 22 அடி, அகலம் 12 அடி." இவ்வர்ணனையில் சிற்றாலயம் இன்னமும் நல்ல நிலைமையில் வைக்கப்பட்டிருக்கிறது என்பது குறிப்பிடத்தக்கது. சிவத்தையாபுரம் சபையும் துன்பத்தழலினூடே செல்ல வேண்டியதாயிருந்தது. சபையார் அநேகர் உபத்திரவத்திற்கஞ்சி குடியோடிப் போய்விட்டனர். எஞ்சியவர்கள் சிலரே.

அடுத்த நாளில் அவர் தமது தினக்குறிப்பில் எழுதிய விஷயம் சாயர்புரத்தைப் பற்றியது. அன்று காலையில் கிராமத்தைச் சுற்றிப் பார்க்க அவர் புறப்பட்டார். அவருடன் அபிஷேகநாதன் உபதேசியாரும், சபையில் பிரதானமானவர்களில் இருவரும் கூடச் சென்றார்கள். கிராமத்தார் பலர் அவர்கள் பின் சென்றனர். அவர் கூறுவது, கிறிஸ்தவர்களின் வீடுகள் தனித்த இடத்தில் கட்டப்பட்டிருக்கின்றன. என்றாலும் சில புறமதஸ்தர் சமீப காலத்திற்குள் இவ்வூருக்கு வந்த கிறிஸ்தவர்களுக்கருகிலேயே சில குடிசைகளைக் கட்டிட ஆரம்பித்திருக்கிறார்கள். உபதேசியார் அவர்கள் கிறிஸ்து மார்க்க சத்தியங்களில் உபதேசம் பெற விருப்பமுள்ளவர்களாயி ருக்கிறார்கள் என்று எண்ணுகிறார். கிணறுகள் சரியாய் கட்டப்படாமல் பழுதுபட்ட நிலைமையிலிருக்கின்றன. ஆனாலும் நிலம் முதலூர்,

நாசரேத் பிராந்தியத்திலுள்ளது போன்ற (நல்ல) மண்ணாயிருப்பதினால் நல்ல தண்ணீருக்குக் குறைவில்லை. கிராமத் தலைவன் தங்களூரின் பிரதானமான கிணற்றைப் பழுது பார்க்க, சங்கத்தார் ஏதாவது பணவுதவி செய்யமாட்டார்களா என்று கேட்டார். சங்கத்தின் நிதி பற்பல விஷயங்களுக்குச் செலவிடப்படுகிறது. ஆவிக்குரிய நல் வாழ்வுக்கான காரியங்களுக்குச் செய்ய வேண்டிய செலவுக்குத்தான் முக்கியஸ்தானம் கொடுப்போம் என்று பதிலுரைத்தேன்.

முற்பகல் 10 மணிக்கு ஆராதனை நடத்தினோம். சின்னதான அந்த இடம் ஆலயம் மக்களால் நிரம்பிவிட்டது, அதன் பின் சில குழந்தைகளின் ஞானோபதேசதின பாடத்தைச் சோதித்தேன்.

சிறிது நேரம் கழித்து சிலநாட்களுக்கு முன் பூவாணிக்குக் கிழக்கிலுள்ள தளவாய்புரத்திற்கு மாற்றப்பட்டுப் போயிருந்த சவரிமுத்து உபதேசியார் அவ்வூரிலுள்ள சிலரைக் கூட்டிக்கொண்டுவந்து சேர்ந்தார். அவ் ஆட்கள் சில காலம் அவரால் போதிக்கப்பட்டு, இப்போது சபையில் சேர்த்துக் கொள்ளப்பட விருப்பமுள்ளவர்களாகத் தோன்றுகிறார்கள். நான் அவர்களோடு சிறிது நேரம் சம்பாஷித்தேன். கொஞ்ச நேரத்திற்குப் பின் சிவத்தையாபுரத்திலிருந்து அவ்வயோதிபர் சில மனுஷரோடு வந்தார். முன்னால் சிவத்தையாபுரத்தில் பதினொரு குடும்பத்தார் (விசுவாசிகளாய்) இருந்தார்கள். உபத்திரவத்தின் காரணத்தினாலும் வேறு சில காரணங்களாலும் அவர்களில் அநேகர் சிதறிப்போய் விட்டார்கள். இப்போது அங்கு மூன்று குடும்பத்தினரே உண்டு.

சவரிமுத்து உபதேசியார் மகன் ஒருவர் அங்கு தம் சொந்தப் பள்ளிக்கூடம் ஒன்று வைத்து நடத்துகிறார். அதில் 15 பிள்ளைகள் படிக்கிறார்கள். அவர்களில் இருவர் மட்டும் கிறிஸ்தவக் குழந்தைகள். ஏற்கெனவே ஆராதனை நடத்தப்பட்டுவிட்டபடியால் அவ்வயோதிபர் தன்னோடும் தன்னோடு வந்தவர்களோடும் நான் ஜெபம் பண்ண வேண்டும் என்று கேட்டுக்கொண்டார். அவர் பெயர் ஞானவொளிவு என்று அறிந்தேன். ஜெபித்து அவர்களை அனுப்பிவிட்டபின் சிவத்தையாபுரம் இந்துக்களின் தலைவன் சில பழங்களைக் கொண்டு வந்து என்னைக் கண்டுகொள்ள வந்தார். அவரிடம் கிறிஸ்தவர்களிடம் பட்சமாய் நடந்துகொள்ள வேண்டும் என்றும் அப்போது தான் கடவுளுடைய ஆசீர்வாதம் அவருக்குக் கிட்டும் என்றும் கூறினேன். அவர் தான் எப்போதும் கிறிஸ்தவர்களிடம் அவ்விதம் தான் நடந்து

கொள்வதாகச் சொன்னார். உண்மையில் கிறிஸ்தவர்களில் ஒருவராவது அவர்மீது எவ்விதப் புகாரும் செய்ததில்லை, மாலை 6 1/2 க்குப் போல் நாசரேத் வந்து சேர்ந்தேன்.[2]

மேலே கொடுக்கப்பட்ட குறிப்புகளினின்று நாம் அறியக்கூடியவை சிலவையுண்டு.

* சாயர்புரத்தின் ஆதி உபதேசிமார் சவரிமுத்து, ஆசேர், அபிஷேக நாதன் என்றறிகிறோம்.

* செபத்தியாபுரம் சபை முதலில் 11 குடும்பங்களையுடையதாயிருந்து, பின் துன்பத்தின் காரணமாயும் பிறவற்றாலும் சிறுத்துப்யோயிற்று என்று தெளிவாகிறது.

* சாயர்புரத்தில் மிஷன் பள்ளிக்கூடம் வளர்ச்சியடைந்து வந்தது.

* செபத்தியாபுரத்திலும் ஒரு 'ப்ரைவேட்' கிறிஸ்தவக் கலாசாலை இருந்து வந்தது.

* இரண்டு ஊர்களிலும் சிற்றாலயங்கள் இருந்தன.

ரோசன் ஐயர் 1830 -ம் வருஷத்தில் நிக்கோபார் தீவுகளுக்கு மிஷனெரியாகப் போனார். அவர் போகும்போது நெல்லைத் திருச்சபையில் 4100 ஆத்துமாக்கள் 63 கிராமச் சபைகளில் இருந்தன. 13 பள்ளிக்கூடங்களும் அவற்றில் 190 கிறிஸ்தவப் பையன்களும், 28 கிறிஸ்தவப் பெண் குழந்தைகளும், 53 இந்து முஸ்லீம் சிறுவர்களும் கல்வி கற்றார்கள். சாயர்புரம், செபத்தியாபுரம், சிறுத்தண்டு என்ற மூன்று சபைகளிலும் 11 ஆண்களும், 14 பெண்களும், 12 ஆண், 12 பெண் குழந்தைகளுமே கிறிஸ்தவர்களாயிருந்தார்கள். சாயர்புரம் பள்ளிக்கூடம் இதற்குமுன் எடுபட்டுப்போயிற்று. தனித்தனியாக ஒவ்வொரு சபையிலும் கிறிஸ்தவ மக்கள் தொகை என்ன என்பது தெரியாது. ரோசன் ஐயர் போனபின் 1831 வரை அடைக்கலம் (ADEI-KALAM 1817-1838) ஐயர் சபைகளைக் கண்காணிக்கலானார். அவர் தஞ்சாவூருக்குச் சென்று விட்டபின் 1832 முதல் 1834 வரை நல்ல தம்பி (NALLATHAMBI-1817-1857 ஐயர் அங்கிருந்து வந்து சுமார் 2 1/2 வருஷங்கள் பாளையங்கோட்டையில் பணிவிடை செய்து வந்த காலத்தில், நிக்கோபார் சென்ற ரோசன் ஐயர் திரும்பி வந்துவிடவே,

____

2. Op.Cit ,P 252, 253

அவர் கையில் பாரத்தை ஒப்புவித்து விட்டு 1834 -ல் நல்ல தம்பியும் தஞ்சைக்குத் திரும்பினார்.

ரோசன் இரண்டாம் தடவையாக திருநெல்வேலிக்குத் திரும்பி வந்த காலத்தில் இச்சீமையில் ஒரு மிஷெனெரியல்ல, இருவர் வேலை செய்ய வேண்டுமென்றும் ஒருவர் முதலூரிலும் மற்றவர் நாசரேத்திலும் வசிக்க வேண்டும் என்று ஏற்பாடு உண்டாயிற்று. அவ்வண்ணமே ரோசன் முதலூருக்குச் சென்றார். புதிதாய் வந்த மிஷெனெரி J. L. இரியன் (JOHN LUDWIG IRION-1829-1841) நாசரேத்துக்கு நியமிக்கப்பட்டார். அவர் தூத்துக்குடியில் இறங்கி அங்கிருந்து நாசரேத் போகும் பாதையில் செபத்தியாபுரம், சாயர்புரம் சபைகளைச் சந்தித்தார். தூத்துக்குடியிலிருந்து (1836 ஜூலை) 29-ம் தேதி பிற்பகலில் புறப்பட்டு பல்லக்கில் பிரயாணம் செய்து, ரோசனைப் போலவே, வழிவிலகி அலைந்து திரிந்து இரவு 8 1/4 மணிக்கு செபத்தியாபுரம் சேர்ந்தார். அப்போது செபத்தியாபுரம் சபையில் 15 பேரே உண்டு. அவர்களில் சிலர் ஐயரைச் சந்தித்து உபசரணை செய்தனர். அக்காலம் அவ்வூர் ஜெபாலயம் பழுது பார்க்கப்பட்டுக் கொண்டிருந்தமையால் ஆராதனை நடத்த முடியவில்லை. ஜனங்களுடன் சிறிது நேரம் பேசிக்கொண்டிருந்து, அடுத்த நாள் தான் சாயர்புரத்தில் நடத்தப் போகும் ஆராதனைக்கு அவர்களை வரச்சொல்லிவிட்டுப், புறப்பட்டு இரவு 10 1/2 மணிக்குச் சாயர்புரம் சேர்ந்தார். சாயர்புரம் உபதேசியாரும் அவர் குடும்பத்தாரும் அவரை வரவேற்று உபசரித்தார்கள்.

அன்று நில வெளிச்சமாயிருந்தபடியால் வெகுநேரம் அக்குடும்பத்தினருடன் சம்பாஷித்துக் கொண்டிருந்து விட்டு, இரவு தூங்கி எழுந்து, காலையில் மிஷன் பூமியைச் சுற்றிப் பார்த்தார். அப்பூமி விஷயமாய் இன்னும் சில விஷயங்களில் முடிவுக்கு வரவேண்டியதிருக்கிறதென்று கண்டதாக எழுதுகிறார். பின் 10 மணிக்கு ஆராதனை நடத்தினார். சுமார் 30 பேர் ஜெபத்துக்கு வந்தனர்.

அக்காலம், செபத்தியாபுரம் உபதேசியார் சத்தியநாதன் முந்தின அக்டோபரில் குண்டலூருக்கு மாற்றப்பட்டுப் போய்விட்டபடியால் சாயர்புரம் உபதேசியாரே அச்சபையையும் சேர்த்து விசாரணை செய்து வந்தார். சாயர்புரம் சபை உள்ளூர் கிறிஸ்தவர்களை மட்டும் கொண்டதாயிராமல் சுற்றிலுமிருந்த சில சிறு சபைகளையுமுடையதாயிருந்தது என்றும், அவைகளையும் இச்சபையின் உபதேசியாரே கண்காணித்து வந்தார் என்று இரியன் எழுதுகிறார்.

ஆராதனை முடிந்தபின் சபையின் மக்கள் ஐயரிடம் அனேக விதமான முறைப்பாடுகள் செய்தனர். சிலர் நில விஷயத்தில் தங்களுக்குள் உண்டாயிருந்த தகராறுகளை விசாரித்து தர வேண்டும் என்று மனுப் பண்ணினர். சிலர் தொலைந்துபோன சில பொருட்களைப்பற்றி பிரியாது கொடுத்தார்கள். சிலர் கோர்ட்டில் தான் தீர்க்கப்படக்கூடிய வியாஜ்யங்களைக் கொண்டு வந்தனர். பலர் சாயர்புரம், செபத்தியாபுரம் இரண்டிலும் பள்ளிக்கூடம் இல்லாதிருந்ததினால் இரண்டில் ஒன்றிலாவது ஒரு பள்ளிக்கூடத்தை ஸ்தாபிக்க வேண்டுமென்று விண்ணப்பித்தார்கள். ஐயர் தான் அன்று விஜயம் செய்ததற்குக் காரணம் அவர்களுக்கு (ஆவிக்குரிய) உபதேசம் கொடுக்கவும், தன் குருவூழியத்துக் கேதுவான சில விஷயங்களைப்பற்றி நேரில் அறிந்து கொள்ளவுமே என்றும், ஆயினும் அவர்கள் கோரின இக்காரியங்களைக் குறித்து ரோசன் ஐயரிடம் ஆலோசனை செய்கிறேன் என்றும் கூறி, அவர்களிடம் விடைபெற்றுக்கொண்டு, பிற்பகல் 3 மணிக்கு நாசரேத்துக்குப் போகப் புறப்பட்டார்.

இக்காலத்தில் நெல்லைச் சபைகள் இரு டிஸ்டிரிக்டுகளாகப் பிரிக்கப்பட்டன. ஒன்று முதலூர் டிஸ்டிரிக்ட்டு. ரோசன் ஐயர் அதைக் கண்காணித்தார். மற்றது நாசரேத் டிஸ்டிரிக்ட். இரியன் அதின் தலைவர். இவ்விரண்டும் இரண்டிரண்டு விசாரணை உபதேசிகளின் ஆதீனங்களாக வகுக்கப்பட்டன. முதலூர் - டிஸ்டிரிக்ட் முதலூர், இடையன்குடி ஆதீனங்களாகவும், நாசரேத் - நாசரேத், உக்கிரமன் கோட்டை ஆதீனங்களாகவும் பிரிவுற்றன. சாயர்புரம், செபத்தியாபுரம் நாசரேத் ஆதீனத்திற்குள்ளமைவுற்றன. இதன் மிஷனெரி J.L. இரியன் ஐயர் விசாரணை உபதேசியார் தவசியப்பன் என்பவர்.

இரியன் ஐயர் காலத்தில் சாயர்புரம் பிராந்தியத்தில் சில புதுச்சபைகள் தோன்றின. அவற்றில் முக்கியமாவை தளவாய்புரம், தட்டப்பாரை, கீழூர் (1836), செட்டிகுளம் (1836) முதலியன.

தட்டப்பாரையில் ஒரு சிறுசபை உண்டாயிற்று.

அச்சபையை இரியன் ஐயர் டிசம்பர் மாதம் 27-ம் தேதி (1836) யில் சந்தித்துத் தமது டயரியில் **எழுதியதாவது:**

காலை 2 மணிக்குப் புறப்பட்டு 6 மணிக்குத் தட்டப்பாரை சேர்ந்தேன். நான் ஜனங்களுக்கு உபதேசிக்கவாரம்பிக்கு முன் சமீபத்திலுள்ள கீழூர் கிராம முன்சீப் முத்துசாமி நாயக்கர் என்னைப்

பார்க்க வந்தார். அவர் தட்டப்பாரைக் கிராம முன்சீபின் மைத்துனர். அவர் கிறிஸ்தவர்கள் விஷயத்தில் நன்மனது கொண்டவராய்க் காணப்படுகிறார். கிறிஸ்தவ மக்கள் தங்களுக்கு ஒரு ஜெபவீடு கட்டிக் கொள்வதற்காக நிலம் வாங்கும் விஷயத்தில் தான் அவர்களுக்கு வேண்டிய உதவிகள் செய்வதாக வாக்களித்தார். இந்த ஜனங்களில் (அதாவது கிறிஸ்தவர்களில்) அநேகர் சமீப காலத்தில் தான் ஆயத்தக்காரராகச் சேர்ந்து சாயர்புரம் உபதேசியாரின் போதனா சேவைக்குட்பட்டிருக்கிறதினாலும், அவரும் தனது கஸ்பா கிராமத்திலிருந்து இவ்வூர் பத்து மைல் தூரத்திலிருக்கிறதினால் ஒரு மாதத்தில் மூன்று நான்கு தடவைகள் இங்கு வந்து இந்த மக்களைக் கண்டு, உபதேசிக்கக்கூடியதாயிருக்கிறதினாலும், இவர்கள் கிறிஸ்தவ அறிவில் முன்னேறவில்லை. ஆகையினால் நான் அவர்களிடம் வெகு நேரம் கிறிஸ்துவினுடைய கொள்கைகளின் மூலச் சித்தாந்தங்களைப் பற்றித் தான் பேசிப் போதித்தேன்.

இவ்வூரில் குருபாதம் என்ற பெயருடைய ஒரு இந்து இருந்தார். அவர் ஒரு கிறிஸ்தவப் பெண்ணை விவாகம் பண்ணியிருந்தார். அப்பெண்ணின் போதனையினால் அவர் கிறிஸ்தவனாக வேண்டும் என்ற விருப்பமுள்ளவராகி அதற்கான சமயத்துக்காகப் பல வருஷங்கள் காத்திருந்தார். இப்போது சமயம் வாய்க்கவே அவர் ஐயரிடம் தனக்கும் தன் குழந்தைக்கும் ஞானஸ்நானம் கொடுக்க வேண்டும் என்று கேட்டுக் கொள்ளவே, ஐயர் அவருக்குக் குருபாதம் என்ற பெயருடனேயே ஞானதீட்ஷை கொடுத்து அவரைச் சபையில் சேர்த்தார். தட்டப்பாரைச் சபையில் இவரே முதல் முதல் ஞானஸ்நானம் பெற்றவர். சபையில் மற்றவர்கள் எல்லாரும் பின்னும் சில காலம் ஞானஸ்நான ஆயத்தக்காரராகவேயிருந்து வந்தனர்.

குருபாதம் என்ற இக்கிறிஸ்தவ பக்தனைப் பற்றி அவரது ஞானஸ்நானத்தினால் **கனம் இரியன் ஐயர் எழுதினது:**

ஞானஸ்நானம் பெறுவதற்கு அவருக்குண்டாயிருந்த ஆசையைப் பற்றி எவ்விதச் சந்தேகம் கொள்ளுவதற்கும் எனக்கு எத்தகைய காரணமும் கிடையாது. உபதேசியாரின் கிராமத்திலிருந்து வெகு தொலைவில் உள்ள இவ்வூரில் வசித்து வந்ததின் காரணத்தினால், பொதுவாக ஞானஸ்நானம் பெறுகிறவர்கள் அறிந்திருக்க வேண்டியவையையொன்றையும் அவர் பாராயணம் பண்ணாதிருந்தும், ஆயத்தப்பாடங்களை நன்றாய் கற்றறிந்திருந்த மற்றநேகரைவிட இவர் தம் விசுவாசத்தைப் பற்றி

நல்லறிக்கை செய்யக் கூடியவராயிருந்தார். தன் இருதயத்தில் தானே அனுபவித்துணர்ந்த தெய்வீக கிருபையினால் உந்தப்பட்டவராக அவர் தன்னுடைய தோழருக்கும் சிநேகிதருக்கும் கிறிஸ்து மார்க்கத்தைப் பற்றிச் சொல்லி அவர்களும் தன்னோடு சேர்ந்து தேவனைத் தேடவும் அவரை ஆராதிக்கவும் முன்வரும்படி செய்தார். ஆகையினால் ஞானஸ்நானம் வேண்டுமென்று அவர் என்னிடம் வேண்டிக்கொள்ளுகையில் நான் அதை அவருக்கு மறுக்கவியலவில்லை.

குருபாதம் என்பவரைப் பின்பற்றி அநேகர் கிறிஸ்துமார்க்கத்தைச் சேர்ந்தார்கள். அவர்களுக்கு ஒரு ஜெபாலயம் கட்டுவதற்காக கனம் ஐயர் அதிகப் பிரயாசம் எடுத்துக் கொண்டதுமல்லாமல் சென்னை M.C.D. கமிற்றியாருக்கு எழுதி அவ்வகைக்கு 4 பகோடா (ஒரு வெள்ளிப் பகோடா இன்று 3-8-0 க்குச் சரி) பணம் கொடுத்துதவும் படி ஏற்பாடு செய்தார்.

செட்டிகுளத்தில் 1836 ல் ஒரு சிறு சபை உண்டாயிற்று.

இரியன் இதைச் சந்தித்தார். ஆனால் இச்சபை நிலைக்குமோ என்பது பற்றி அவர் அதிகமாய்ச் சந்தேகம் கொண்டார். இச்சபையும், தட்டப்பாரைச் சபையும் சாயர்புரம் உபதேசியார் அபிஷேகநாதனின் ஊழியத்தின் பயன் என்று எண்ணக் கூடியதாயிருக்கிறது. இவ்வுபதேசியாருக்கு வேலை அதிகமாகிவிட்டபடியால் அவர் செபத்தியாபுரம் சபையை நன்கு கவனிக்க முடியவில்லை. எனவே அவ்வூரார் தங்களுக்குத் தனியாக ஒரு உபதேசியார் கொடுக்கப்பட வேண்டும் என்று இரியனையரிடம் கேட்டுக் கொண்டேயிருந்தார்கள்.

1838 ல் ரோசன் ஐயர் சுகவீனத்தினிமித்தம் ரஜாவில் சுய தேசம் போனார். அவர் போவதற்குச் சில நாட்களுக்கு முன்னரே, ஏற்கெனவே அடிக்கடி நோய்வாய்ப்பட்டுக் கொண்டிருந்த இரியன் ஐயரும் இரண்டு வருஷம் ரஜா எடுத்துக்கொண்டு சென்னைக்குச் சென்றிருந்தார். இவ்விதம் சுகக்கேட்டின் காரணமாகச் சென்ற முதல் மிஷெனெரிமார் இருவரும் திரும்பவேயில்லை.

இவர்கள் போன பின் பாக்கியநாதன் ஐயர் (PAKKIANNA-THAN 1817-1838) பாளையங்கோட்டைக்கு வந்து ஆறு மாதங்கள் மட்டும் சபை மேற்பார்வை செய்தார்.

1838 மே மாதத்தில் நெல்லைத் திருச்சபையைக் கண்காணிப்புச் செய்வதற்காக அகுஸ்தீன் பிரடெரிக் கேமரர் ஐயர் (CAEMMERER

AUGUSTUS FREDERICK 1804-1891) அனுப்பப்பட்டார். 1840 ல் ஜியார்ஜ் ஹேய்ன் (HEYNE GEORGE -1815-1878) ஐயரும் கிறிஸ்தியான் கோலாப் ஐயரும் (KOHLHOFF CHRISTIAN SAMUEL -1815-1881) வரவே, கேமரர் நாசரேத்திலும், ஹேய்ன், கோலாப் ஐயர்மார் முதலூரிலும் ஊழியம் செய்தார்கள். சாயர்புரம், செபத்தியாபுரம், செட்டிகுளம், சிறுத்தண்டு, புளியங்கன்டு (C.M.S) முதலிய (இன்றுள்ள இவ்வட்டாரச்) சபைகள் 1838 முதல் 1843 வரை போப் ஐயர் வருமட்டும் நாசரேத்தைச் சேர்ந்ததாகி, கேமரர் ஐயரின் மேற்பார்வையிலிருந்தன.

இவ்வைந்தாண்டுகளில் சாயர்புரம் பிரதேசத்தில் நடைபெற்ற ஊழியத்தைப் பற்றிய சரித்திரக் குறிப்புகளதிகமாய் ஒன்றும் நமக்குக் கிட்டவில்லை. சாயர்புரம் சபை 1838 வரை சவரிமுத்து உபதேசியாரின் மேற்பார்வையிலிருந்தது என்றும் 1839 முதல் சேனாபதி அதன் உபதேசியாராயிருந்தார் என்றும், அவர் இச்சபையுடன் செபத்தியாபுரம், ராமலிங்கபுரம் சபைகளையும் சேர்த்துப் பார்த்தபடியால் அவருக்குதவியாக நல்லதம்பி ஈசாக்கு உபதேசியாரும் அங்கு வேலை செய்தார் என்றறிகிறோம். 1844 -ல் உக்கிரமன் கோட்டை தாவீது உபதேசியார் விசாரணை உபதேசியாராக இங்கு நியமனமானது முதல் நல்லதம்பி கடையனோடைச் சபைக்கு மாற்றப்பட்டார்.

கனம் கேமரர் ஐயர் காலத்தில் 1841 -ம் வருஷம் தென்கீழ்ச் சபைகளுக்கு ஒரு கொடும் உபத்திரவகாலம். நாசரேத், பண்ணைவிளை, மெஞ்ஞானபுரம் வட்டாரங்களில் அநேகர் கிறிஸ்துமார்க்கத்திற்கு வந்ததைக் கண்ட பொறாமையுற்ற ஜாதி இந்துக்களால் இவ்வுபத்திரவம் உண்டானது. துன்பத்தைத் தாங்க மாட்டாத அநேகர் மருளவிழுந்து போனார்கள். சாயர்புரம் பிராந்தியத்தில் ஏரலிலிருந்த கிறிஸ்தவ மக்களில் பலர் மறுதலித்துப் போயினர்.

துன்பம் ஓய்ந்தபின் மறுபடியும் கிறிஸ்தவ குழை அசக்கிய மசம் போல் துளிர்த்து முன்னிலும் அதிகமாய்ப் பெலன் கொள்ளலாயிற்று. சாயர்புரம் பிராந்தியத்தில் அச்சபையின் சரித்திரத்தைப் பின்வரும் அத்தியாயங்களில் காண்போம்.

கனம் G U போப்

(George Uglow Pope **1843–1849**)

ஜியார்ஜ் உக்ளோ போப் ஐயர் சாயர்புரம் மிஷனின் வளர்ப்புத் தந்தை எனலாம். அவர் இவ்வூரில் பணியாற்றிய காலம் குறுகியதே. எனினும், மிஷன் ஊழியத்தை உறுதியான அஸ்திபாரங்கள் மேல் அமைத்து, அதைப் பெலன் பெறச் செய்து, நிரந்தரமான சேவைத் திட்டங்களை வகுத்து, அத்திட்டம் திறமையாய் நடந்தேறுவதற்கானவை யனைத்தையும் செய்துமுடித்து, சாயர்புரம் தோன்றி முப்பது வருஷங்களேயாயினும் அது புதியம்புத்தூர், புதுக்கோட்டை, வேப்பலோடைச் சேகரங்களின் தாயகமாகத் திகழும் பெருமையை அதற்களித்த மகான் என்னும் புகழுக்குரியவராயினார்.

இவர் காலத்தில் சாயர்புரம் தனக்கு முன்தோன்றித் தனக்குத் தாய்ச் சேகரமாயிருந்த நாசரேத், முதல் குடியேற்றமாகிய முதலூர், தனக்கு மூத்ததாகிய இடையன்குடிச் சேகரங்களுடன் சரிசமான அந்தஸ்துடன் விளங்கலாயிற்று. சுவிசேஷ ஊழியம், கிறிஸ்தவ அனுபவ அபிவிர்த்திக்கான பணி, கல்விச் சேவை, கட்டட வேலைகள் இவை யனைத்திலும் சேகரம் வெகு விரைவில் வளர்ச்சிப் பெறலாயிற்று.

1843 வரை நாசரேத் சேகரத்தின் ஒரு பாகமாகவிருந்து உபதேசியார்களின் கண்காணிப்புக்குள்ளிருந்து வந்த (தற்கால சாயர்புரம் சேகரச்) சபைகள் 1843 -ல் ஒரு மிஷன் பிராந்தியமாக்கப்பட்டு, சாயர்புரம் கிராமம் அம்மிஷனின் தலைமை ஸ்தானமாகித் தன்னில் ஒரு மிஷனெரி தம் ஊழியத்தை ஆரம்பிக்கப்பெற்றது. அங்கு மிஷனெரியான கனம் போப் ஐயர் இருபத்தி மூன்று வயது மட்டும் நிரம்பிய வாலிபனாயிருந்த

போதிலும் தம் ஊழிய காலமான ஏழு வருஷங்களுக்குள் சேகரத்தையும் தலைமை ஸ்தானத்தையும் நாசரேத், முதலூர், இடையன்குடி என்னும் முந்திய சேகரங்களுக்கும் மிஷன் ஸ்தாபனங்களுக்கும் சமமான அந்தஸ்துக்கு உயர்த்தினாரெனில், அவ்விளம் மிஷனெரியின் திறமை எத்தகையது என்பதை எவரும் எளிதில் ஊகித்துக் கொள்ளலாம்.

கனம் போப் ஐயர் 1820 -ம் வருஷம் ஏப்ரல் 24-ம் தேதி இங்கிலாந்திலுள்ள டெவன்ஷயர் (Devonshire) மாகாணத்திலுள்ள ஓர் நகரத்தில் பிறந்தார். இவரது பெற்றோர்கள் மெதடிஸ்ட் சபையைச் சேர்ந்தவர்கள். இவர் ஆக்ஸ்போர்டில் M.A. பட்டம் பெற்றபின் சென்னைக்கு மெதடிஸ்ட் Methodist மிஷனெரியாக வந்தவர். S.P.G. சங்க ஊழியத்தில் சேர்ந்தார். இப்படி இவர் மாறினது ஒன்றும் புதிதல்ல, ஏனெனில் இதற்கு முன் L.M.S. சங்க ஊழியத்துக்கென்று சென்னை வந்திறங்கிய கால்ட்வெல் (Robert Caldwell) (பின்னால் மகாகனம் கால்ட்வெல் அத்தியஷர்), ஹென்றி பௌவர் (Henry Bower) (வேதாகம மொழி பெயர்ப்பு வல்லோன்) மெதொடிஸ்ட் சங்கத்தைச் சேர்ந்த பெஸ்ட் (BEST JAMES KERSHAW 1811-1889) (கிறிஸ்தியா நகரம் மிஷனெரி) முதலியோர் அவ்விதம் மாறி S.P.G. சங்கத்தின் ஊழியர் ஆயினார். போப் S.P.G. மிஷனெரியாகத் தம்மை ஒப்புக்கொடுத்து 1842 மே மாதம் சாயர்புரத்துக்கு அதன் முதன் மிஷனெரியாக வந்து சேர்ந்தார்.

சாயர்புரம் சவரிமுத்து உபதேசியார் 1830 ல் பூவாணிக்கு மாற்றப்பட்டு, அபிஷேக நாதன் நியமிக்கப்பட்டார். அவர் இரண்டு வருஷம் வேலை பார்த்தபின் சாமுவேல் உபதேசியார் இங்கு 1832 முதல் சேவை செய்தார். அவர் மனைவியின் பெயர் அன்னம்மை. அவர் காலத்தில் பாளையங்கோட்டை நல்லதம்பி ஐயர் விஜயம் செய்து சில ஞானஸ்நான ஆராதனைகள் நடத்தினார். 1835 - 36 -ல் நல்லதம்பி ஈசாக்கு என்ற பெயருடையவர் உபதேசிப் பணியாற்றினார். அவர் மனைவி முத்தாயி அம்மாள். எவ்வருஷம் நல்லதம்பி ஈசாக்கு உபதேசியார் இங்கு அனுப்பப்பட்டார் என்பது தெரியவில்லை. இவர் காலத்தில் நாசரேத் தவசியப்பன் விசாரணை உபதேசியார் இச்சேகரச் சபைகளை மேற்பார்வை செய்தார். 1837 முதல் சேனாபதி உபதேசியார் சாயர்புரம் உபதேசியாராகி, சாயர்புரம் செபத்தியாபுரம் சபைகளைப் பார்த்து வந்தார். இவர் வெகு காலம் சாயர்புரம் உபதேசியாராயிருந்தார். போப் ஐயர் வந்த காலை சேனாபதியும், தாவீது விசாரணை உபதேசியாரும் சபைகளை விசாரித்து வந்தனர்.

சேகரத்தில் அவ்வாண்டுக் கணக்குப்படி கிறிஸ்தவர்களின் தொகை 512. அவர்களைக் கண்காணித்து வந்த உபதேசிமார் ஐவர். சாயர்புரம், செபத்தியாபுரம் முதலியவை முக்கியச் சபைகள். இவை தவிர தட்டப்பாரை, கீழத்தட்டப்பாரை, நட்டாத்தி, செட்டிகுளம், தூத்துக்குடி, ராமலிங்கபுரம் முதலிய இடங்களிலும் சபைகளிருந்தன. C.M.S. நடுவக்குறிச்சி, செந்தியம்பலம் என்றவூர்களிலும் இன்றும் பலவிடங்களிலும் அநேக மக்கள் ஆயத்தக்காரராய் சேகரத்தில் உபதேசம் பெற்று வந்தனர். ஒரே ஒரு பள்ளிக்கூடம் மட்டும் சாயர்புரத்தில் இருந்தது. அதில் 13 பிள்ளைகள் கல்வி கற்று வந்தனர்.

கனம் போப் முதலாவது வரும்போது பட்டம் பெறாதவராய் வந்தார். பின் 1843 -ல் அவர் சென்னைக்குச் சென்று மகாகனம் ஸ்பென்ஸர் அத்தியஷரிடத்தில் (George John Trevor Spencer) உதவிக்குருப் பட்டம் பெற்றுத் திரும்பினார். அதுமுதல் அவர் சுவிசேஷ ஊழியத்தில் அதிகமாய் ஈடுபட்டுழைத்தார். அவருடைய ஊழியத்தின் பயனாகவும் ஏற்கெனவே செய்யப்பட்டிருந்த சுவிசேஷப் பிரபல்யத்தின் விளைவாலும் புறமதஸ்தருக்குள் கிறிஸ்து மார்க்கத்தைப் பற்றி நல்லெண்ணம் உண்டாயிருந்தது. அதற்கிசைவாய் கிறிஸ்தவ மக்களின் உயர்வான சன்மார்க்கமும் யோக்கியதையும் அம்மக்களின் மனதைக் கவர்ந்தன. தவிர வடபாகத்திலுள்ள பல கிராமங்களில் இந்து மார்க்கத்தைப் பற்றிய அதிருப்தியும், ஜமீன்தார், மிராசுதார், பண்ணையார் முதலியோர் மீது அவர்களுடைய கொடுங்கோலாட்சியின் காரணமாயுண்டான வெறுப்பும் மக்களிடை மிகுதியாய் வளர்ந்தது. இன்னிலையில் அவர்கள் தங்கள் வாழ்க்கை முறையையும் வணக்கமுறைமைகளையும், மார்க்கப்பற்றுகளையும் மாற்றிக்கொள்ளத் தயாராயிருந்ததில் ஆச்சரியமொன்றுமில்லை.

போப் ஐயரும் பிரசங்கிமாரும் அடிக்கடி சுற்றுப்பிரயாணம் செய்து கிறிஸ்துநாதரின் இரட்சிப்பின் சுவிசேஷப் பிரசாரத்தில் தீவிரமாய் ஈடுபடவே 1843, 1844 ம் ஆண்டுகளில் ஏராளமான மக்கள் தங்கள் பழைய மார்க்கானுசாரங்களையும் தெய்வங்களையும் விட்டுவிட்டு, இயேசு நாதரைத் தெய்வமாக ஏற்றுக்கொள்ள முன்வந்தார்கள். தற்காலம் சாயர்புரம், புதுக்கோட்டை, புதியம்புத்தூர், நாகலாபுரம் சேகரங்களின் பிரதேசத்தில் 96 கிராமங்களில் நூற்றுக்கணக்கில் உபதேசம் பெறும் ஆயத்தக்காரராகச் சேர்க்கப்பட்டார்கள்.

இவர்கள் தேவனுடைய முன் செல்லும் கிருபையினாலும்

கிறிஸ்தவர்களான தங்கள் நாட்டவரின் சுத்தமான ஜீவியத்தின் முன் மாதிரியினாலும் உந்தப்பட்டவர்களாய் தாங்களே வந்தார்களேயன்றி வேறெவருடைய தூண்டுதலினாலுமல்ல. அவர்கள் தங்கள் விக்ரகங்களை முற்றிலும் ஒழித்துவிட்டு, கிறிஸ்தவ உபதேசம் பெறும் ஆயத்தக்காரராகத் தங்களைச் சேர்த்துக்கொள்ளக் கெஞ்சிக் கேட்டுக்கொண்டார்கள். உடனே 1100 பேர் ஆயத்தக்காரராகச் சேர்த்துக் கொள்ளப்பட்டார்கள்.[1]

இந்தப் புதிய இயக்கத்தில் ஒரு விசேஷ அம்சம் உண்டு. அதென்னவெனில் இவ்வியக்கத்தில் சமுசாரிகளான உயர்ஜாதி மக்களில் பலர் சம்பந்தப்பட்டிருந்தார்கள். இம்மக்களிடையே இதுவரை சுவிசேஷம் இடம் பெற முடியாதிருந்தது. வேளாளர், ரெட்டிமார், நாயக்கர் என்ற இச் ஜாதியினரும் இவ்வண்ணம் தாங்களாக முன்வந்து, இரட்சகரை ஏற்றுக்கொண்டார்கள். கிறிஸ்து மார்க்கம் இப்பிராந்தியங்களில் தன்னை ஏற்றுக்கொண்ட மக்களின் வாழ்க்கையை எவ்வளவு தூரம் மாற்றி, அதன் மூலம் மற்றையோரையும் தன் அரவணைப்புக்குள் கவர்ச்சிக்கக் கூடியதாயிருந்தது என்பதைக் காட்டுகிறதன்றோ!

கிறிஸ்தவ மக்களின் தொகை பெருகியதும் அவர்களில் சாயர்புரத்தைச் சுற்றிலுமிருந்த ஜனங்கள் அம்மத்திய தலத்துக்கே வந்து இறைவனை வணங்க வரலாயினர். ஆனால் ஆலயமோ ரோசன் ஐயர் காலத்துக்கு முன்பே கட்டப்பட்டது. அது களிமண் சுவர்களாலாகி, பனையோலைகளால் மேவப்பட்டிருந்தது. அக்கூரையை வரிசைக்கு மூன்றாக அமைந்துள்ள ஆறு தூண்கள். இச்சிற்றாலயம் சபை பெருகி வளர்ந்த காலத்தில் பற்றாது போயினமையின் போப் ஐயர் ஆலயத்தை விரித்துக் கட்டவேண்டிய அவசியத்தை மக்களுக்கெடுத்துக் கூறி, அக்கைங்காயத்தை நிறைவேற்ற அவர்களை ஊக்கப்படுத்தினார்.

பழையவர்களும், புதியவர்களுமான சபை மக்கள் உடனே முன் வந்து தாங்களே பணம் சேர்த்து மிஷனெரியிடமிருந்தாவது, சங்கத்தாரிடமிருந்தாவது எவ்வித உதவித் தொகையும் பெறாமலே ஒரு சிற்றாலயத்தைக் கட்டி முடித்து, 1844 ஏப்ரல் மாதம் 25ம் தேதி பிரதிஷ்டை செய்தனர். அவ்வாராதனையில் 7 மிஷனெரிமாரும் 3 ஐரோப்பிய கனவான்களும் அநேக இந்திய உபதேசிமாரும் கலந்து கொண்டார்கள். 500 கிறிஸ்தவ மக்களும் அவ்வாராதனையில் பங்கெடுத்தனர். ஆலயத்தின் நீளம் 80 அடி, அகலம் 40 அடி. <u>ஆலயத்துக்கு இரண்டு</u> வாசல்கள் உண்டு. ஒன்று பிரதான வாசல்,

1. Digest of Records of the S. P. G 1705 -1892 p 537

மற்றது குருவறைக்குப் போகும் வாசல். குருவறையிலிருந்து பரிசுத்த ஸ்தலத்துக்குச் செல்லலாம். அது தரை மட்டத்திலிருந்து சற்று உயரமான தளமுடையது. சுவரோரத்தில் பரிசுத்த நற்கருணை மேஜையும் சற்று முன்னால் ஒரு பக்கத்தில் ஜெப பீடமும் அதற்கு எதிரில் பாட பீடமும் போடப்பட்டிருந்தது. கனம் போப் ஐயர் இவ்வாலயத்தைத் தற்காலிக உபயோகத்திற்கென்றுதான் அமைத்தார்.

வெகு விரைவில் பெரியதான மற்றொரு கோவில் அவசியமாயிருக்குமென்பது அவரது நம்பிக்கை. இவ்வாலயம் சாயர்புரத்தில் ஐயர் கட்டுவித்த முதல் கட்டடம். இவ்வாலயத்தைப் பிரதிஷ்டை செய்து மகிழ்ந்த அவர் அவ்விழாவைப் பற்றி எழுதின போது வரைந்த ஓர் வசனம் 'ஏழு மிஷனெரிகளும் மூன்று ஐரோப்பியரும் ஐந்நூறுக்கு மேலான சுதேச கிறிஸ்தவர்களும் தேவாராதனையில் கலந்து கொண்ட அக்காட்சி இந்தியாவின் இப்பகுதியில் அபூர்வமாய்க் காணக்கூடியவோர் அற்புதக்காட்சியாகும்.[2]

சேகரத்தின் வடபாகங்களிலுண்டான '**அசைவைப்**' பற்றி C.M.S. மிஷனெரி கனம் ஜியார்ஜ் பெற்றிட் ஐயர் (GEORGE PETTITT 1808-1873) தமது நூலில் விபரம் தந்துள்ளார். அவ்விபரத்திலிருந்து நாம் அறிவது யாதெனின்:

எட்டயாபுரம் ஜமீனைச் சேர்ந்த வேப்பலோடையில் 1841 ஜூன் மாதத்தில் மூன்று குடும்பத்தார் கிறிஸ்துவுக்கு அடி பணிந்தார்கள். அடுத்த வருஷம் பெப்ருவரியில் பெற்றிட் ஐயரே அவ்வூருக்கு விஜயம் செய்தார். அதுவே முதல் முதலாக ஒரு ஐரோப்பியர் அங்கு வந்தது. எனவே அன்று அவரைக்காண ஒரு பெருங்கூட்டம் கூடிற்று. அவர் விக்ரக வணக்கத்தைப் பற்றி அவர்களுடன் பேசினபோது கண்யமிக்க மனுஷர் ஒருவர், நாடார் மரபினர், அவரை அண்மி எட்டெழுத்து வேதத்தைப் பற்றி ஐயரிடம் பெருமையாய்ப் பேசினார். அவ்வேத ஒழுங்கின்படி விக்ர ஆராதனை அதைப்பின் பற்றுபவர்களிடம் கிடையாதெனினும், பல துன்மார்க்கமான பழக்கங்களுண்டாகையால், ஐயர் கிறிஸ்து மார்க்கத்தின் மேன்மையைப் பிரஸ்தாபித்தபோது கேட்டவர்களில் பலர் அவருடைய வார்த்தைகளை ஏற்றுக்கொள்வதற்குத் தயங்கவில்லை. ஐயர் கெட்ட குமாரன் உவமையைச் சொன்னபோது பலர் குத்தப்பட்டவர்களாகி இயேசு நாதரை ஏற்றுக்கொண்டனர். அச்சமயம் 52 குடும்பத்தினர் ஆயுத்தக்காரராய்ச் சேர்க்கப்பட்டார்கள்.[3]

2. Op. Cit P 537

3. The Tinnevelly Mission of the Church Missionary Society, Pettitt, George A.

இப்போது (அதாவது 1843, 1844ம் ஆண்டுகள்) இப்பிரதேசங்களிலுள்ள ஜமீந்தார்கள் மக்களைக் கட்டாய வரி முதலியன தண்டமாய் வாங்கி அதிகக் கஷ்டங்களுக்குள்ளாக்கினர். வரி கொடாதவர்கள் பல இம்சைகளுக்குள்ளாக வேண்டியதாயிற்று. அவர்களுடைய துன்பங்கள் அதிகரித்துக் கொண்டேயிருந்தது. அவர்களுக்கு ஒத்தாசை செய்து வந்தது ஒரு ஜரோப்பிய வியாபாரி. அவரும் திடிரென்று இறந்துவிட்டார். இவ்விதத்துயர காலத்தில் பக்கத்துக் கிராமங்களில் வசித்து வந்த ஒரு சிலராகிய கிறிஸ்தவர்களின் சன்மார்க்க வாழ்க்கையும் அவர்கள் அநியாயத்தை எதிர்த்துப் போராடித் தங்களுக்குரிய நியாயமான சௌகரியங்களைப் பெற்று ஆங்கிலேய மிஷெனரிகளின் நடத்துதலில் சந்தோஷமாயிருப்பதையும் கண்ட மக்கள், விசேஷமாய் ரெட்டிமார் கிறிஸ்தவ திருச்சபையில் சேர்ந்தால் சரீர, ஆன்ம ஈடேற்றத்திற்கான வழி பிறக்காதா என்று ஆலோசித்து, அவ்விதம் செய்யத் தீர்மானித்து, பாளையங்கோட்டையில் வசித்த பெற்றிட் ஐயரிடம் இது விஷயமாய்க் கலந்து முடிவுக்குவர ஒரு கோஷ்டியாரை அனுப்பினர். அவர்கள் பாளையங்கோட்டைக்குப் போன சமயம் ஐயர் அங்கு இல்லை, எனவே அவர்கள் திரும்ப வேண்டியதாயிற்று.

இச்சமயத்தில் S.P.G,. C.M.S. சங்கத்தாரின் ஊழியப் பிரதேசங்களின் எல்லை விஷயம் இரு சங்கங்களின் மிஷெனரிமாரின் புனராலோசனைக்குட்பட்டுப் பல மாறுதல்கள் உண்டாயின. அம்மாறுதல்களுக்கிசைய வேப்பலோடை, சாயர்புரம் (S.P.G) சேகரத்துடன் இணைக்கப்படலாயிற்று. எனவே இனி வேப்பலோடை வாசிகள் போப் ஐயரிடம் போக வேண்டியதாயிற்று. அப்படியே அவர்கள் 1844 துவக்கத்தில் சாயர்புரம் சென்று ஜயரைக்கண்டு பேச அவரும் சந்தோஷமாய் அவர்களை ஆயத்தக்காரராய்ச் சேர்த்துக் கொண்டார். ஆனால் அவர் அவர்களுடைய வியாஜ்யங்கள் வழக்குகள் ஒன்றிலும் தலையிட முடியாது என்று திட்டமாகக் கூறினார். எனினும் அம்மக்கள் வழக்கு விஷயம் எவ்விதமாயினும் தாங்கள் கிறிஸ்து மார்க்கத்தைச் சேர வேண்டும் என்ற உறுதி மாறாது என்று உறுதிமொழி கூறினர்.[4]

வேப்பலோடை வாசிகள் மட்டும்தான் இவ்விதமாகக் கிறிஸ்துவைத் தெரிந்து கொண்டார்கள் என்பதில்லை. நாம் முன் சொன்னது போல நாகலாபுரம் வரையிலுமுள்ள சுமார் 96 கிராமங்களில் மக்கள் முன் வந்தனர். இவற்றில் 22 கிராமங்கள் 1844-ல் பண்ணைவிளையுடன்

Rev.1851- P 280-288

4. (Op. Cit P. 355,356)

சேர்க்கப்பட்டன. அவற்றுடன் தான் முன் சாயர்புரத்தோடு இணைந்திருந்த தளவாய்புரம், மேலத்தட்டப்பாரை, நட்டாத்தி முதலியவையும், புதிதாகச் சிலவும் (கைலாசபுரம் பாஸ்ற்றரேற்றுடன் சேர்க்கப்பட்டு) அச்சேகரத்துடன் இணைக்கப்பெற்றன. மீதியான 77 கிராமங்களில் ஞானஸ்நானம் பெற்றவர்களும், ஞானஸ்நானம் பெறாத ஆயத்தக்காரருமான கிறிஸ்தவர்களின் தொகை 3188 (ஞானஸ்நானம் பெற்றவர்கள் 600).

இவ்விடத்தில், புளியங்காட்டுச் சபையைப் பற்றி ஓர் விசேஷத்தைக் கூறுவது பொருந்தும். புளியங்காட்டிலிருந்து ஓர் ஆதிச்சபையாயினும் அது வெகு சிறிதாகவே இருந்தது. ஊர்த்தலைவனும் பெருவாரியான மக்களும் இந்துக்களாகவேயிருந்து வந்தனர். கிறிஸ்தவர்கள் ஏழை மக்களாயுமிருந்தனர். போப் ஐயர் சாயர்புரத்திற்கு வந்தபின்தான் இந்துக்களுக்குக் கிறிஸ்து மார்க்கத்தைச் சேர வேண்டும் என்ற எண்ணம் உதயமாயிற்று. அவர்களில் பலர் அடிக்கடி சாயர்புரம் சென்று ஐயரைச் சந்தித்து அவரோடு சம்பாஷிப்பது வழக்கம். இதின் பயனாய் கிறிஸ்தவர்களாகிவிடத் தீர்மானித்தனர்.

புளியங்காடு ரேனியஸ் ஐயர் காலமுதல் பாளையங்கோட்டை C.M.S. மிஷனோடு சேர்ந்திருந்தது. எனவே போப் ஐயர் புளியங்காட்டோரின் விருப்பத்தை, அக்காலம் பாளையங்கோட்டையில் C.M.S. மிஷனெரியாயிருந்த பெற்றிற் ஐயருக்குத் தெரிவித்தார். பண்ணைவிளைச் சேகரம் தனிச் சேகரமாயிருந்தாலும் அதற்கென்று நியமிக்கப்பட்டிருந்த மிஷனெரி கனம் J. T. டக்கர் ஐயர் (JOHN THOMAS TUCKER -1818-1866) இன்னமும் விசாரணையை மேற்கொள்ளாதிருந்ததினால் பெற்றிற் ஐயர் டக்கர் ஐயருடன் புது ஆயத்தக்காரரைப் பார்த்து அவர்களை விசாரித்து விட்டுவர விரும்பிப் புளியங்காடு வந்தார்.

மேல் நடந்ததை அவரே கூற விட்டு விடுவோம். இப்போது ஆலோசிக்கப்பட்டு வருகிற எல்லைத்திட்டம் ஒப்புக் கொள்ளப்படுமாயின்[5] இவ்வூர் சாயர்புரத்தையே சேரும்.

ஆனால் தற்சமயம் அது என் கண்காணிப்பில் இருந்து வருகிறது. நானும் டக்கர் ஐயரும் அவ்வூருக்குச் சென்று புதிய ஜனங்களை ஏற்றுக்கொள்ளுவதற்காக அங்கு போனோம். அன்று

---

5. 1844 -ம் வருஷத்தில் S.P.G., C.M.S. சங்க மிஷனெரிமார் தங்கள் ஊழிய வரம்புகளை நிர்ணயித்துக் கொண்டார்கள்.

நடந்ததை நாங்கள் ஒருக்காலும் மறக்க முடியாது. அவ்வூர் கோவில், அற்புதமாய் பூமியிலிருந்து முளைத்ததாகச் சொல்லப்பட்ட ஒரு கல்லால் குறிக்கப்பட்ட ஒரு பேயின் இருண்ட வாசஸ்தலம். ஜனங்கள் அந்தக் கோவிலுக்குள் கிறிஸ்தவ ஆராதனைக்காக கூடினார்கள். ஏற்கெனவே விக்ரகம் அப்புறப்படுத்தப்பட்டிருந்தது. முதலாவது கோவிலுக்குள் போவதற்கு புதிய கிறிஸ்தவர்களுக்குப் பயம். பழைய கிறிஸ்தவர்கள் முதலில் உட்புகுந்த பின்தான் மற்றவர்கள் நுழைந்தார்கள். நாங்கள் அந்த ஜனங்களிடம் பிசாசின் கிரியைகளை அழிப்பதற்காக வெளிப்பட்ட ஆண்டவரைக் குறித்தும் அவரை எவ்வண்ணம் எம்முறையில் என்ன நோக்கத்துடன் தொழுதுகொள்ள வேண்டும் என்று போதித்தபோது, அவர்கள் வெகு கவனமாய்க் கேட்டார்கள். பின் எல்லாரும் முழங்காற்படியிட்டு மெய்யான ஒரே தேவனை நோக்கி நாங்கள் ஏறெடுத்த ஜெபங்களில் கலந்து கொண்டார்கள். பக்கத்துக் கிராமங்களிலிருந்து வந்த புறமதஸ்தர் கோவிலின் முன்னால் கூடி இந்த விபரீதக் காட்சியைப் பார்த்துக்கொண்டிருந்தார்கள். கிறிஸ்தவக் கூட்டத்தார் சந்தோஷமுள்ளவர்களாய்க் காணப்பட்டார்கள். நாங்களிருவருமோ, மனமகிழ்ச்சி நிறைந்தவர்களானோம்.[6]

பெருந்தொகையினராயினும், உண்மையான வாஞ்சையுடன்தான் வருகிறோம் என்று கூறிக்கொண்டவர்களாயினும் அக்காலத்தில் ஆயத்தக்காரரும் கிறிஸ்தவர்கள் என்றே ஒப்புக்கொள்ளப்பட்டு கணக்கில் சேர்க்கப்படுவதுண்டு.

இப்புதுக் கிறிஸ்தவர்களைப்பற்றி மிஷனெரிமார் உறுதியான நம்பிக்கை கொண்டிருந்தாரில்லை. இந்த விதமான சந்தர்ப்பங்களில் (கிறிஸ்து மார்க்கத்தைத் தெரிந்து கொண்டவர்களின்) உறுதி சில காலத்துக்குச் சந்தேக நிலைக்குள்ளது என்று நாங்கள் எண்ணினோமெனிலும் சத்தியத்தை அறிந்து கொள்ளவும் தவறானவற்றை விட்டுத்தள்ளவும் அம்மக்களுக்கு வேண்டிய தருணங்களை ஆக்கித் தருவது எங்கள் கடமை என்றுணர்ந்து அதற்கானவற்றைச் செய்ய வாஞ்சித்தோம். திருநெல்வேலிக்கு வெளியில் இவர்களைப் பற்றி திடமான நம்பிக்கையிருந்ததுண்டு. இதன் விளைவு எங்களுக்கதிகமான ஏமாற்றமாயிராவிட்டாலும் மற்றவர்களுக்கு பெரும் ஏமாற்றமாகவே முடிந்தது.

―――――――――――

6. the tinnevelly mission of the church missionary society, pettitt, george a. rev.1851- p 350, 351 (எல்லைகள் தீர்மானிக்கப்பட்டபோது புளியங்காடு, சாயர்புரத்துடன் நிரந்தரமாய் இணைக்கப்பட்டது.)

தங்களுக்குள்ளிருந்து வந்த சில துன்மார்க்கமான பழக்க வழக்கங்களை விட்டு விட அவர்களுக்கு மனதில்லை. கிறிஸ்தவ வாழ்க்கை முறை அவர்களுக்கு, விசேஷமாய்த் தலைவர்களுக்கு, பிரியமானதாயில்லை. அதிலும் அவர்களுடைய காரியங்கள் அவர்கள் விருப்பத்திற்கிசைவாய் சித்திபெறாதபோது, அவர்கள் மெதுவாய் நழுவி, பின்வாங்கி, பழைய மார்க்கத்துக்குத்[7] திரும்பினர். அதாவது சாயர்புரம், பண்ணைவிளைச் சேகரங்களில் இத் தொண்ணூற்றாறு கிராமங்களில் புதிதாய் வந்தவர்கள் என்று பெற்றிட் ஐயர் எழுதினார்.

புதிதாய் வந்த இம்மக்களைப் பற்றி கனம் போப் ஐயர் கூறும் விஷயங்களையும் இவ்விடம் நாம் அறிந்து கொள்வது நலம்.

அவர் கூற்று:

இந்த ஜனங்கள் நிலைமாறாத (உறுதி குலையாத) கிறிஸ்தவர்களாக விளங்கக் கூடியவர்களாகி, முன்னால் அவர்கள் கடந்தேறவேண்டிய கஷ்டங்களை ஏற்றவாறு உணர்ந்துகொள்வது இவர்களுடைய பழக்கவழக்கங்களை நன்றாய் அறிந்தவர்களுக்குங்கூட இலகுவான விஷயமல்ல. அவர்களுடைய நாம தேயங்கள் முதலாய் ஏதாவது ஓர் தேவதையின் அல்லது ஒரு பேயின் பெயர்களாயிருக்கின்றன. வாழ்க்கையின் ஒவ்வொரு சம்பவத்திலும் ஏதாவது ஒரு அக்யானச் சடங்காரத்துடன் சம்பந்தப்படுத்தப்பட்டுள்ளது. எந்தத் துன்பம் கஷ்டம் வந்தபாலும் அது ஏதாவது ஒரு தீய சத்துவத்தால் ஏற்பட்டது என்று நம்பப் போதிக்கப்பட்டிருக்கிறார்கள். அவர்களுடைய சிநேகிதர், இன ஜனத்தார், தாங்கள் பெண் கொடுத்து பெண் எடுக்க வேண்டிய தங்கள் ஜாதியினர் அனைவரும் அக்யானிகளே. அவர்கள் திருச்சபையில் சேர்ந்துவிட்டதும் செத்துப் போனவர்களாகக் கருதப்படுகிறார்கள். இயல்பிலேயே அவர்கள் சாந்தகுணமுள்ளவர்களாயும் பயந்த சுபாவமுடையவர்களும், மாறுதல்களை விரும்பாதவர்களுமான ஜனங்கள். அவர்கள் இது காலும் பெற்று வந்த குறைவானதும் தவறானதுமான அறிவின் பயனாய் அவர்களுடைய சிந்தனா சக்தி குன்றியிருப்பதினால் கிறிஸ்து மார்க்கத்தின் உன்னத போதனைகளைக் கிரகித்துக் கொள்ளவியலாதவராயிருக்கின்றனர். (எனினும்) பேர் கிறிஸ்தவர்களிடம் காணப்படும் ஜீவியக் குறைவினால் அவர்கள் மனதில் வெறுப்புண்டாகிறது. மேலும் தங்களுக்கு மேலானவர்களிடமிருந்து பலமான எதிர்ப்பும் ஏற்படுகிறது. இவையெல்லாவற்றையும் எண்ணிப்

---

7. (Op. Cit p 356, 357)

பார்க்கும்போது ஒருவன் கிறிஸ்தவனாக மாறுவது முடியாத காரியமாய்த் தோன்றுகிறது. மனுஷப் பிரயத்தனத்தினால் சாதிக்கக்கூடிய விஷயமல்ல அது. ஆகையினால் மக்கள் கிறிஸ்தவ உபதேசம் பெற வந்து (ஆயத்தக்காரராய்) சேரும்போது, இக்காரியங்களையெல்லாம் நாம் மனதில் கொண்டவர்களாய் எவ்வளவு பொறுமையோடும் சாந்தத்தோடும் சகிப்புடனும் நாம் அவர்களுக்குப் போதனை கொடுக்க வேண்டியதிருக்கிறது.![8]

இவ்வளவு கஷ்டங்களையும் பாராட்டாது நாம் மேற்சொன்னவாறு நூற்றுக்கணக்கில் மக்கள் மார்க்கத்தை ஏற்றுக் கொண்டனர். பல பெரிய சபைகள் தோன்றின. அவற்றில் நாம் ஏற்கெனவே பார்த்த வேப்பலோடை ஒன்று. மற்றவைகளில் சில புதியம்புத்தூர், புதுக்கோட்டை, வேம்பார், சுப்பிரமணியபுரம், இடையர்காடு முதலியன. இவற்றில் சுப்பிரமணியபுரத்தைப் பற்றிய சரித்திரத்தை மட்டும் ஈண்டு தருவோம்.

அதை போப் ஐயர் வார்த்தைகளிலேயே எழுதுவது நன்று. சில நாட்களுக்கு முன்பு என்னுடைய பங்களாவுக்கு ஒரு பர்லாங்கு தூரத்திலுள்ள ஒரு பெரிய கோவில் என்னிடம் ஒப்புவிக்கப்பட்டது. அக்கோவிலைச் சேர்ந்த எல்லாப் பாத்திரங்களும் என்னிடம் கொண்டு வரப்பட்டன. மற்றச் சொத்துக்கள் அவ்வூரிலுள்ள (நமது) தேவாலயத்துக்குக் கொடுக்கப்பட்டது. இந்தப் பாத்திரங்கள் சுமார் 18 ரூபாய் விலை பெறுமானவை. வெண்கலச் சாமான்களெல்லாம் ஆலயத்துக்கு ஒரு வெண்கல விளக்குச் செய்வதற்காக தட்டானிடம் கொடுத்துவிடப்பட்டன. விக்ரகத்தின், தங்கத்தினால் செய்யப்பட்ட கண்களும் வெள்ளியினால் ஆக்கப்பட்டிருந்த ஆபரணங்களும் உருக்கிவிடப்படுவதற்காக பொன் தட்டானுக்கு விற்றுவிடப்பட்டன. களிமண்ணால் ஆகிய அந்த விக்ரகமும் தோண்டியெடுக்கப்பட்டது. கோவில் சுமார் நூறு ரூபாய் பெறுமானது. நாங்கள் அதை விசாலமாக்கி ஒரு அழகிய தேவாலயமாக மாற்றியமைக்கலாம்.[9]

மேற்கண்டவாறு திருநெல்வேலி நாட்டில் சுவிசேஷம் தீவிரமாய்ப் பரவினதைப் பற்றியதும், முதல் கிறிஸ்தவர்களின் உறுதியைப் பற்றியதுமான செய்திகள் வருஷாந்தர அறிக்கை வெளியிடப்பட வேண்டிய காலம் வரைக்கும் பகிரங்கப்படுத்தாமல் ஒத்திவைக்கக்கூடிய காரியமல்லாமல் ஒரு முக்கியமான விசேஷமாகச் சங்கத்தாருக்குப் புலப்பட்டமையால் அச்செய்திகளை உடனே அச்சிட்டுப் பிரசுரித்தனர்.

8. (digest of the s.p.g record 1701-1892- 600 538)
9. PAGE LXXXIII S.P.G REPORTS 1845.

அந்த ஆண்டின் வருஷாந்தர ரிப்போர்ட்டில் சென்னை யத்தியஷர் 1845 பெப்ருவரி 17-ம் தேதியில் எழுதின கடிதத்தில் காணப்பட்ட, திருநெல்வேலியில் சகல காரியங்களும் எனக்குப் பூரண திருப்தியை அளிப்பதற்கிசைவாய் நடைபெற்று வருகின்றன என்ற வாக்கியமும் அச்சிடப்பட்டிருந்தது.

அந்த ரிப்போர்ட்டில் காணப்பட்ட வேறொரு வசனம்:

நாசரேத் பிராந்தியத்தில் புதிதாய் மார்க்கத்துக்கு வந்தவர்களின் தொகை எண்ணிக்கையில் சாயர்புரம் சேகரத்தில் குணப்பட்டவர்களின் தொகையை விடக் குறைவாயிருக்கிறது.[10]

இவ்வாக்கியத்தின்படி சாயர்புரம் பிரதேசத்தில்தான் மற்றெந்தச் சேகரத்திலும் விட அதிகமான எண்ணிக்கையுள்ள புறமதஸ்தர் கிறிஸ்து மார்க்கத்தைச் சேர்ந்தனர் என்றாகிறது. முன்சொன்ன அறிக்கை வெளியானதும் இங்கிலாந்தில் பக்தர்களுக்குண்டான உற்சாகம் கொஞ்சமல்ல. S.P.G. சங்கத்தார் அவ்வுற்சாகத்தைப் பயன்படுத்தி ஒரு **'விசேஷத் திருநெல்வேலி நிதி'**[11] ஏற்படுத்தினார்கள். மக்கள் திரள் திரளாய் முன்வந்து அந்த நிதிக்குத் தங்கள் நன்கொடைகளை ஈந்தனர். வெகு விரைவில் நிதியில் ஏராளமான பணம் வந்து குவிந்து விட்டது.

புதிதாய்க் கிறிஸ்துமார்க்கத்தை ஏற்றுக் கொண்டவர்களுக்குள்ளும் விசேஷித்த உற்சாகமுண்டாயிற்று. அவர்கள் கிறிஸ்துவின் மந்தைக்குள் வந்ததும், இதுகாறும் அவர்கள் வெறுத்துத் தள்ளிவந்து அதே கிறிஸ்து மார்க்கத்தின் முன்னேற்றத்திற்காக என்னென்ன ஒத்தாசைகள் செய்ய வேண்டுமோ அவையனைத்தையும் ஆற்றி முடிக்க அவாவுள்ளவர்களாய் முன் வந்தார்கள். சாயர்புரம் ஆலயம் பிரதிஷ்டையான அதே தினத்தின் (25-4-1844) மாலையில் தேவாலயக்கட்டுமானக் கழகம் ஒன்று இச்சேகரத்திற்கென்று அமைவுற்றது. இச்சங்கம் நம் மக்களில் இயற்கையாயமைந்துள்ள ஆலயப் பக்தியைத் தூண்டிவிட்டு, அவர்கள் அப்பணியில் தீவிரமாய் முன்னேற உதவி செய்வதாயமைந்தது. அக்காலச் சேகரங்களெங்கணும் இதுபோன்ற பல **'ஆலயக்கட்டுமானச் சங்கங்கள்'** தோன்றின.

நெல்லைச் சபை **'ஆலயங்கட்டும் சபை'** என்று உலகமெங்கும் நற்கீர்த்திபெறக் காரணம் இவ்வகைச் சங்கங்களே என்று உறுதியாய்க் கூறலாம். சாயர்புரம் சங்கத்தின் அங்கத்தினர் தாங்கள்

10. PAGE LXXXI S.P.G REPORTS 1845
11. SPECIAL TINNEVELLY FUND.

இந்துக்களாயிருந்த காலத்தில் பள்ளர், பறையர், நாடார், வெள்ளாளர், ரெட்டி, நாயக்கர் முதலிய பல ஜாதிகளைச் சேர்ந்தவர்களாயிருந்தனர். இப்பொழுதோ அவர்கள் இவ்வித ஜாதி வேற்றுமைகளையெல்லாம் மறந்து, அருள்நாதரின் நாம மகிமைக்கான கைங்கர்யங்களிலீடுபட்டு ஏகமாய் உட்கார்ந்து ஒன்றாய் கலந்து ஆலோசனை செய்ய முற்பட்டது இன்னும் இந்துக்களாயிருந்தவர்களுக்கு மிக மிக ஆச்சரியமாயிருந்தது.

அடுத்த வருஷம் ஜனுவரி மாதத்தில் சுதேசச் சுவிசேஷ சங்கம் என்று வேறொரு கழகம் சாயர்புரத்தில் ஸ்தாபிக்கப்பட்டது. இக்கழகத்தின் நோக்கம் இப்பிராந்தியத்தில் நடைபெற்று வந்த மிஷன் வேலைக்கு வேண்டும் உதவி செய்வதே. இச்சங்கமும் இதற்கு முந்திய ஆலயக் கட்டுமானச் சங்கமும் ஊழியத்தில் மிஷெனெரிக்கும் உபதேசிமாருக்கும் வெகு ஆதரவாய் இருந்தன. சேகரத்தைச் சேர்ந்த 77 கிராமங்களிலும் அநேகப் புறமத கோவில்கள் ஒன்று இடிக்கப்பட்டன அல்லது கிறிஸ்தவ ஆலயங்களாக மாற்றியமைக்கப்பட்டன. கிறிஸ்தவர்களான மக்கள் தங்களை அந்தகாரத்தினின்று ஆச்சரியமான ஒளியினிடத்திற்கு வரவழைத்தவருடைய புண்ணியங்களை நினைத்தவர்களாயும், இருளிலிருந்த தாங்கள் பெரிய வெளிச்சத்தைக் காண மிஷெனெரிமாரைத் தங்கள் மத்தியில் அனுப்பின சங்கத்தாரின் (S.P.G) பேருதவியை நன்கு மதித்தவர்களாயும் 1845 ம் ஆண்டில் தங்களுக்குள்ளேயே காணிக்கை சேகரித்து ரூ. 50 மனப்பூர்வமாய் சீமைக்கு அனுப்பினார்கள்.

கனம் போப் ஐயர் தம் கண்காணிப்புக்குள் இத்தனை பெருஞ்சபை தோன்றி வளர்ந்ததைப்பற்றி மிகுந்த மகிழ்ச்சியும் நன்றியுணர்ச்சியுமுள்ளவராய் ஆண்டவனைத் தோத்தரித்துத் தன் கடமைகளை பொறுப்புணர்வுடனும் உத்தரவாதத்துடனும் செய்யப் பெலன் அருளுமாறு அவரை இடையறாது வேண்டிக்கொண்டார்.

கனம் ஐயர் சாயர்புரத்தில் செய்த ஊழியம் பலதிறப்பட்டது. அவைகளை ஒவ்வொன்றாக விஸ்தரிப்பதற்கு இடம் போதாது குறிப்பாகச் சிற்சிலவற்றை மட்டும் நாம் பார்த்துவிட்டு நம் சரித்திரத்தைத் தொடர்வோம்.

கிராமச் சபைகளில் வேத போதனையும் கிறிஸ்துமார்க்கத்தைப் பற்றிய அறிவும் மக்களுக்கு இன்றியமையாதவை என்பதை நன்குணர்ந்த போப் ஐயர் உபதேசிமார் பணிவிடை செய்யும்படி நியமிக்கப்பட்டிருந்த ஒவ்வொரு சபையிலும் ஓய்வுநாள் முதியோர் பாடசாலைகள் ஸ்தாபித்தார். "தேவ ஆசீர்வாதத்தால் இப்பாடசாலைகள் மூலம்

விசேஷித்த நன்மைகள் பயக்கும் என்று எதிர்பார்க்கிறேன்..."[12]

1844 ல் இப்பெரிய சேகரம் பல சிறிய சேகரங்களாகப் பிரிக்கப்பட்டபின், சாயர்புரம் சேகரத்தில் மட்டும் நடந்து வந்த ஓய்வுநாள் முதியோர் பாடசாலை வேலையைப் பற்றி போப் ஐயர் எழுதுவது என்ன வென்றால் ஒவ்வொரு ஓய்வுநாள் பாடசாலையிலும் நடைபெறுகிற பாடத்திட்டம் ஒன்று தான். அதாவது அந்தந்த ஓய்வுநாளுக்குரிய சுருக்க ஜெபம், சுவிசேஷ நிருப வாக்கியங்கள் இவற்றை ஜனங்கள் வாசிக்க (உபதேசியார்) அவற்றை விளக்கிக் கூறி வியாக்கியானப்படுத்திப் பின் அந்த நாளில் ஆராதனையில் அவர் செய்த பிரசங்கத்தின் சாராம்சத்தை மறுபடியும் ஞாபகப்படுத்தி ஜெபித்துக் கூட்டத்தை முடிப்பார்.

இந்த வட்டாரத்தில் (ie sawyerpuram circle of the those days) முதியோர் ஓய்வு நாட்பாடசாலையில் கற்போரின் தொகை 112 (ஆண்கள் 94, பெண்கள் 18) ஒவ்வொரு உபதேசியார் சபைகளிலும் (அதாவது உபதேசியார் ஊழியஞ் செய்ய நியமிக்கப்பட்ட சபைகள்) முதியோர் ஓய்வு நாட் பாடசாலைகள் ஸ்தாபிக்கப்பட்டுள்ளன. ஆனால் அநேக உபதேசிமார் ஒவ்வொரு ஓய்வுநாளிலும் மூன்று சபைகளைச் சந்தித்து ஒன்றில் காலை ஆராதனையும், மற்றொன்றில் மத்தியான ஜெபமும் வேறொன்றில் மாலை ஆராதனையும் நடத்த வேண்டியதிருப்பதினால் நான் அவர்கள் இந்த ஓய்வுநாள் பாடசாலை ஊழியத்தை நடத்த வேண்டும் என்று எதிர்பார்ப்பதில்லை. அவைகளை இந்தக் கணக்கில் நான் சேர்க்கவுமில்லை. என்னுடைய உபதேசிமாரின் எண்ணிக்கை அதிகரிக்க அதிகரிக்க இந்த நல்ல வேலையை ஒவ்வொரு கிராமத்திலும் ஒழுங்காக நடத்துவிக்கவியலும் என்று நம்புகிறேன்.[13]

அக்காலம் முதியோர் ஓய்வுநாட்பாடசாலைகள் ஒழுங்காய் நடந்து வந்த சபைகள் இடையர்காடு, சாயர்புரம், செபத்தியாபுரம், புதுக்கோட்டை, புதியம்புத்தூர் முதலியன. இந்த வேலையைத் திறமையாய் நடத்திவந்த உபதேசிமார் சிலருடைய பேர்களும் நமக்கு எட்டியிருக்கின்றன. அவர்கள் இடையர்காட்டில் ஞானம் உபதேசியார், சாயர்புரத்தில் தாவீது விசாரணை உபதேசியார். செபத்தியாபுரத்தில் சேனாபதி உபதேசியார் என்பவர்கள்.

---

12. PAGE LXXXIII S.P.G REPORTS 1845
13. Opt Cit P LXXXIII

அக்காலத்தில் தோன்றி இன்றும் நம் வட்டாரத்தைச் சேர்ந்தவைகளாய் செழித்து நிற்கும் சில சபைகள்:

இடையர்காடு	17-11-1844
நடுவக்குறிச்சி	17-11-1844
செந்தியம்பலம்	24-11-1844
சுப்பிரமணியபுரம்	14-09-1845

இச்சபைகளில் முதல் ஞானஸ்நானம் கொடுக்கப்பட்ட தேதிகள் அவற்றின் பெயர்களுக்கெதிரில் கொடுக்கப்பட்டிருப்பவைகளே.

சுமார் 77 புதுச் சபைகளைக் கண்காணிப்புச் செய்வது இலகுவான வேலையல்ல. ஆனாலும் சபையாரின் உற்சாகம் அவரைத் தாங்கியது. **"ஜனங்கள் தங்கள் சபைக்கடுத்த காரியங்களைத் தாங்களே கவனித்துக் கொள்ளலானார்கள்."** சிலவூர்களில் விளக்குகள், முரசுகள் முதலியவைகளை ஜனங்களே வாங்கிக் கொள்ளுகிறார்கள். எல்லாம் துவக்க நிலையிலேயேயிருக்கின்றன. மாலை ஆராதனையில் விளக்குகளுக்கு வேண்டிய எண்ணையையும் ஜனங்களே வாங்கிக் கொள்ளுகிறார்கள். இந்த வழக்கங்கள் ஒழுங்காய் நடைபெற்று வருமானால் காலாகாலத்தில் தங்களுடைய இனத்தவர்களுக்குள் சுவிசேஷப் பிரபல்யம் செய்வதில் செலவாகும் தொகைகளையும் தாங்களே கொடுக்கக் கூடியவர்களளாவார்கள். (பணம் கொடுக்கப்பட வேண்டிய) ஒரு விஷயத்தைப்பற்றி நியாயமான முறையில் அவர்களிடம் எடுத்துக் கூறினால் அவர்கள் தங்கள் சக்திக்குத் தக்கவாறு கொடுக்கக் கூடியதை பூரண மனதுடன் கொடுக்கிறார்கள். கடந்த இரண்டு வருஷங்களில் (1844, 1845) எல்லாச் சபைகளிலும் சேர்த்து புதிதாய்ச் சேர்ந்தவர்களின் தொகை ஆண்கள், பெண்கள் குழந்தைகளுட்பட 2676. இது மிகுந்த மன மகிழ்ச்சிக்குரியதே. ஆனாலும் நான் கூறவேண்டிய என் திண்ணமான அபிப்பிராயம் என்னவென்றால் இந்த ஜனங்களைத் திறமையாக மேற்பார்வை செய்வதற்கான முறைகளைக் கையாடி, பட்டம் பெற்ற குருக்கள் தொகையை யதிகரித்து, சபை ஒழுங்கை ஸ்தாபித்தாலன்றி அவர்கள் திருச்சபையுடன் தொடர்பு கொள்வதினால் எத்தகைய நன்மை பயக்குமா என்பது நிரம்பவும் சந்தேகமே என்பது தான்"[14] என்று போப் ஐயர் எழுதினார்.

---

14. Opt Cit P LXXXIII (முற்காலத்தில் நெல்லைச் சபைகளில் ஆலய மணிகள் உபயோகத்திலில்லை. அதற்குப் பதிலாய் முரசுகளைத் தான் அடிப்பதுண்டு.)

அவருடைய எண்ணத்தின்படி அக்காலச்சபை ஊழியரில் மிகவும் சிறந்தவர்களுங்கூட இந்த வேலையை நம்பிக்கையுடன் ஒப்படைக்கத்தக்க திறமையுடையவர்களல்ல. "குருப்பட்டம் பெற்றவர்கள் மட்டும்தான் செல்வாக்குடன் காரியத்தைச் சாதிக்கக்கூடியவர்களாகி நமக்கு ஒப்புவிக்கப்பட்டிருக்கிற இப்பரந்த பிரதேசத்தை தேவ கிருபையுடனும் ஆசீர்வாதத்தினுடனும் சுவிசேஷத்தின் ஆதிக்கத்துக்குள்ளாக்கக் கூடியவர்களாயிருப்பர்." என்றெழுதுகிறேன்.

மேலும் "S.P.G., S.P.C.K. சங்கத்தார் எவ்வளவோ தாராள மனப்பான்மையுடன் என் வேலைக்கு அவசியமான சகல சௌகரியங்களையும் எனக்கருளியிருந்த போதிலும் தனிப்பட்ட முறையில் நான் இந்தத் திரளான மக்களை ஏதோ சிதறாதபடி காத்துக்கொள்ளக் கூடுமேயன்றி அதற்கு மேலாக ஒன்றும் செய்யவியலேன். இந்த ஜனங்கள் இரண்டு மூன்று கிராமங்களில் வாசம் செய்பவர்களானால் வேலை இலகுவாயிருக்கும். ஆனால் அவர்களோ 240 சதுர மைல் விஸ்தீரணமுள்ள பிரதேசத்தில் 77 கிராமங்களில் வசிக்கிறார்கள். அவர்களின் மத்தியில் சாகவசமாய் தங்கி, குருக்கள் பணிவிடை செய்வதைவிட மேலான முறைவேறில்லை. இப்போ என் உபதேசிமாரில் சிலர் என் பங்களாவிலிருந்து 20, 30 மைல் தூரத்தில் இருக்கிறார்கள். இந்த நிலையில் என் கைக்குள் வேலை பார்க்கிறவர்கள் மீது நான் எவ்வளவு தூரம் என் அதிகாரத்தைப் பிரயோகித்து வேலையை நடத்தக் கூடுமோ அவ்வளவு தூரம் செய்கிறேன் என்றாலும், இந்தவிதமாய் உபதேசிமார் தூரம் தூரமான இடங்களில் செய்யும் வேலையின் பலன் எந்த அளவுதான் பயனுள்ளதாயிருக்கும் என்பது சந்தேகங்கொள்ள வேண்டிய விஷயம். இவ்வொழுங்கு தற்காலிக ஒழுங்காகத்தான் இருக்க வேண்டும். இக்காலத்தில் இந்தப் புதுச்சபைகள் சரியான முறைகளைக் கையாடுவதின் மூலம் திருச்சபையின் ஒழுங்கு. தொழுகைமுறை முதலிய கட்டுப்பாடுகளுக்குட்படுத்தப்பட்டு நிலையாய் ஊன்றக் கட்டப்படக்கூடும். ஆனால் இனி வருங்காலத்திலோ அதிகமான மிஷனெரிமாரை நியமிப்பதினாலன்றி அது கூடாததாகக் கூடும். எனக்கு பள்ளிக்கூடங்களை அதிகரிப்பதிலும், உபதேசிமார் தொகையைப் பெருக்குவதிலும் எவ்வித நம்பிக்கையுமில்லை, என்றும் முறையிட்டார்.

தன்னுடைய பெரிய ஆதீனத்தைத் தானே ஒருவராய்க் கண்காணிப்புச் செய்து பெரிய மிஷனெரி என்று பேர் வாங்குவதை அவர் விரும்பாது, இப்பெரும் பிரதேசம் பல சிறு வட்டாரங்களாகப் பகுக்கப்பட்டு ஒவ்வொன்றிலும் ஒவ்வொரு மிஷனெரிமாரிருந்து மேற்பார்வை செய்ய

வேண்டுமென்று திட்டம் வகுத்தார். அத்திட்டத்தின்படி 1844 -ம் ஆண்டின் பின்பகுதியில் சாயர்புரம், புதுக்கோட்டை, புதியம்புத்தூர், வேப்பலோடை என நான்கு சேகரங்களாகப் பிரித்தார். மொத்தம் 77 கிராமங்களும் 3188 அங்கத்தினரும் கொண்ட இந்நான்கு சேகரங்களில் புதுக்கோட்டை சேகரம் 17 சபைகளையும் அவற்றிலுள்ள 600 அங்கத்தினரையுமுடையதாய் திரு M.ராஸ் (MATTHEW ROSS 1823-1850) என்பவரின் மேற்பார்வையில் விடப்பட்டது. புதியம்புத்தூர் சேகரமும் புதுக்கோட்டை மிஷனெரியின் கண்காணிப்பில் தற்காலிகமாகச் சேர்க்கப்பட்டது. சாயர்புரம் சேகரம் 22 கிராமங்களையுடையதாயிற்று. வேப்பலோடை சேகரம் சாயர்புரத்துடன் சேர்க்கப்பட்டுத் தற்காலிகமாக போப் ஐயரிடமேயிருந்தது.

சாயர்புரத்தில் நிறுவப்பட்ட ஆலயக் கட்டுமானச் சங்கம் துவக்க முதல் தன் வேலையில் ஊக்கம் காண்பித்தது. சங்கம் ஆரம்பிக்கப்பட்டு ஐந்து மாதங்கள் முடிவதற்குள்ளாக அது புதியம்புத்தூர் ஆலயத்தைக் கட்டி முடித்தது. அவ்வருஷம் (1844) செப்டம்பர் 17ம் தேதியில் பிரதிஷ்டை செய்யக்கூடியதாயிற்று. அக்காலத்தில் புதியம்புத்தூர் ஜன நெருக்கமதிகமாகவுள்ள ஒரு பெருங்கிராமமாக விளங்கிற்று. அச்சேகரத்தைக் கண்காணிப்பதற்காக சார்லஸ் பிராங்களின் (FRANK-LIN CHARLES 1803-1885) என்ற பெயருடைய ஆங்கிலோ இந்திய உபதேசிகர் நியமிக்கப்பட்டார். இவர் புதியம்புத்தூர் கஸ்பாவிலே வசித்து புதுக்கிறிஸ்தவர்களை வெகுவாகத் தாங்கி நடத்தி வந்தார். இவ்வுத்தம ஊழியன் 1849 -ல் குருப்பட்டம் பெற்று முதலூருக்கு மாற்றப்பட்டார். இனி நாம் புதியம்புத்தூர் சேகரச் சரித்திரத்தை இந்நூலில் கவனிப்பதில்லையாதலால் இவ்விடத்தில் அச்சேகரத் தலைமை ஸ்தானமாகிய புதியம்புத்தூர்ச் சபையின் ஆதிச்சரித்திரத்தை மட்டும் சுருக்கமாய் கூறப் புகுந்தோம்.

1829 ம் ஆண்டு ஆகஸ்டு மாதத்தில் ரேனிஸ் ஐயருடைய பிரசங்கிமார் எட்டயாபுரம் சமஸ்தானத்தில் பல கிராமங்களில் சுவிசேஷப் பிரச்சாரம் செய்ததின் பயனாக வானரமுட்டியிலும் சுற்றிலுமுள்ள இரண்டொரு கிராமத்திலும் சிலர் சுவிசேஷத்தைப் பற்றிக்கொண்டு ஆயத்தக்காரரானார்கள். ஜமீந்தாருடைய ஆட்களால் இப்புதுக் கிறிஸ்தவர்களுக்குண்டான துன்பம் கொஞ்சமல்ல. ஆனாலும் அவர்கள் உறுதி குலையாது நிலைத்து நின்றார்கள். வானரமுட்டியில் பற்றின சுவிசேஷமாகிய நெருப்பு எவ்விதப் பிரயாசமெடுத்தும் அணைக்கப்படாமல், புதியம்புத்தூரில் பற்றியது. இது பற்றி ரேனியஸ்

ஐயர், "அவர் (ஜமீந்தார்) வானரமுட்டியில் பற்றிய நெருப்பை அணைக்கப்பார்த்தால் அது வேறு மூன்று நான்கு இடங்களில் பற்றிக் கொள்ளுகிறது!" என்றெழுதினார்.[15]

புதியம்புத்தூரில் முதல் முதல் 7 குடும்பத்தினர் ஆயத்தக்காரரானார்கள். அவ்வூராரைப் பின்பற்றி வேறு சில கிராமங்களும் சுவிசேஷத்திற்குத் தங்கள் வாசல்களைத் திறந்தனர். உடனே துன்பத்தீயும் உண்டாயிற்று. கிறிஸ்தவர்கள் மிகுந்த உபாதைக்குள்ளானார்கள். அவர்களை ஆறுதல்படுத்தி ஆதரித்து விசுவாசத்தில் உறுதியாய் நிலைநிறுத்தவென்று உபதேசியாரொருவரையும் ரேனியஸ் ஐயர் அங்கு நியமித்தார். துஷ்டர் கூடி உபதேசியாரையும் சபையாரையும் அடித்துத் துன்புறுத்தினர். ஏழைக் கிறிஸ்தவர்கள் பாளையங்கோட்டைக்குப் போய் ரேனியஸ் ஐயரிடம் முறையிட்டார்கள். இது அவ்வருஷம் அக்டோபர் 31 -ல் நடந்தது. பின் சுமார் ஒன்றரை மாதம் சபையார் சமாதானமாயிருந்தார்கள். ஆனால் கிறிஸ்மஸ் அன்றைக்கு ஜமீந்தாரின் ஆட்கள் மறுபடியும் அவர்களைப் பயங்கரமாக உபாதித்து அவர்கள் கிறிஸ்து நாதரை மறுதலித்தால் அவர்களைத் துன்புறுத்துவதில்லை என்று கூற, கிறிஸ்தவர்களில் பலர் விசுவாசக் குறைவால் பின் வாங்கினர். எஞ்சிய சபையாரில் சிலர் குடியோடிப் போனார்கள். சிலர் மட்டும் 'மரணம் வரினும் மறுதலிக்க மாட்டோம்' என்று கூறி மனவுறுதியுடன் நிலை நின்றார்கள். அவர்கள் தங்கள் விசுவாசத்திற்காக அனுபவித்த கஷ்டங்கள் அனந்தம். அவர்கள் நிலங்கள், விளைச்சல்கள் அனைத்தும் அவர்களிடமிருந்து பிடுங்கிவிடப்பட்டன. எனினும் இந்தக் கொஞ்சமான பக்தர் இவையனைத்திலும் பொறுமையாயிருந்து விசுவாசத்தைக் காத்துக் கொண்டார்கள். இத்துன்பம் 1830 வரை நீடித்தது.

1835 வரை இச்சபையைப் பற்றிய குறிப்புகளை நாம் அங்கங்கே பார்க்கிறோம். அவ்வருஷம் மீந்து நின்ற சிறு சபையார் உறுதிகுலைந்து மறுதலித்தனர். குருபாதம் என்னும் பெயருடைய ஒரே ஒருவரும் அவருடைய மனைவியும் மட்டும் மறுதலிப்பதைவிட ஊரைவிட்டே போய்விடுவது நல்லது என்று தீர்மானித்து, குடிபெயர்ந்து தட்டாப் பாரைக்குச் சென்று வாழ்ந்தார். பாளையங்கோட்டை மிஷனெரிமார் அவரைப் போய் பார்த்து ஜெபித்து வந்தனர். அதன்பின் அச்சபையைப் பற்றி ஒன்றும் புலனாவதற்கில்லை. ஆனாலும் ஓய்வுண்டான பின் சிலர் 1844 வரை ஊர் திரும்பினர், ஒரு சிறிய விளக்குபோல் அச்சபை மங்கிய வெளிச்சம் தந்து கொண்டிருந்தது. 1842 -ம் வருஷம் ஒப்புக்

---

15. south india mission report sep 2 1829 by rev cte rhenius- p 204

கொள்ளப்பட்ட C.M.S., S.P.G., பிராந்தியச் சீரமைப்பில் அது S.P.G., மிஷனுடன் சேர்க்கப்பட்டது. 1844 ல் ஏராளமான மக்கள் சபையைச் சேர்ந்தார்கள் என்றும் அப்போது புதியம்புத்தூர் சாயர்புரம் பிராந்தியத்துடன் விடப்பட்டிருந்தது என்றும், அங்கு பலர் சபையைச் சேர்ந்து ஆயத்தக்காரரானார்கள் என்றும் வருஷ இறுதிக்குள் ஒரு மகத்தான ஆலயம் கட்டப்பட்டதுடன், அவ்வூர் ஒரு சேகரத் தலைமை ஸ்தானமாக்கப்பட்டது என்றும் பார்த்தோம்.

போப் ஐயர் 1844 -ல் தனக்குட்பட்ட பெரிய வட்டாரத்தைத் தான் ஒருவராய் நடத்துவது சிரமம் என்றும் செய்ய வேண்டிய அளவு வேலை செய்யப்படாது என்றும் எண்ணி அதை நான்கு சேகரங்களாகப் பிரித்தார் என்று கூறினோம். இந்நான்கு வட்டாரங்களின் சபைகளிலும் தினந்தோறும் செய்யப்பட வேண்டிய ஆராதனைகள், ஞானோபதேசப் போதனைகள், சபைக் கண்காணிப்பு, சபைச் சந்திப்பு முதலிய கடமைகளைச் சரிவரச் செய்துமுடிக்க நம் ஐயருக்கும் புதுக்கோட்டை மிஷெனரியான கனம் ராஸ்க்கும் உதவியாயிருந்தவர்கள் சில உபதேசிமாரே. அவ்வுபதேசிமாரிலும் பலர் இரண்டு மூன்று சபைகளைச் சேர்த்துப் பார்க்க வேண்டியதிருந்தது. உபதேசிமாரின் வேலையை மேற்பார்வை செய்வதில் தாவீது என்ற பேருடைய ஒரே ஒரு விசாரணை உபதேசியார் மட்டுமிருந்தார். உபதேசிமாரிலும் பலர் வெகு குறைந்த அறிவும் அனுபவமும் உடையவர்கள்.

இவ்வித திருப்தியற்ற நிலைமை சாயர்புரத்தில் மட்டுமல்ல, மற்ற S.P.G., சேகரத்தனைத்திலுமே காணப்பட்டதுண்டு. நாசரேத்தில் மட்டும் ஊழியர் பயிற்சி ஸ்தாபனம் ஒன்று நிறுவப்பட்டு பல உபதேசிமாரைப் பயிற்றுவித்து வந்தது. ஆனால் அதிலிருந்து வெளியேறியவர்களின் தொகை போதவில்லை. மேலும் இப்போது திடிரென்று பல சபைகள் உண்டாகிவிடவே ஊழியரும் ஏராளமான பேர் வேண்டியிருந்தது. இடையன்குடியில் இக்குறைவை நிவிர்த்திப்பதற்காக கனம் கால்ட்வெல் ஐயர் ஒரு ஊழியர் பயிற்சி ஸ்தாபனம் ஆரம்பித்திருந்தார். இப்பயிற்சி ஸ்தாபனங்களில் கொடுக்கப்படும் கல்வியறிவும், போதனைமுறை, பிரசங்கப் பயிற்சி முதலியவைகளும், போப் ஐயர் எண்ணத்தின்படி உயர்தரமானதல்ல.

எனவே ஆற்றுக்கு வடக்கேயுள்ள சேகரங்களுக்காக சாயர்புரத்தில் 5-10-1843 ல் ஒரு பயிற்சிசாலையை ஸ்தாபித்தார். (இதைப் பிரிப்பராண்டி என்றழைப்பர்) ஒரு ஆகார விடுதியும் சமையலறையும், மாணவர்

தங்குவதற்கான ஜாகையும், படிப்பறைகளுமுடையதான இந்த ஸ்தாபனம் முதலில் சில மாணவரையே உடையதாக ஆரம்பிக்கப்பட்டது. ஆனால் அடுத்த வருஷத்திற்குள் (1844) இதன் அந்தஸ்து உயர்த்தப்பட்டு S.P.G., சேகரங்களிலுள்ள மற்ற பிரிப்பராண்டி பாடசாலைகளில் கற்பவர்களில் திறமைமிக்கவர்கள் உயர்ந்த படிப்பையும் அதிகமான பயிற்சிகளையும் பெறுவதற்கு இங்கு வரத்தக்கதாக, ஸ்தாபனம் திருத்தியமைக்கப்பட்டது. கனம் போப் ஐயர் இதின் ஒப்பற்ற தலைவராய் விளங்கினார். இவருக்கு தவியாக ராஸ் என்ற லே மிஷனெரி இருந்தார். இவர் கலாசாலைச் சேவையுடன், புதுக்கோட்டைச் சேகரத்தையும் மேற்பார்வை செய்தார் என்றறிவோம்.

இவர் தவிர கண் தெரியாத செய்மர் என்பவரும் அவருடைய மனைவியாரும் போப் ஐயருக்குதவியாகச் சென்னையிலிருந்து அனுப்பப்பட்டனர். மேலும் 1845 முதல் கனம் A.P லவ்கின் (LOVEKIN ALFRED PETER -1845-1891) ஐயர் ராமநாதபுரத்திலிருந்து மாற்றப்பட்டு இங்கு வந்து சேர்ந்தார். செமினரியின் பொதுவான மேற்பார்வையை போப் ஐயர் கவனித்து வந்தார். வேதசாஸ்திர பாடமும் இவரைச் சேர்ந்ததே. போப், ராஸ், செய்மர், லவ்கினுடன் இரண்டு ஆங்கிலோ இந்திய உபதேசிமாரும் ஆசிரியராயமர்ந்தனர். அவர்கள் T.P. அடால்பஸ், ஸ்காட் என்பவர்கள். செய்மர் கண் தெரியாதவராயினும் சிறந்த கல்விமான். M.A. பட்டம் பெற்றவர். T.P. அடால்பஸ் 1848 (ADOLPHUS, THOMAS PHILIP 1822-1880) இல் உதவி குருப்பட்டம் பெற்று சாயர்புரத்திலே உதவி மிஷனெரியாகவும் புதுக்கோட்டை மிஷனெரியாகவும் நியமிக்கப்பட்டார்.

பல மிஷனெரி ஸ்தானங்களிலும் ஸ்தாபிக்கப்பட்டிருந்த ஊழியர் பயிற்சி ஸ்தாபனங்கள் பிரிப்பராண்டி என்றும் சாயர்புரம் உயர்தர ஸ்தாபனம் செமினரி என்றழைக்கப்பட்டது. வாலிபரை சாயர்புரம் செமினரியில் பயிற்சி பெறுவதற்குத் தகுதியடையவர்களாக்குவதில் பிரிப்பராண்டி ஸ்தாபனங்கள் மிகவும் உபயோகமான சேவையாற்றக் கூடியவைகளாயிருக்கின்றன என்று சென்னை ஆர்ச்டீக்கன் கனம் ஷார்ட்லன்ட் ஐயர் வரைகிறார்.

திருநெல்வேலி (S.P.G.) மிஷன் முழுவதிலுமுள்ள உபதேசிமாரும் உபாத்திமாரும் வேத அறிவிலும் தங்கள் ஊழிய முறையிலும் திறமை பெறுவதற்காக அவர்களுக்கு ஆறு மாதத்திற்கொருமுறை பரீட்சை வைக்கும் வழக்கமும் ஆரம்பிக்கப்பட்டது. வேதாகமத்திலிருந்து

ஒரு புஸ்தகமோ அல்லது பாகமோ குறிக்கப்படும். அப்படியே சபை வேலை சம்பந்தப்பட்ட பொருளும் என்று குறிக்கப்படும். உபதேசிமாரும் உபாத்திமாரும் கொடுக்கப்பட்ட விஷயங்களைப் படித்து ஆராய்ச்சி செய்து இரு வியாசங்கள் தயார் செய்ய வேண்டும். பின் குறிக்கப்பட்ட மிஷன் கிராமங்களொன்றில் எல்லா மிஷனெரிமாரும் கூட, எழுதப்பட்ட வியாசங்கள் எழுதினவர்களாலேயே அவர்கள் முன் வாசிக்கப்படும். சிறந்த வியாசங்கள் பலவற்றைத் தெரிந்தெடுத்து அவற்றை எழுதின உபதேசிமார் உபாத்திமாருக்குப் பரிசுகள் வழங்கப்படும். இம்முறையின் பயனாய் ஊழியர்களுக்குள் சிறந்த வேத அறிவும் தங்கள் வேலையறிவும் அதிகமாய் வளரக் கூடியதாயிற்று.

திறமைமிக்க ஊழியரை மிகுதியாகப் பயிற்றுவிக்க வேண்டுமென்ற நோக்கத்துடன் செமினரி ஸ்தாபிக்கப்பட்டது என்று பார்த்தோம். ஏற்கெனவே சாயர்புரத்தில் ஆண்பிள்ளைகளுக்கென்று ஒரு சிறு பள்ளிக்கூடம் இருந்தது என்றும் ஸ்தல ஊழியர் அதில் ஆசிரியப் பணியும் ஆற்றிவந்தனரென்றும் கவனித்தோம். எனவே கல்வி இலக்காவில் இன்னமும் குறைவாயிருந்தது ஒரு பெண் பாடசாலையே. இக்குறைவைத் தீர்க்கக் கனம் போப் ஐயரின் மனைவி முன் வந்தார். அந்தம்மாள் நெல்லை ஆதி மிஷனெரிமாரின் மனைவியர் வர்க்கத்தை, காலத்தினால் மட்டுமல்ல, குண மேம்பாட்டினாலும் சார்ந்தவர்கள் என்னலாம்.[16]

1835 முதல் 1850 வரையுள்ள நெல்லைச் சரித்திரத்தில் நாம் காணும் ஒரு சிறந்த அம்சம் பெண்கள் போர்டிங் பள்ளிக்கூடங்கள் ஸ்தாபிதமாதல். அவ்வண்ணம் பாளையங்கோட்டை,(Mrs pettitt) டோனாவூர், (Mrs. Dent) சாத்தான்குளம், (Mrs. Schaffter) சுவிசேஷபுரம், (Mrs. Sargent) மெஞ்ஞானபுரம், (Mrs John Thomas) பண்ணைவிளை (Mrs.Tucker) நாசரேத் (Mrs. CAE-MMERER) இடையன்குடி (Mrs. Caldwell) என்னுமிடங்களிலும் சாயர்புரத்திலும் பெண்கள் போர்டிங் பாடசாலைகள் ஸ்தாபிக்கப்பட்டன. S.P.G. சேகரங்களில் ஸ்தாபிக்கப்பட்ட முதல் பெண்கள் போர்டிங் பாடசாலை இடையன்குடியில் திருமதி கால்ட்வெல் அம்மையார் நிறுவின கலாசாலையாகும். சாயர்புரம் பெண்கள் பாடசாலை வெகு விரைவில் முன்னேறி வந்தது. திருமதி போப் அம்மாள் அதைக் கண்ணும் கருத்துமாய் காத்து வந்தார்கள். ஆனாலும் எதிர்பாராத விதமாய் தன் எஜமானை மேலுலகில் சேவிக்க அழைப்பு வந்து அவர்கள் போய்

16. (SPG REPORTS 1845 P 83)

விடவே, ஸ்ரீமதி செய்மர் அம்மாளே அதன் மேல் விசாரணையை ஒப்புக்கொள்ள வேண்டியதாயிற்று.

இவ்விடத்தில் சாயர்புரம் மிஷனைப் பற்றி அதைச் சந்தித்துப் போன சென்னை மகாகனம் ஸ்பென்சர் அத்திஷர்வர்கள் எழுதிய தினக் குறிப்பினின்று நாமறியக்கூடிய சிலவற்றை மொழி பெயர்த்திடுவோம்.

செப்டம்பர் 22, சாயர்புரம்;

இதுவரை என் பிரயாணத்தில் என்னைச் சுகத்துடன் பாதுகாத்துப் பத்திரமாய் வழிநடத்தி, மிகவும் விரும்பப்படத்தக்க இந்த மிஷன் ஸ்தாபனத்தைக் காணச் செய்த கிருபையுள்ள தேவனுக்கு மிகவும் தாழ்மையுடனும் பூரண மனதுடனும் என் நன்றியைச் சமர்ப்பிக்கிறேன். சூரியோதய நேரத்தில் இக்கிராமத்தை அண்மினேன், அங்குள்ள திறமை மிக்க தேவ ஊழியக்காரனாகிய மிஷெனரி என்னை வரவேற்றார். இடையன்குடியைப் போலவே இம்மிஷனும் தன் சிசுப்பிராயத்தில் தானிருக்கிறது. ஆனால் கட்டடங்கள் வெகு துரிதமாய்க் கட்டப்பட்டுக் கொண்டிருக்கின்றன. கட்டடங்கள் எல்லாம் பூரணமாய் கட்டி முடிவுற்ற பின் சாயர்புரம் ஒரு சர்வ கலாசாலைப் பட்டணம் போலத் தோற்றமளிக்கும். தேவாலயம் ஒன்று தான் தற்சமயம் முழுவதும் முடிந்த கட்டடமாயிருக்கிறது. இது தற்காலிகமான கட்டடமாய்த்தான் எண்ணப்பட்ட போதிலும் இதனுடைய அமைப்பு, அழகு, விஸ்தீரணம் முதலியவற்றைக் கவனிக்கும்போது ஒரு வேளை கனம் ஐயர் இதையே நிரந்தரமான ஆலயமாக உபயோகிக்கத் தீர்மானித்து விடுவாரே வென்றெண்ணுகிறேன். இன்று காலையில் சுமார் 700 பேர் ஆராதனைக்கு வந்திருந்தார்கள். அந்த ஜனங்களைப் போன்று அவ்வளவு ஒழுங்காய் ஆராதனையில் நடந்து கொண்ட சபையாரை நான் வேறெங்கும் கண்டதில்லை. அக்காட்சி என்னை அதிகமாய் உருக்கிற்று. ஆராதனையில் செமினெரியைச் சேர்ந்த 36 மாணவருக்கும் சபையாரில் 103 பேருக்கும் திடப்படுத்தல் கொடுத்துப் பின் கலாத்தியர் 5ம் அதிகாரம் முதல் ஆறு வசனங்களின் மீது சற்று அதிக நேரமாகவே பிரசங்கம் செய்தேன்.

அப்பிரசங்கத்தை மிஸ்டர் கால்டுவெல் சாதாரணமாக அவருக்குள்ள ஊக்கத்தையும் சாதுரியத்தையும் விடச் சற்று அதிக ஊக்கத்தோடும் சாதுரியத்துடனுமே மொழி பெயர்த்தார் என்று எண்ணுகிறேன். நான் பிரசங்கம் பண்ணினபோது ஒரு மனிதன் நடுத்தர வயதினன், அதிகக் கவனமாகக் கேட்டுக் கொண்டிருந்ததல்லாமல்

நான் திருவசனத்திலிருந்து வாக்கியங்களைக் குறிப்பிடும் போதெல்லாம் மிகவும் ஜாக்கிரதையுடன் வேதாகமத்தில் அந்த வசனங்களைத் தேடிக் கண்டுபிடிப்பதில் வெகு உற்சாகம் காட்டினதைக் கண்டேன்.

ஆராதனை முடிந்தபின் மிஸ்டர் போப்பினிடத்தில் அந்த மனிதனின் குணாதிசயங்களை விசாரித்தறிந்தபின் அவனை நான் என்னிடத்தில் வரவழைத்து, அவன் தன் கையிலுள்ள வேதாகமத்தை எப்படி உபயோகிக்க வேண்டும் என்று நன்கறிந்திருப்பதைப் பற்றி நான் எவ்வளவு சந்தோஷிக்கிறேன் என்று அவனிடம் சொன்னேன். இரண்டு வருஷங்களுக்குமுன் இவன் கிறிஸ்துமார்க்கத்தைப் பகையாய் பகைத்தவன். ஆனால் தேவனுடைய கிருபையினால் அவன் குணப்பட்டு, இப்போது கிறிஸ்து இயேசுவினுடைய உண்மையுள்ள சீஷனாய் வாழுகிறான் என்று அவனைக் குறித்து நம்பிக்கை கொள்ளக்கூடியவனாயிருக்கிறேன். இன்று காலையில் திடப்படுத்தல் பெற்றவர்களில் அவனும் ஒருவன் அடுத்தாற்போல் பரிசுத்த நற்கருணை ஆராதனை நடத்தப்படுகிறபோது அவனும் கர்த்தருடைய ராப்போஜனத்தில் பங்கெடுப்பான் என்று நம்புகிறேன்.

தேவ ஆராதனைக்குப் பின், வழக்கம்போல் உபதேசியார் வந்து என்னைச் சந்தித்தார்கள். ஆனால் அவர்களுடைய சந்திப்பில் வழக்கமில்லாத ஒரு அம்சம் காணப்பட்டது. அஃதென்னவெனில் செமினெரி மாணவர் சுத்தமாக உடைத்தரித்து அவர்களுடன் வந்தனர். இக்கூட்டத்தாருடன் 10 முதல் 15 வயது வரையுள்ள சிறு பையன்களும் வந்தனர். மொத்தத்தில் அப்பையன்களெல்லாரும் புத்திசாலித்தனமுள்ள சிறுவர்களாகவே தோன்றினார்கள். மிஷனெரிமாரான என் மற்றெல்லாச் சகோதரரோடும்கூட நானும், இந்தச் செமினரி மூலமாய் உண்டாகக்கூடிய பெரும் பயன்களை எதிர்நோக்குகிறேன். இப்படிப்பட்ட ஒரு ஸ்தாபனம் S.P.G. மிஷன்களின் ஊழியத்திற்கு மிகுதியும் அவசியமாயிருந்தது.

மிஸ்டர் செய்மரின் பேரோத்தாசையினால் இந்த ஸ்தாபனம் அதிகமாய் விருத்தியடைந்து, இந்தத் தேச முழுவதிலும் தங்களுக்கு ஒப்புவிக்கப்படுகிற ஊழியத்தை திறமையுடன் நிறைவேற்றக்கூடிய உபதேசிமாரையும் உபாத்திமாரையும் பயிற்றுவித்தனுப்பும் என்று நம்பிக்கையுடன் எதிர்பார்க்கிறேன். மிஸ்டர் செய்மர் சுகத்துடன் இவ்விடம் வந்து சேர்ந்திருப்பதைப்பற்றி மகிழுகிறேன். (செய்மர் நம் பகுதிகளுக்கு கனம் போப் ஐயருக்குதவியாயிருக்கவென்று பென்ஸர் அத்தியரே சென்னையிலிருந்து அனுப்பினார்.)

நாளைக்கு மாணவரைப் பரிசோதனை செய்யப் போகிறேன். அது மனதுக்கு மிகவும் ரம்மியம் தரும் வேலையாயிருக்குமென்று நம்புகிறேன். போப் ஐயர் தம்முடைய ஊழியரைப் பற்றி மிகவும் திருப்தியாகப் பேசுவது பற்றி எனக்கு மிகுந்த மகிழ்ச்சி.

செப்டம்பர் 23. இன்று காலை முழுவதும் இந்த மிஷனைச் சேர்ந்த பல பள்ளிக்கூடங்களைப் பார்வையிடுவதில் செலவழித்தேன். மிஸ்டர் போப்பினுடைய தளரா முயற்சியினால் ஸ்தாபிக்கப்பட்ட செமினரிதான் அவையனைத்திலும் மிகவும் விசேஷமானது. மாணவரை கடினமான பரீஷையின் மூலம் சோதனை செய்தேன். பள்ளிக்கூட நேரத்தில் மாணவர் ஆங்கில பாஷையைத் தவிர வேறொரு பாஷையிலும் பேசக்கூடாது என்பது கண்டிப்பான சட்டமாயிருந்தபடியால், நான் கேட்ட கேள்விகளுக்கு அந்த அந்நிய பாஷையிலேயே உத்தரவு சொல்ல வேண்டியதான நிலைமை அவர்களைச் சற்று சங்கடத்துக்குக்குள்ளாக்கிற்று. பரீஷை தமிழில் நடத்தப்பட்டிருக்குமானால் அவர்கள் வெகு நேர்த்தியாய் விடையளித்திருப்பார்கள் என்பதற்கு சந்தேகமில்லை. அவர்கள் நல்ல முறையில் நன்றாய்ப் போதிக்கப்பட்டிருக்கிறார்கள் என்பது பற்றி எனக்கு வெகு திருப்தி. முதலாம் வகுப்பு (அக்கால முறைப்படி முதலாம் வகுப்புதான் மிகவும் உயர்ந்த வகுப்பு) மாணவர் ஏசாயா 55-ம் அதிகாரத்தை வாசித்து, ஒரு கிறிஸ்தவன் அந்த அதிகாரத்தினின்று எத்தனை கேள்விகளைக் கேட்கக்கூடுமோ அத்தனை கேள்விகளையும் நான் கேட்க, அவர்கள் வெகு துரிதமாய் விடையளித்தார்கள்.

அப்படியே இரண்டாம் வகுப்பு மாணவர் அதே விதமாய் ஆதியாகமம் 3-ம் அதிகாரத்தில் கேட்கப்பட்ட கேள்விகளுக்கெல்லாம் விடை கூறினார்கள். இந்த இரு வகுப்பு மாணவர்களையும் வேதாகமச் சரித்திரத்தில் முன்னும் பின்னும் இழுத்து கேள்வி கேட்டு முடிக்க இரண்டு மணி நேரத்துக்கு மேலாயிற்று. வேத அறிவில் அவர்கள் தேறியிருக்கிறார்கள். அவ்விதமே வேதாகமச் சித்தாந்தத்திலும் அவர்கள் திறமைமிக்கவர்களாகவே விளங்கினர். பரீஷை முடிந்தபின் அவர்கள் சில அருமையான ஞானப்பாட்டுகளைப் பாடினார்கள். அவர்கள் பாடினது மெய்யாகவே வெகு நேர்த்தியாயிருந்தது. அப்பாக்களில் சில நான் நேசிக்கிற கீதங்கள்.

இங்கிலாந்து தேசத்தைவிட்டபின் நான் அக்கீதங்களை யாரும் பாடக்கேட்டதேயில்லை. மற்றும் **'திருநெல்வேலியின் மணல்களினிடையில்'** நான் அவைகளைக் கேட்பேன் என்று கிஞ்சித்தும

எண்ணினதும் இல்லை. மிஸ்டர் போப் இம்மாணவர் மேலான திறமையுடன் பாடுவதற்கும் அவர்களுக்குக் கற்று கொடுத்திருந்தார்.

தற்சமயம் செமினரி மாணவர் 45 பேர். சீக்கிரத்தில் இத்தொகை 100 ஆகும். இவர்களில் மாங்க்ஸ்டன் சகாய நிதியில் 3 "ரூபாய் சகாயப் பணம் வாங்கிக் கற்பவர் 12 பேரும் ரூ.7 சகாயம் பெறுகிறவர்கள் 3 பேரும் உண்டு. செமினரி இப்பொழுது நடைபெற்று வருகிற ரீதியில், மிஸ்டர் போப்பும், மிஸ்டர் செய்மரும் இந்தியாவில் ஊழியம் செய்ய இன்னும் வெகு காலம் ஜீவனோடிருக்கும் பாக்கியம் பெறுவார்களாகில், நிச்சயமாகவே இந்த செமினரி நமது மிஷன்களுக்குப் பெரிய ஆசீர்வாதமாயிருக்கும் என்று முழு நிச்சயத்துடன் நம்புவதற்கிடமுண்டு. திருநெல்வேலியில் இங்கு கொடுக்கப்படுவது போன்ற பயிற்சியின் மதிப்பு அளவிடப்படாதது. சென்னையில் மாணவரைத் தப்பவிடாத கொடிய சோதனைகள் தோன்றி வாடுவதுபோல, இங்கே எவ்விதச் சோதனையும் உண்டாவதற்கிடமில்லை. ஆகையால் அவர்கள் திடமான ஆழ்ந்த மார்க்கனுச்சாரப் போதனைகளையும் கல்வி அறிவையும் அவர்கள் எடுத்துக்கொள்ளப் போகும் உத்தியோகத்துக்கு அவசியமான அறிவூட்டக்கூடியச் சகல உபதேசங்களையும் பெற்றுத் தேறச் சிலாக்கியமடைந்திருக்கிறார்கள்.

பெண்களின் பள்ளிக்கூடத்தை நான் பார்த்ததும் சமீபத்தில் சாயர்புரம் இழந்துவிட்ட அந்த அம்மாளை (திருமதி போப் அம்மாள்.) நான் நினைவு கூர்ந்தேன். மாணவிகளான அந்த ஏழைப்பெண்கள் தங்களைத் தாய்போலப் பராமரித்து வந்த அம்மாளை இழந்துவிட்டார்கள். அவ்வம்மையாரை அறிந்தவர்களெல்லாரும் அவர்களுடைய "சிறந்த மணவாளனுக்கு ஏற்ற உத்தம மனைவியாகவும் அவர்கள் விளங்கினார்கள் என்று சாட்சி கூறுகிறார்கள்."[17]

1845-ல் சாயர்புரம் சேகரம் என்னிலையிலிருந்தது என்பதையும் மகாகனம் அத்தியஷரவர்களின் தினக்குறிப்பிலிருந்தே நாம் விவரிக்கக்கூடும்.

கனம் போப் ஐயர் அநேக புதிய ஆலயங்களைக் கட்டினார். 1845 செப்டம்பரில் 12 ஆலயங்களில் கட்டப்பட்டுக் கொண்டிருந்தன. அவையனைத்துமே விஸ்தாரமாயும் அழகு நிறைந்தவையுமாமிருந்தன. அப்பன்னிரண்டு ஆலயங்களுக்கும் ஆகக்கூடிய செலவில் அம்மட்டும் சபையார் கொடுத்திருந்தது ரூ.1500. சாயர்புரம் ஆலயத்தைப் பற்றி

---

17. journal of bishop spencer Pages 101 – 107 1845

ஏற்கெனவே கூறினோம். 80 அடி நீளமும் 40 அடி அகலமுமான அவ்வாலயம் இடக்குறைவு காரணத்தால் சீக்கிரம் விரித்துக் கட்ட வேண்டிய நிலைக்குட்பட்டது. கனம் ஐயர் 1845-இலேயே வேறொரு பெரிய ஆலயம் கட்டத் திட்டம் வகுக்கலானார்.

வட பாகத்தில் புதியம்புத்தூரும், வேப்பலோடையும் ஒன்றாயிணைக்கப்பட்டுத் தற்காலிகமாகப் புதியம்புத்தூர் உபதேசியார் ஃபிராங்க்ளின் சார்லஸ் (FRANKLIN CHARLES 1803-1885 WES-LEYAN MISSION SOCIETY) வசம் கைவிடப்பட்டிருந்தது. மகாகனம் அத்தியஷர் வேப்பலோடையில் ஒரு மிஷெனரியை அமர்த்த வேண்டும் என்று ஆலோசனை கொடுத்தார்.

இருண்ட மேகங்கள் திரண்டு வந்து ஜெகஜோதியாய் ஜொலித்துக்கொண்டிருந்த சூரிய ஒளியை மறைத்து விடுவது போல, மகிமையாய் விளங்கி தன் கீர்த்தி தென் இந்தியா முழுமையும் பரவ, மகத்துவமாய் இலங்கி வந்த சாயர்புரம் மிஷனின் வானத்திலும் கறுத்த மேகங்கள் திரளவாரம்பித்தன. மகாகனம் ஸ்பென்சர் அத்தியஷர் விஜயம் செய்த சமயத்திலேயே இம்மேகங்கள் அடிவானத்தில் தோன்றியிருப்பதை அவர் கண்டார்.

அவர்: ''அநேக புதுச் சபைகளில் கல்வி விஷயத்திலும், விவாக விஷயத்திலும் மக்கள் கடைப்பிடிக்க வேண்டிய விதிகளைக் கைக்கொள்ள மறுத்ததினால் நியமிக்கப்பட்டிருந்த உபதேசிமார் வேற்றிடங்களுக்கு மாற்றப்பட்டனர். கல்வியும், கலியாணமும் சம்பந்தப்பட்ட விதிகள் புதிதாய் மார்க்கத்துக்கு வந்தவர்களுக்கிடறுதலுக்கான பெருங்கற்கள். முன்போலவே இன்றும் தினந்தோறும் மக்கள் திருச்சபையைச் சேர்ந்து கொண்டேயிருக்கிறார்கள் என்பதே மெய். ஆனாலும் அநேகர் பின்வாங்கிப் போனார்கள். மற்றும் அநேகருடைய பெயர்கள் சபை புஸ்தகங்களிலிருந்து நீக்கிவிடப்பட்டன.''[18]

சேகரத்தின் வட பாகத்தில் (அதாவது புதியம்புத்தூர், வேப்பலோடை வட்டாரங்களிலும், தற்காலம் நாகலாபுரம் வட்டாரம் என்றழைக்கப்படுகிற பிராத்தியத்திலும்) அநேகர் இருமனமாயிருந்தார்கள். கிறிஸ்துமார்க்க அபிமானம் அவர்கள் சம்பந்தப்பட்டமட்டில் தோலளவுதான். மற்ற அநேகர் சிதறியலைந்தார்கள். உறுதியற்றவர்களாய் சமயத்துக்குத் தக்கப்படி நடந்து கொள்ளவாரம்பித்தனர்.

_______ சாயர்புரம், புதுக்கோட்டை சரகங்களில் மட்டும் கிறிஸ்தவர்கள்

18. Op. Cit. p. 108,

உறுதியுடனிருந்துமன்றிப் புதுக் கிறிஸ்தவர்களின் எண்ணிக்கையும் பெருகிக்கொண்டேயிருந்தது. இதைக் கண்டுதான் ஸ்பென்சர் அத்தியஷர் வேப்பலோடையில் ஒரு மிஷெனெரியை நியமிக்க வேண்டும் என்றார். அப்படி ஒருவரை நியமிக்கும்போது இருமனமுள்ளவர்கள் உறுதிப்படவும், சிதறுண்டவர்கள் திரும்பவும், கிறிஸ்து மார்க்கத்தின்மேல் நல்லெண்ணமுள்ள இந்துக்கள் தைரியமாய் சபையில் சேரவும் இடமுண்டாகும் என்று அபிப்பிராயம் கூறினார்.[19]

மேகம் படர்ந்தது. தூரத்தில் இடி முழக்கங்கள் கேட்டன. புயல் உறுமிக் கொண்டெழுந்தது. சபையின் மீது பயங்கரமான உபத்திரவப் புயல் வீசிற்று. 1843, 1844-ல் ஆயத்தக்காரராகச் சேர்ந்தவர்கள் இலகுவில் அவ்விதம் ஒப்புக்கொள்ளப்பட்டவர்களல்ல. அவர்களில் ஒவ்வொருவருடைய நோக்கங்களையும் நன்றாய் விசாரித்தறிந்து, உறுதியுடன் நிலைப்பார்களென்று நம்பத்தகுந்த முகாந்தரங்களிருந்ததினாலேயே கிறிஸ்து மார்க்கத்தில் சேர்க்கப்பட்டார்கள். அவர்களிலும் சிலரே ஞானஸ்நானத்தின் மூலம் கிறிஸ்துவின் அங்கமாக்கப்பட்டவர்கள். இவ்வித ஜாக்கிரதையுடன் மிஷெனெரியும் அவருடைய உதவிக்காரரும் இருந்தபோதிலும் துன்பமுண்டானவுடனே அநேகர் பின்வாங்கிப் போயினர். பலர் மறுதலித்து விட்டனர்.[20]

இவ்வளவு இலகுவில் மக்கள் மறுதலித்துவிட்டதற்கு கனம் போப் ஐயர் சில காரணங்களைக் காட்டுகிறார். அவற்றில் சில மகாகனம் ஸ்பென்சர் அத்தியஷர் ஏற்கெனவே காட்டினவைகளே;

அதாவது: பெற்றோர் தங்கள் குழந்தைகளை விசேஷமாய் பெண் குழந்தைகளைப் பள்ளிக்கூடத்துக்கு அனுப்பக் கட்டாயப்படுத்துவதை விரும்பாதது, அஞ்ஞான இனத்தவருடன் கிறிஸ்தவர்கள் விவாக சம்பந்தம் வைக்கக் கூடாதென்று மிஷெனெரிமார் தடுப்பது, வாலிபரை முதியோர் ஓய்வுநாள் பாடசாலைக்கு வர வேண்டுமென்று மிஷெனெரிமார் கட்டளையிடுவது, இவை தவிர போப் ஐயர் வெகு கண்டிப்பைச் சொல்லுவது: ''அரைகுறை அறிவும் அனுபவமும் உடையவர்களும் கட்டுப்பாடுகளுக்குட்பட மனமற்றவர்களுமான வாலிபரை கிறிஸ்து மார்க்க போதகர்களாக அம்மார்க்கத்தைப் பற்றிய அதிகமாய் அறிந்திராத மக்களிடையில் நியமிப்பதினால் உண்டாகிற கேடுபாடுகள் எல்லாருக்கும் நன்கு தெரிந்தவைகளே.[21] ஆம், அக்காலத்தில் பெருகி வளர்ந்து வந்த

---

19. Op. Cit. p. 109,
20. P 531 SPG 200 Years C.F. Pascoe
21. P.86 SPG Report 1847

திருச்சபையில் செய்து முடிக்க வேண்டிய ஏராளமான வேலைகளை ஆற்றித் தீர்க்க ஆளில்லை'', எனினும், போப் கூறுகிறார்:

மேன்மையான இக்கிறிஸ்தவப் பணிவிடையைச் செய்வதற்கு யோக்கியதையற்ற ஊழியரைத் தான் நியமிக்க வேண்டுமென்ற நிர்பந்தம் உண்டானால், அப்படி நியமிப்பதைக் காட்டிலும், அவ்விதமானவர்களைத்தான் நியமிக்கப்பெற வேண்டியதாயிருக்க புதுச்சபைகளை என் ஆதிக்கத்தில் ஏற்றுக்கொள்ளாதிருப்பதைத் தெரிந்து கொள்ளுவேன்.[22]

மேற்கூறியவாறு கிறிஸ்தவ மக்களுக்குள் கட்டுப்பாடுகளுக்கிசையாச் சித்தமும், இருமனமும், சிதறடிக்கப்பட்ட நிலையும், உண்டாயிருந்த காலத்தில் சபை ஊழியரும் குறைந்த அறிவும், அரைகுறை அனுபவமும், சட்ட திட்டங்களை ஏற்றுக்கொள்ள மனமற்றவருமான வாலிபராயிருக்கும்போது, துன்பத்தில் வெகு கடூரமான அனலுடன் எரிந்தால், பெருமழை சொரிந்து பெருவெள்ளம் வந்தால் காற்று, மணலின் மீது அஸ்திபாரம் போடப்பட்ட அவ்வீடுகளாகிய சபைகளின் மீது துன்பப் புயலான ரூபத்தில் வீசினால், உலக மேன்மையும், இலகுவான வாழ்க்கையும் சேரத் துணையாய் இனிய ரூபத்தில் இன்பக்காட்சி பணித்தால், சபைகள் பின் வாங்காதுபோமோ?

1845-ம், 46-ம், 47-ம் ஆண்டுத் துன்பம் சாயர்புரம் சேகரத்தில் பல ரூபத்தில் தோன்றிற்று. வரிப் பழுவின் காரணமாயும் ஜமீந்தாரின் ஆட்கள் செலுத்தி வந்த பல கொடுமைகளின் நியமித்தினாலுமே அநேகர் இந்து மார்க்கத்தைத் துறந்து கிறிஸ்து மார்க்கத்தை அனுசரிக்கலாயினர் என்பது ஒரு ஜீகம். அது பலர் விஷயத்தில் உண்மையாயுமிருந்தது. கிறிஸ்து மார்க்கத்தின் மேன்மையும், கிறிஸ்தவர்களின் சீர் நிறைந்த வாழ்க்கையும் அவர்களில் அநேகரை அம்மார்க்கத்திற்கிழுத்ததென்பது உண்மையாயினும், அவர்கள் இன்னும் சில காலம் கிறிஸ்து மார்க்கத்தை ஆராய்ச்சி செய்து அதின் மூலம் நித்தியத்துக்கானவற்றைக் கண்டடைய வேண்டும் என்னும் சீரிய நோக்கங் கொண்டு அதில் சேராமல் தற்காலீக விடுதலையை எண்ணி அதில் சேர்ந்ததே அவர்களுடைய நோக்கங்களைக் குறித்து மேற்சொல்லிய ஜீகம் மக்களிடை தோன்றியதற்கும் அது உண்மையென்று ரூபிக்கப்படக் கூடியதாயிருந்தற்குமான காரணங்களாகும்.

ஜமீந்தார்கள் கிறிஸ்து மார்க்கத்தைச் சேர்ந்து விட்ட

____

22. Op Cit P 87

ஜனங்களை மறுபடியும் இந்து மார்க்கத்துக்கும் தன் ஆட்சிக்கும் இழுக்க வேண்டி இனி அவர்களை நியமமாய் ஆளுகை செய்வதாயும் பாசத்துடன் பராமரிப்பதாகவும் வாக்குறுதி செய்தனர். இதைப் பலர் நம்பி ஜமீன்தாரை எதிர்த்து கிறிஸ்து மார்க்கத்திலிருப்பதைக் காட்டிலும் ஜமீன்தாரின் அன்புக்குரியவர்களாகி அவர்களுடைய மதத்திலேயே இருப்பதைத் தெரிந்து கொண்டனர். இனித் தாங்கள் தங்கள் பூலோக எஜமானுக்கு உண்மையிருப்போம் என்று வாக்குக் கொடுத்துத் தங்கள் வாக்குறுதியை நிரூபிப்பதற்காக அவருடன் இந்துக் கோவில்களுக்குச் சென்று வணக்கம் செலுத்தி அப்படியே இந்துக்களாக மாறிவிட்டனர்.[23] இவ்விதமாய் ஏராளமான மக்கள் இந்துக்களாய் மாறினது முக்கியமாய் புதியம்புத்தூரிலேயே. அவ்வூரைப் பின்பற்றி மற்றும் பல கிராமங்களில் கிறிஸ்தவர்களாயிருந்த அநேகர் தங்கள் பழைய மடத்துக்கு திரும்பினார்கள். புதியம்புத்தூரில் இவ்விதம் அநேகர் இலகுவில் மருள விழுந்ததற்கு முக்கிய காரணம் ஏற்கெனவே அவ்வூர்ச் சபை மூப்பரில் இருவர் இந்துக்களாய் மாறி தங்கள் செல்வாக்கினாலும் சொற்சக்தியினாலும் அநேகரைக் கலங்கச் செய்திருந்ததே.

மறுதலிக்க மறுத்த மக்களுக்கு உபத்திரவமுண்டாயிற்று. ஒரு கிராமத்தில் பகைவர் புகுந்து கிறிஸ்தவர்கள் அனைவரையும் சில நாட்களாகத் தங்கள் வீடுகளை விட்டு வெளியேற விடாதபடி செய்தனர். அம்மக்கள் தங்கள் வீடுகளில் இருந்த சொற்ப ஆகாரத்தை உண்டு அச்சிறை நாட்களைக் கழித்தார்கள்.[24] அநேகருடைய விசுவாசம் தளர்ந்தது. பலருடைய உறுதி குலைந்தது. முடிவில் மறுதலித்தவர் ஏராளமாயினர்.

இது போன்றே இன்றும் பல சபைகளில் கிறிஸ்தவர்கள் துன்புறுத்தப்படலானார்கள். பலர் தடிஅடிக் காயங்கள்பட்டனர். மற்றும் பலர் தங்கள் சொத்துக்களையிழந்தனர். வேறு பலர் பொய்யாக ஜோடனை செய்யப்பட்ட வியாஜ்யங்களில் மாட்டப்பட்டனர். ஆயிரக்கணக்கில் சபையைச் சேர்ந்தவர்கள், இம்சைகள் தாங்கமாட்டாமல் ஆயிரக்கணக்கில் சபையை விட்டு வழுவி விழுந்தனர்.

ஆயினும் சாயர்புரம் வட்டாரத்தில் (1846-ம் வருஷ ரிப்போர்ட்டின்படி) மாதந்தோறும் சிலராவது சபையைச் சேர்ந்து கொண்டேயிருந்தார்கள் என்று கூறப்படுகிறது.[25]

---

23. P 538 Digest of S.P.G. Records 170-1892
24. Op Cit P 537
25. Op Cit P 538

1846-ம் ஆண்டு மத்திபோல் ஓய்ந்தது. உபத்திரவ காலத்தில் உறுதியாய் நின்றவர்கள் தங்கள் ஆண்டவருக்குத் தங்கள் ஜீவியத்தால் நற்சாட்சி பகர்ந்து சபையின் கிரீடங்களாய் விளங்கினார்கள். 1847-ம் ஆண்டு தொடக்கத்தில் சபையமைப்பு திரும்பவும் சீரமைக்கப்பட்டது. சாயர்புரம் சேகரம் இச்சீரமைப்பில் மூன்று, வட்டாரங்களாகப் பிரிக்கப்பட்டன. சாயர்புரம், புதுக்கோட்டை, புதியம்புத்தூர். இதில் சாயர்புரத்தில் சேர்க்கப்பட்ட சபைகள் 15. அவற்றில் முக்கியமானவை சாயர்புரம், சுப்பிமணியபுரம், செபத்தியாபுரம், செந்தியம்பலம், புளியங்காடு, இராமலிங்கபுரம், இடையர்காடு, செட்டிகுளம், சிறுத்தண்டு, நடுவக்குறிச்சி என்பவைகளே.

சேகர விஸ்தீரணம் 16 சதுர மைல்கள். ஞானஸ்நானம் பெற்ற கிறிஸ்தவர்கள் 205, (இத்தொகையில் செமினெரி மாணவரும், மிஷனெரிமாரும் சேர்க்கப்படவில்லை) ஞானஸ்நான ஆயத்தக்காரர் 196, திடப்படுத்துதல் பெற்றவர்கள் 86, ஆனால் நற்கருணை சேர்ந்தவர்கள் 54 தான். முதியோர் ஒய்வுநாள் பாடசாலையில் கற்போர் ஆண்கள் 59, பெண்கள் 26. 1846-ம் வருஷக் கணக்கின்படி சபைக் காணிக்கை ரூ.190-8-0 ஆலயச் சிப்பந்திச் செலவுக்கு வரி வரவு ரூ.60-11-6. பள்ளிக்கூடங்களில் படித்து வந்த கிறிஸ்தவக் குழந்தைகள் ஆண்கள் 53, பெண்கள் 34.[26]

மேற்காட்டிய கணக்கை மேல் கமிட்டிமாருக்குச் சமர்ப்பித்துவிட்டு கனம் போப் ஐயர் மேலும் கூறுவது, **"இந்த அளவுள்ள சேகரத்தைத்தான் நான் திருப்திகரமாகக் கண்காணிப்புச் செய்யவியலும் என்று நான் எப்போதும் எண்ணுவதுண்டு"** என்பதே.

சபை ஊழியத்தைப் பற்றி போப் ஐயர் எழுதுவதிலிருந்து, சேகரம் இவ்வண்ணம் சிறிதாக்கப்பட்ட பின்பு அவர் தன்னுடைய மேய்ப்புக் கடமைகளைச் சரிவரச் செய்யக்கூடியதாயிருந்தது என்றறிகிறோம். நற்கருணைக்காரருடனும் வாலிபருடனும் அவர் அடிக்கடி தனிச் சம்பாஷனை செய்து அவர்களை விசுவாசத்திலும், ரஷிப்புக்கேற்ற ஜீவியத்திலும் வளர்த்தார். இவ்விதத் தனிச் சம்பாஷனையின் மூலமாய் கிறிஸ்தவர்களைத் தங்கள் ஆண்டவருடன் நெருங்கிய விசுவாச வாழ்க்கையிலீடுபடச் செய்வதில் சித்திபெற்ற ஐயர் தனது சேகரம் மிகச் சிறியதாயிருந்தாலும் ஆத்ம மேய்ப்பனது கடமைகளைச் சரிவர நிறைவேற்றுவது அங்ஙனமாகி சாத்தியமாகும் என்பதைக் கண்டு

---

26. S.P.G. Report 1847 Page 85

கொண்டனராதலால் சேகர விஸ்தரிப்பை விரும்பவில்லை. "சுதேசிகளான உடனுழியரின் தொகை பெருகுமட்டும் நான் எனது சேகரம் பெரிதாவதை விரும்பவேயில்லை. ஏனென்றால் இத்தகைய உடனுழியர் அளவு இல்லாவிட்டால் செய்ய வேண்டிய அநேக வேலைகள் செய்யப்படாது விடுபடும்."

ஒரு நல்ல சுதேச உடனுழியன் ஊழியத்தில் வெகுவாய் விரும்பப்படத்தக்கவன். ஐரோப்பிய ஊழியர் இந்திய திருச்சபையில் ஒருக்காலும் இந்தியர்களைவிடத் திறமையாகப் பணியாற்றிக் கொள்ள முடியாது என்பது எம் திடமான எண்ணம், ஐரோப்பிய குருவொருவருடைய ஆலோசனையும் மேற்பார்வையும் வேண்டியதே. ஆனால் "குருத்துவ ஊழியரான சுதேசிகள் கிடைத்தால் உத்தமம். அப்படி இல்லாவிட்டாலும் அதீஷிதரான (Layer) ஊழியரான சுதேசிகளாவது மிக மிக அவசியம்" என்று அவர் மேல் அதிகாரிகளுக்கு எழுதினார். அப்படிப்பட்ட நிலைமை வருமட்டும் புதிதாகச் சபைகளை நிறுவதில் பயனில்லையென்று சமீபத்தில் உபத்திரவக் காலத்தில் அநேக சபைகள் மறுதலித்துப் போனதிலிருந்து கற்றறிந்தார். என்னிடமட்டும் கல்வியில் தேறினவர்களும், நம்பிக்கைக்குகந்தவர்களுமான உபதேசிமார் சிலராவது இருப்பார்களானால் வெகு எளிதாக குறுகிய காலத்திற்குள் என சேகரத்திலுள்ள கிறிஸ்தவர்களின் தொகை மூன்று மடங்கு அதிகரிக்கச் செய்து விடுவேன். இதற்காகத் தன் என் முழு பெலனையும் செலவழிக்கிறேன். இப்படிப்பட்ட ஆசாமிகளில்லையானால் நாம் பெறுகிற சித்தியெல்லாம் தற்காலிகமானதும் சத்துக் கெட்டதுமானதுமாயேயிருக்கும்" என்கிறார்.[27]

கல்வியில் மேம்பாடுடையவர்களான உபதேசியாரைப் பயிற்றுவிக்கவே செமினரியையும் அதைச் சேர்ந்த போர்டிங் பாடசாலையும் ஐயர் ஸ்தாபித்தார் என்று பார்த்தோம். அந்த வேலையில் எவ்வளவு தூரம் முதல் இரண்டு வருஷங்களிலேயே முன்னேறியிருந்தார் என்றும் கண்டோம். ஆனால் அது எப்படிச் சாத்தியமாயிற்று? ஒன்றும் முன்பின் படித்திராத மாணவர் பாடசாலையில் எப்போதும் ஆங்கிலப் பாஷையிலேயே பேச வேண்டுமென்று சட்டமிருந்ததே, எவ்வண்ணம் இரண்டு மூன்று வருஷங்களுக்குள் அம்மாணவர் ஆங்கிலம் பேசக் கூடியவராகிவிட்டனர்? இது நமக்கு ஆச்சரியமே. ஆனால் போப் ஐயருக்கு இது கூடாத காரியமாயிருக்கவில்லை.

---

27. S.P.G.Report 1847 page 86 *Op. Cit P 87

செமினரி ஸ்தாபிக்கப்பட்ட காலத்தில் தங்கள் பிள்ளைகளை அனுப்புவதற்கு அவர்களுக்கு பெற்றோரைத் தூண்டுவதில் நாங்கள் பட்ட கஷ்டம் கொஞ்சமல்ல. தூர இடங்களிலிருந்து வரும் பையன்களைக் கூட்டிக்கொண்டு வருவதற்கு இரண்டு மூன்று ஆட்களை ஏற்படுத்தியிருந்தேன். வழியில் அப்பையன்கள் தப்பி ஓடிவிடாதபடி ஜாக்கிரதையிருக்க வேண்டுமென்பது அவர்களுக்குக் கண்டிப்பாகக் கட்டளை. பையன்களுக்குப் பள்ளிக்கூடத்தில் கை நிறைய இனிமையான பலகாரங்கள் கொடுக்கப்படும். அப்படியே அவர்கள் வீட்டுக்குத் திரும்பும்போதும், போகும் வழியிலும் அவர்களை உற்சாகப்படுத்தி அனுப்புவோம். கல்வியினால் ஏதேனும் நன்மையுண்டோ என்பது சந்தேகக்கிடமான விஷயமாயிருக்கிற இக்காலத்தில் அவர்கள் பள்ளிக்கூடத்திற்கு வருவது ஏதோ, வீரதிரச் செய்கையல்லவா! அதற்காகத் தான் இப்பாடு சாயர்புரத்திலும் அவர்கள் மேல் கண்டிப்பான காவல். எவனாவது ஒரு பையன் காவலைக் கடந்து ஓடிவிட்டானானால் அவனைப் பின்தொடர்ந்து, முடுக்கிப் பிடித்துத் திருப்பிக் கொண்டு வந்து விடுவோம். ரஜாக்காலம் முடிந்து செமினரி திறக்கிற காலத்தில் அவர்களை பள்ளிக்கூடத்துக்குக் கொண்டு வருவதிலும், வந்தபின் ஓடிவிடாமல் பத்திரப்படுத்துவதிலும் வெகு ஜாக்கிரதையுடன் இதே விதமான காவல் ஏற்பாடுகள் செய்ய வேண்டியதிருக்கிறது. பள்ளிக்கூடத்திலேயே இருக்கும்படி அவர்களை எவ்வளவோ உற்சாகப்படுத்தி வருகிறோம். நல்ல உடையும், நல்ல ஆகாரமும் கொடுக்கப்படுகிறது. அவர்களிடம் பீஸ் வாங்குவதில்லை. ஆனால் ரஜாக் காலத்தில் செலவுக்காக ஒவ்வொரு மாணவனுக்கும் ஒரு சிறு தொகை கொடுத்திருக்கிறோம். அதோடு என்னென்ன புஸ்தகங்கள் தேவையோ அவைகளையும் வாங்கிக் கொடுக்கிறோம்''. துவக்கத்தில் செமினரியில் படிக்க வரும் மாணவரை இவ்விதம் கவர்ச்சிக்க வேண்டியதிருந்தது. ஆனால் 22 வருஷங்களுக்குப்பின் 1864 ல் உள்ள நிலைமை முற்றிலும் வித்தியாசமானது. செமினரியில் சேர்த்துக்கொள்ள வேண்டும். மனுச் செய்கிறவர்களின் தொகை அதிகம். இடமோ குறைவு. மாணவரும் பணம் வாங்கிக்கொண்டு படித்த காலம் போய் பீஸ் கொடுத்துப் படிக்கவும் தங்களுக்கு அவசியமான புஸ்தகங்கள், நோட்டுகள், முதலியவைகளைத் தாங்களே வாங்கிக் கொள்ளவுமானார்கள்.[28]

---

28. Digest of S.P.G. Records 1701 – 1892 P 545

செமினெரி இவ்வளவு தூரம் முன்னேற்றமெய்தியதற்குக் காரணம் போப் ஐயருடைய கண்டிப்பான மேற்பார்வையும் அங்கு கொடுக்கப்பட்ட உயர்ந்த ரகக் கல்வியுமே. கனம் போப் ஐயருடைய சட்டவாக்கியம் **"நல்ல போஷிப்பு, நல்ல அடிப்பு, நல்ல படிப்பு"** என்பதாம். [Good thrashing, good food, good education] படிக்கப்பட்ட பாடங்களோ, இக்காலத்துள்ள வேதசாஸ்திர மாணவர் அப்பாடங்களின் பேரைக் கேட்டாலும் பயந்து விடுவர்! சுத்த இலக்கியத் தமிழ், கிரேக்கு, லத்தீன், எபிரேயு கணிதம் -இப்பாடங்களை கனம் போப் ஐயரே கற்றுக் கொடுத்தார். தர்க்க சாஸ்திரம் (Logre) சரித்திரம், சன்மார்க்க தத்துவ சாஸ்திரம் -Moral Philosophy- இவற்றை ப்ரொபெசர் செய்மர் கற்பித்தார். செய்மர் கண் தெரியாதவராயிருந்தாலும் கேம்பிரிட்ஜ் சர்வ கலாசாலையில் விருதுகள் பெற்ற ஓர் M.A. பட்டதாரி.

1848-ம் வருஷம் சாமுவேல் சான்ட்பெர்க் ஐயரும் (SAND-BERG SAMUEL 1818-1851) ஆசிரியராயமர்ந்தார். சான்ட்பர்க் ஐயர் 1818-ம் ஆண்டில் போலந்து தேசத்தில் லாரிசர்ப் பட்டணத்தில் பிறந்தவர். இங்கிலாந்தில் கேம்பிரிட்ஜ் சர்வ கலாசாலையில் B.A. பட்டம் பெற்று லண்டன் அத்தியஷரிடத்தில் 1848-ல் குருப்பட்டம் பெற்று சாயர்புரம் வந்தார். இவர் ஒரே வருஷம் வேலை செய்தபின் தென் ஆப்பிரிக்காவில் மூன்று வருஷங்கள் மிஷெனரியாய்ப் பணியாற்றினார்.

போப் ஐயர் வேத சாஸ்திரத்தில் நிபுணன். ஆகையினால் வேதசாஸ்திரமும் அவரே படிப்பித்தார். தமது மாணவருக்குப் பகல் வேளையில் கற்பிப்பது போதாதென்று இரவிலும் 8 முதல் 11 வரை வகுப்புகள் நடத்துவார். அவருடைய நோக்கம் சென்னை ராஜதானியில் வேறெங்கும் காணப்படாததான ஒரு உயர்ந்த சர்வ கலாசாலையாகத் தமது செமினரியை விளங்கச் செய்ய வேண்டுமென்பதே. இதினால்தான் அவர் தமது வேலையில் வெகு கண்டிப்பாய் நடந்து கொண்டதுமல்லாமல் கடினமான சிஷை முறைகளைக் கையாண்டு மாணவரைப் பல தடவைகளில் கொடுரமாய் நடத்தினார்.[29]

செமினெரியில் படித்து வெளியேறிய மாணவர் வெகு திறமையுடையவர்களாயிருந்ததில் ஏதேனும் ஆச்சரியமுண்டோ? "வெகுகாலமாக தென் இந்தியாவிலுள்ள கிட்டத்தட்ட எல்லா S.P.G. குருமாரும், S.P.G. உயர்தரக் கலாசாலைகளின் ஆசிரியரும் தங்கள் பள்ளிக்கூடப் படிப்பில் அதிகமான பாகத்தை இங்கேயே

---

29. Page 58,59, Reminiscences of Bishop Caldwell by JL wyatt

கற்றவர்களாயிருந்தனர். கெட்டிக்காரரான மாணவர் செமினரிப் படிப்பு முடிந்தவுடன் சென்னையில் சல்லிவன் (Sullivan) தோட்டத்திலிருந்து வேதசாஸ்திரக் கல்லூரியில் சேர்க்கப்படுவர். அங்கே அவர்களுடைய உயர்தர வேதசாஸ்திரப் படிப்பை முடித்துக் கொள்வர். 1848-ம் ஆண்டில் ஆக்ஸ்போர்டு சர்வ கலாசாலையினர் சாயர்புரம் செமினரியின் முக்கியத்துவத்தை அங்கீகரித்து அதில் ஒரு நல்ல நூல் நிலையம் நிறுவப்படுவதற்கு உதவி செய்தனர்.[30]

அப்போது (1848 துவக்கத்தில்) செமினரி மாணவர் தொகை 129. S.P.G. சங்கத்தார், சாயர்புரத்தில் கனம் G.U. போப் ஐயரும், ப்ரொபெசர், செய்மோரும் நடத்தி வருகிற செமினரியின் விஷயத்தில் சங்கத்தாருக்குப் பூரண திருப்தி. வாலிபரும் சிறுவருமாக அதில் கற்று வருகிற 129 பேரும் புதிதாய் கிறிஸ்தவர்களாகி ஞானஸ்நானம் பெற்றவர்கள். மிகுந்த கரிசனையுடன் அவர்கள் படித்து வருகிறார்கள்" என்று குறிப்பிட்டுள்ளார்.[31]

மகாகனம் சென்னையத்தியஷரவர்கள் செமினரியைப் பற்றிக் கூறும் வர்ணனையில் அங்கு கீழ் வகுப்புகளில் 100 மாணவரும் மேல் வகுப்புகளில் 24 மாணவரும், போர்டிங்-ல் சேர்ந்து பள்ளிக்கூடத்திலேயே வசித்துப் படிப்பதற்கான வசதிகளும், ஆசிரியர் வாழ்வதற்கான வீடுகளும் விஸ்தாரமான வகுப்பறைகளும் பூரணமாய் கட்டி முடிவுற்ற ஓர் ஸ்தாபனமாயிருக்கிறது என்று கூறுகிறார்.[32]

அத்தியஷரவர்கள் கூறுகிறபடி முடிவுற்ற இந்த செமினரிக் காம்பவுண்டு, கட்டடங்களின் பிளான் ஒன்று, அன்னார் 1845-ம் ஆண்டு செப்டம்பர் மாதத்தில் சாயர்புரத்துக்கு வந்தபோது அவர்கள் முன் சமர்ப்பிக்கப்பட்டது. அந்தப் பிளானை ஈண்டு தருவோம். (Plan of the Security at Sawyerpuram as it was in the kine of G U pope)

தம் காலத்தில் சாயர்புரம் வட்டாரத்திலிருந்த சபைகளைப் பற்றி ஐயர் வெகு திருப்தியாய் பேசுகிறார். ஜனங்கள் மற்றவர்களுக்குச் சிறந்த முன் மாதிரிகளாயிருக்கத் தக்கவிதமாய் மிகவும் ஒழுங்காய் ஆலய ஆராதனைகளுக்கு வருவது அவரை அவருடைய ஊழியத்தில் வெகுவாய் ஊக்கமும் உற்சாகமும் கொள்ளும்படி செய்தது. ஓய்வுநாட்களில் ஒரே ஒரு ஊரிலுள்ள சபையாரைத் தவிர மற்றெல்லாக் கிராமங்களிலுமுள்ள

30. Digest of SPG Records 1701-1892 Page 792

31. SPG Report 1847 Page 84.

32. Letter Proper reader Dated Oct 12, 1846.

சபை மக்கள் அனைவரும் மதிய ஆராதனைக்கு சாயர்புரத்துக்கே வந்து விடுவார்கள். அந்த ஒரு ஊர் வெகு தூரத்திலிருந்ததினால் அடால்பால் ஐயர் (ADOLPHUS) அங்கு ஆராதனை நடத்துவார். மற்றக் கிராமங்களனைத்தும் சாயர்புரத்திலிருந்து இரண்டு மூன்று மைல்களுக்குள்த்தானிருந்தன. மாதத்திற்கொருமுறை எல்லா ஊராரும் நற்கருணையாராதனைக்குச் சாயர்புரம் ஆலயத்துக்கு வந்துவிடுவார்கள். பயங்கரமான நிலக்காற்று வீசுகிற உஷ்ண காலத்திலும், மழைக் காலத்திலும்கூட கஷ்டத்தைப் பாராது இரண்டு அல்லது மூன்று மைல்கள் நடந்து அவர்கள் தவறாமல் வருவது அவருக்கு மிகுந்த திருப்தியளித்தது. தங்கள் கிராமத்திலிருந்து கொண்டு ஆலயத்திற்கு வராமலிருப்பவர்கள் வெகு வெகு சிலரே. எனவே ஓய்வுநாட்களில் ஆலயத்தில் கூடும் சபை சேகர முழுவதிலுமுள்ள எல்லாக் கிறிஸ்தவர்களையுமுடையதாயிருப் பதினால் அவ்வாராதனை மிகவும் முக்கியமானதாகக் கருதப்பட்டது. செமினெரி மாணவரும் அச்சபையுடன் சேர்ந்து கொள்வர். இவ்வண்ணம் சேகரக் கிறிஸ்தவர்களனைவரும் ஒன்று சேர்ந்து ஆராதனைக்கு வரும் வழக்கமிருந்தபடியால் அவர்களுக்கு ஒழுங்காகவும், திட்டவட்டமாகவும் கிரமமான உபதேசம் கொடுப்பது கூடிய காரியமாயிற்று. ஐயர் தன் சபையின் பிள்ளைகள் ஒவ்வொருவரையும் விசாரித்து அவரவர்களுடைய சரீர, ஆன்ம நிலையைச் சரிவர அறிந்து கொள்வதும் சாத்தியமாயிற்று.[33]

சேகர முழுவதிலும் நற்கருணைக்காரர் 50 பேரே. ஆனால் அவர்களில் ஒருவரையாவது இலகுவில் அவர் நற்கருணைக்குச் சேர்த்து விடவில்லை. ஒவ்வொருவருடைய மார்க்க அறிவையும், அவர்கள் மார்க்க விதிகளை அனுசரித்து அவற்றிற்குக் கீழ்படிந்து நடக்கிறார்களா என்பதையும் திட்டவட்டமாக மறுபடியும் மறுபடியும் சோதித்துத் திருப்தியடைந்த பின்னரே அவர்களை அவர் சேர்ப்பதுண்டு. அவர்களில் அநேகரைக் குறித்து அவர்கள் உண்மையும் தாழ்மையுமுள்ள உத்தம கிறிஸ்தவர்கள் என்று எவ்வித சந்தேகமுமில்லாமல் தான் சாட்சியிடக்கூடும் என்று எழுதுகிறார்.

கிறிஸ்தவர்களிடத்தில் ஜாதி வித்தியாசம் வெகுவாகக் குறைந்து காணப்பட்டது. கிறிஸ்தவ மக்களில் உயர்ந்த வகுப்பைச் சேர்ந்தவர்கள் சிலர் தாழ்த்தப்பட்ட வகுப்பிலிருந்து கிறிஸ்து நாதரை இரட்சகராகத் தெரிந்து கொண்டவர்களான தங்கள் சகோதரருடன் பல நாட்கள் தங்கி, அவர்களுடைய வீடுகளில் போஜனம் அருந்தி இவ்விதமாகத் தங்கள் சகோரத்துவ உணர்ச்சியைக் காட்டிக்கொண்டனர்.

---

33. S.P.G. Report 1847 Page 88

"இக்காரியப் பூரண சுயாதீனத்துடன் ஒருவருடைய கட்டாயமுமில்லாமல் நடைபெற்றதில் தான் இதின் விசேஷமிருக்கிறது. நான் கூட இதைக் குறித்துத் தற்செயலாகத்தான் கேள்வியுற்றேன்" என்று ஐயர் எழுதுகிறார்.[34]

போப் ஐயர் தனது சபையின் பிள்ளைகளைப் பற்றி பெருமை கொள்வதற்கு மூன்றாவது காரணம் பரிசுத்த வேதாகமம், ஜெப புஸ்தகம் மற்றும் அச்சடிக்கப்பட்ட கிறிஸ்தவ நூல்கள் முதலியவற்றை வாசிக்கவும், ஒவ்வொருவரும் தன் தனக்குச் சொந்தமாக அந்நூல்கள் வேண்டும் என்று வாஞ்சித்ததுமே. "சில காலத்துக்கு முன் முதியோர் ஓய்வுநாள் வகுப்புக்கு வருவதற்கு ஜனங்கள் மிகுந்த கஷ்டத்துடனும், என் அதிகாரத்துக்குப் பயந்தும் தான் சம்மதிப்பார்கள். ஆனாலிப்போதோ முழு மனதுடனும், அவர்களில் அநேகர் இவ்வகுப்புகளில் கொடுக்கப்படுகிற உபதேசங்களின் பயனை அனுபவித்துணர்கிறவர்களாயும் வருகிறார்கள். சபை மக்களின் பொதுவான அறிவும் விருத்தியடைந்திருக்கிறது. ஆராதனைகளில் சங்கீதங்கள் வாசிக்கப்படும்போது அநேகர் உற்சாகமாய்ப் பங்கெடுக்கிறார்கள். இன்னும் பலர் அதற்கென்றே வாசிக்கப் படிக்கிறார்கள்''.

போப் நன்றியறிதலுடன் கூறுகிற மற்றொரு விஷயமுமுண்டு. அது 'தங்கள் மத்தியில் ஸ்தாபிக்கப்பட்டுள்ள பல நிதிகளுக்கும் சபையார் உற்சாகமாய்த் தங்கள் காணிக்கைகளைப் படைக்க முன் வருகிறார்கள்' என்பதே. ஆனால் ஏராளமான தொகைகள் வந்து குவிந்து விடவில்லை. ஐயர் பாராட்டுவது தொகைகளையல்ல, கொஞ்சமாயினும் அக்கொஞ்சத் தொகைகளையேனும் கொடுப்பதற்கு ஜனங்கள் உற்சாகமுள்ளவர்களாயிருந்தார்கள் என்பதையே. நிறுவப்பட்டிருந்த நிதிகளில் **'சுதேசச் சுவிசேஷ நிதிச் சங்கம்'** முக்கியமானது. அப்பண்டிற்கு ஜனங்களின் காணிக்கைகளல்லாது வேறு வருவாய்களுண்டு. 1847-ம் ஆண்டில் அப்பண்டிலிருந்து நான்கு உபதேசிமார்களுக்கு முழுச் சம்பளமும் கொடுக்கப்பட்டு வந்ததுமன்றி, சாயர்புரம் பெண்கள் போர்டிங் பாடசாலை, சேகரத்திலுள்ள மற்றக் கிறிஸ்தவக் கலாசாலைகள் இவற்றின் வருஷச் செலவுகள் அனைத்தும் பட்டுவாடாவாயிற்று. மற்றும் "சிப்பந்திச் செலவுகளுக்கு S.P.G., S.P.C.K. சங்கங்களிலிருந்து எங்களுக்கு எவ்விதப் பணச் சகாயமும் தேவையில்லை. நான் இப்படிச் சொல்வதினால் சங்கத்தார்களின் தாராள மனப்பான்மையைக் கிஞ்சித்தேனும் சந்தேகிக்கிறேன் என்று எண்ணிவிட

---

34. Op.Cit P.88

வேண்டாம். ஆனால் எங்களிடத்திலிருந்து எதிர்பார்க்கப்படுகிற கடமையில் ஓரளவாவது நாங்கள் நிறைவேற்றக்கூடியவர்களாயிருப்பது பற்றி நன்றியுள்ளவனாயிருக்கிறேன் என்னும் காரணத்தினாலேயே."*35

கனம் போப் ஐயர் சாயர்புரம் சேகரச் சபையைப் பற்றி, அப்போஸ்தலன் பிலிப்புச் சபையைக் குறித்து மகிழ்ந்தது போலவே மிகுந்த மகிழ்ச்சியுடன் மேலும் எழுதுவதாவது:

"சேகரத்தின் மக்கள் தங்கள் பிள்ளைகளை இப்போது பூரண விருப்பத்துடன் பள்ளிக்கூடங்களுக்கு அனுப்புவது எனக்கு மிகுந்த உற்சாகத்தைத் தருகிறது. இப்பாகங்களில் கிறிஸ்தவ ஜனத்துக்கும் புறமதஸ்தருக்குமுள்ள வித்தியாசங்களில் இவ்விஷயத்தில் காணப்படும் வித்தியாசமே தெற்றெனத்தோன்றுவது அஞ்ஞானிகள் கல்வியைக் குறித்து அது உபயோகமற்றது என்றாலும் தங்கள் பெண் குழந்தைகளைப் பொறுத்தமட்டில் ஒருவேளை அது கெடுதி செய்யக்கூடியதல்லவெனினும் முற்றிலும் பிரயோஜனமற்றது என்றும் எண்ணுவதுபோலத் தோன்றுகிறது. கிறிஸ்தவர்கள் மத்தியிலோ வாசிக்கத் தெரியாமலிருப்பது வெட்கக்கேடானது என்ற எண்ணம் வளர்ந்து வருகிறது. நமது மிஷன் பள்ளிக்கூடங்களில் படித்து வெளியேறிய வெகு சிலரான வாலிபப் பெண்கள் படிப்பறியாத பெண்களைவிட சகல விஷயங்களிலும் மேம்பாடுடையவர்களாயிருப்பதினால் அறிவீனராயிருப்பதிலும் சற்றே அறிவு படைத்தவர்களாவதிருப்பது நல்லதே என்று மக்கள் கருதவாரம்பித்து விட்டார்கள்."36

இவ்விதமாக ஜனங்களே கல்வியின் பெருமையை நன்குணரவாரம்பித்தது கண்ட கனம் ஐயர் கிராமப் பாடசாலைகளின் கல்வித்திறனையும் உயர்த்த வேண்டும் என்று தீர்மானித்தார்.

1848-ம் ஆண்டறிக்கையில் காணப்படுகிற ஓர் வசனம்: சாயர்புரம் சேகரத்தில் ஒவ்வொரு கிறிஸ்தவப் பெற்றோரின் ஒவ்வொரு குழந்தையும் 1848-ம் ஆண்டில் பள்ளிக்கூடங்களில் படித்து வந்தது என்பதாம்.37

முன் சொல்லப்பட்ட காரணங்களெல்லாவற்றையும்விட ஐயரின் மனரம்மியத்துக்கு விசேஷித்த காரணமாயிருந்தது சேகரச் சபையாரிடத்தில் காணப்பட்ட உயர்ந்த சன்மார்க்க உணர்வே.

_________"தங்களைச் சுற்றிலும் வாழும் அஞ்ஞான மக்களைக்

35. Op cit p 89
36. Op cit p 89.
37. p543 or digest s.p.g. 1701-1892

காட்டிலும் கிறிஸ்தவர்கள் சரியான சன்மார்க்க அறிவில் அதிகமாய் தேறியிருக்கிறார்கள்'' மேலும் தான் தன்னோடு நெருங்கிப் பழகி வந்த ஜனங்களின் குணாதிசயங்களைத் திட்டவட்டமாக அறிந்திருந்தபோதிலும் துணிகரமாக துன்மார்க்க நடத்தையிலீடுபட்டவர்கள் தன் அறிவுக்கு எட்டினமட்டில் வெகு சிலரே என்கிறார்.

"கிறிஸ்தவ ஒளி பரவ ஆரம்பித்ததிலிருந்து தமிழ் ஜனங்களிடம் சாதாரணமாய் காணப்படும் அநேக தீய பழக்கங்கள் குறைந்து கொண்டே வருகிறது" என்றும் கூறுகிறார்.

இவ்விதமாக உத்தம ஊழியம் செய்து வந்த கனம் போப் ஐயர் 1850-ம் ஆண்டு சாயர்புரத்தை விட்டு சுயதேசம் சென்றார். அவர் நம் சேகரத்தில் செய்த ஊழியம் பலதரப்பட்டது என்று பார்த்தோம். ஆனால் மிஷனெரி ஊழியத்தின் பல கிளைகளிலும் அவர் பிரதானமானதாக எண்ணினது கல்விச் சேவையே, சாயர்புரம் செமினெரியை ஒரு பல்கலைக் கழகமாக்கிவிட வேண்டுமென்பதே அவர் கொண்டிருந்த லட்சியம். மகாகனம் கால்டுவெல் அத்தியஷர் எண்ணப்படி சில விசேஷித்த இடையூறுகள் இருந்திராவிட்டால் அந்த இலச்சியத்தை எட்டிப் பிடித்துமிருப்பார். அவருக்கிருந்த முக்கிய இடையூறுகள் சாயர்புரம், தூத்துக்குடியையப் போன்ற ஒரு பெருநகரமாயிராது. ஒரு குக்கிராமமாக இருந்தது என்பதும் துவக்கத்தில் அவருடைய மாணவராய் அமைந்தவர்களிடத்தில் காணப்பட்ட மந்தப் புத்தியுமே என்று அத்தியஷர் அபிப்பிராயம் கூறுகிறார்.[38]

போப் ஐயர் இக்குறைகளை அறியாதிருந்தவரல்ல. அவர் ஆசித்தது ஒரு சர்வ கலாசாலையாகத் தம் செமினெரியை பரிணமிக்கச் செய்து விட வேண்டும் என்பதல்ல. ஆனால் திருநெல்வேலி நாட்டில் கிறிஸ்து மார்க்கத்தை நிலைபெறச் செய்யும் சீரிய சேவையில் உறுதியுடன் உழைக்கத் தகுந்த ஆட்களைப் பயிற்றுவிப்பதே ஒருக்கால் தம் காலத்தில் அவர் அந்நோக்கத்தை நிறைவேற்றுவதில் பெருஞ்சித்தி பெற்று விட வில்லைதானென்னும் நாம் முன் கண்டதுபோல் தஞ்சைக்குத் தெற்கே, ஏன், வடக்கே சென்னைப் பட்டினம் வரையிலும் கூட சாயர்புரம் வேத சாஸ்திர மாணவரே காலா காலத்தில் திருச்சபையின் திறமையான ஊழியராய்த் திகழ்ந்தனர். எனவே செமினெரியைத் திருச்சபைக்குச் சிறந்த ஆதாரமாகவும், அதன் வாழ்வுக்குப் பெரிதும் பயன்படும் ஸ்தாபனமாகவும் ஆக்கி வைத்த பெருமை அவரையே சார்ந்தது.

---

38. Pp. 58, 59 Reminiscences of Bip caldwell

கால்டுவெல் அத்தியஷர் காலத்திலேயே மக்கள் ஐயரை பெரிதும் புகழ்ந்து அவர் கட்டி வைத்துச் சென்ற கட்டடங்களைப் பார்த்து ஆச்சரியப்படுவர். அத்தியஷர் அது பற்றிக் கூறுகிறார்.

வகுப்புகள் நடைபெறுவதற்கும் போர்டிங்கில் வசிக்கும் மாணவர் தங்களுக்கும் கலாசாலைத் தலைவரும், உதவி ஆசிரியரும் வாசம்பண்ணுவதற்கும் அவர் கட்டியுள்ள கட்டடங்கள் முதற்றரமானவை. ஆறு வருஷங்களுக்குள் அவர் அவற்றை விட்டுச் சென்றபோது எங்ஙனம் இவ்வளவு குறுகிய காலத்தில் தன்னந்தனியாய் அவர் இப்பெருங்காரீயத்தைச் சாதிக்க முடிந்தது என்று எல்லாரும் ஆச்சரியப்படுகிறார்கள். (ஆனாலும்) இது சாத்தியப்பட அவருக்கிருந்த ஹேதுக்களில் முக்கியமானது சென்னை அத்தியஷாதீனக் கமிட்டியாரின் அனுதாபமும், உற்சாகமான ஒத்தாசையுமாம்.[39]

அக்காலத்தில் திருநெல்வேலி திருச்சபை சென்னையத்தியஷாதீனத்துடன் இசைந்திருந்தது.

திறமைவாய்ந்த இம்மிஷெனெரி மகான் கனம் போப் ஐயர் 1849-ம் ஆண்டில் தாம் தம் முழு மனதுடனும் பெலத்துடனும் உழைத்த இச்சேகரத்தை விட்டுச் செல்லக் காரணமாயிருந்தது. [அவருக்கு அப்போது வயது 30 தான்] உடல்நலம் குன்றினது என்பது ஒரு முக்கிய காரணம் தான். அதுமட்டுமாயிருப்பின் அவர் சீர்மைக்குச் சென்று சுகம் பெற்று மறுபடியும் அவ்வூருக்கே வந்திருப்பார்.

ஆனால் அவர் இங்கு வராது தஞ்சாவூருக்குச் சென்றார். எனவே அவர் சாயர்புரத்தை விட்டு நீங்கினதற்கு வேறு காரணம் இருக்க வேண்டும். அதை அறிவதில் நமக்கு உதவி செய்வது கால்டுவெல் அத்தியஷரே. அவர் **"நான் அறிந்த மனிதர்"** என்ற தலைப்புடன் எழுதிய விலாசத்தில் போப் ஐயர் சாயர்புரத்தில் பூரண சித்தி பெறவில்லை என்றும் அதற்குக் காரணமாய் அமைந்ததில் ஒன்று அவர் கைப்பற்றி வந்த கடுமையான சிஷை முறையே என்றும், அக்கொடிய அதினிமித்தம் செமினரியில் பல கலகங்கள் உண்டாயினவென்றும் அதனாலே தான் அவையே அவர் சாயர்புரத்திலிருந்து எடுபட நேர்ந்தது என்றும் கூறுகிறார். எவ்விதமாயினும் 1849-ல் இங்கிலாந்து போனவர் 1857-ல் திரும்பி வந்து தஞ்சாவூரில் மிஷெனெரியாய் அமைந்தார். அங்கு சங்கை ஸ்குவாட்ஸ் ஐயர் 1786-ம் வருஷம் ஸ்தாபித்திருந்த ஆங்கிலோ வெர்னாகுலர் கல்விச் சாலையின் தலைவராய் 1854 முதல் 857 வரை வேலை செய்தார். அவர்

---

39. Reminiscences Bip Caldwell Page 59.

அப்பள்ளியைச் சீரமைத்து உயர்தரக் கலாசாலையாக்கி, உறுதியான அஸ்திபாரங்களின் மேல் அதை நிலைப்படுத்தினார். பரிசுத்த பேதுரு உயர்தரக் கலாசாலை என்ற பெயருடன் விளங்கும் இக்கலாசாலையின் இரண்டாவது தந்தை என்னும் பெயர் இவருக்குத் தகும். இக்கலாசாலை வெகுவிரைவில் வளர்ந்து 1874-ல் உயர்தரக் கல்லூரியாய் விளங்கிற்று.

(போப் ஐயருக்குப் பின் தஞ்சை பரி.பேதுருவின் தலைவராய் அமைந்தவர் கனம் S.பெர்ஸிவல் ஐயர் 1858-63 திரு J.மார்ஷ் 1863-71, கனம் W.H. கே ஐயர் 1874-81 கனம் W.H. பிளேக் ஐயர் 1882 — 1927 கனம் G.லாம் ஐயர் 1927-83- Others by SK devasagam)

ஆனால் தஞ்சாவூரிலும் அவருக்குச் சுகக்கேடு உண்டாயிற்று. எனவே 1858-ல் வேலையை ராஜினாமாச் செய்துவிட்டு உதகமண்டலம் சேர்ந்து அங்கு ஐரோப்பியரின் பிள்ளைகளுக்காக ஒரு பாடசாலையை ஏற்படுத்தி தானே அதன் தலைவராயமைந்து மிகத்திறமையாய் அதை நடத்தி வந்தார். அவரது சகோதரரான ரிச்சர்டு போப் ஐயரும் அவருடன் சேர்ந்து அவ்வேலையில் ஈடுபட்டனர். சுமார் 12 வருஷங்கள் அவ்வூழியம் செய்தபின் சென்னை அத்தியஷாதீனத்தில் குருவாயமைந்து பெங்களூர் சகல பரிசுத்தவான்களின் ஆலயக் குருவாகவும், காட்டன் அத்தியஷர் கலாசாலைத் தலைவராகவும் அமர்ந்து (1871) ஊழியம் செய்து வரும் நாளில் 1882-ல் மறுபடியும் சுகவீன மேற்பட்டபடியால் இங்கிலாந்து சென்று 1882 முதல் 1885 வரை மான்செஸ்டர் மாகாணத்து S.P.G. காரியதரிசியாயும் 1888 முதல் ஆக்ஸ்போர்ட்டு சர்வ கலாசாலையில் தமிழ் பேராசிரியராயும் பணியாற்றினார். அவருடைய வேத சாஸ்திரப்பாண்டியத்தை மெச்சி கான்றர்பரி பிரதம அத்தியஷர் இவருக்கு 1864-ம் வருஷம் D.D. பட்டம் வழங்கினார்.

ஆங்கில தேசம் போன பின்னும் தமிழை அவர் மறக்கவில்லை. திருக்குறள், திருவாசகம், நாலடியார் முதலிய பாஷைகளை ஆங்கிலத்தில் மொழி பெயர்த்தார். சர்வ கலாசாலை ஆசிரிய வேலையுடன், கல்லூரி சாப்ளனாகவும் பணி செய்தார். வயது 80-க்கு மேல் ஆகியும் தன் உற்சாகத்தையும், ஊக்கத்தையும் ஒரு போதும் அவர் இழக்கவில்லை. அவர் 1908-ம் வருஷம் பிப்ரவரி 11-ம் திங்கள் 88 வயதுடையவராய் மரித்து, ஆக்ஸ்போர்டு பட்டணத்தில் அடக்கம் பண்ணப்பட்டார்.

சிறந்த கல்விமானான கனம் டாக்டர் போப் ஐயர் எழுதின புஸ்தகங்கள் ஏராளம். அவற்றில் சில கிறிஸ்துவின் ஆள் தத்துவம் (A house on the Person Shirt) மார்க்கப் போதனைச் சுருக்கம்,

பேய் வணக்க மதியீனம், தமிழ் இலக்கண நூல்கள், தமிழ் பாஷையின் கைநூல், திருக்குறள், திருவாசகம், நாலடியார் (கடைசி மூன்றும் ஆங்கிலத்தில்)

கனம் ராஸ் ஐயர்

(ROSS MATTHEW 1849-1852)

சாயர்புரம் மண்டலத்தைவிட்டு போப் ஐயர் விலகியதும் அவருக்கு சில வருஷங்கள் உதவி செய்து வந்து சேகர ஊழியத்தைப் பற்றிய திட்டவட்டமான அறிவு படைத்தவராயிருந்த கனம் மத்தேயு ராஸ் ஐயர் (ROSS MATTHEW 1823-1851) போப் ஐயர் ஸ்தானத்தில் நியமுகம் பெற்றார். போப் நீங்கிக் கொள்ளுகிற காலத்தில் ராஸ் சாயர்புரத்திலில்லை. 1844-ல் அவர் புதுக்கோட்டையின் லே மிஷெனரியாயிருந்தார் என்றும் செமினரியில் ஆசிரியராய் பணி செய்தார் என்றும் கண்டோம்.

1848-ம் ஆண்டில் குருப்பட்டதுக்குத் தெரிந்து கொள்ளப்பட்டு, சென்னை மகாகனம் ஸ்பென்ஸர் அத்தியஷரவர்கள் சுகவீனம் காரணமாய் அவ்வாண்டில் வேலையை ராஜினாமாச் செய்துவிட்டபடியால் அவருக்குப் பதில் மகாகனம் J.சாய்மன் Bp.James Chapman, the first Bishop of Colombo) அத்தியாஷசரிடத்தில் டீக்கன் பட்டம் பெற்று 1848-1849-ல் புதுக்கோட்டையில் மிஷெனரியாக நியமிக்கப்பட்டார். பின்னர் சில மாதங்கள் தஞ்சாவூர் ஜில்லாவிலிருந்த வேதியர்புரம் செமினெரியில் ஆசிரியராக வேலை பார்த்து வந்தார். (மகாகனம் F.J. வெஸ்றர்ண் அத்தியஷரவர்கள் தம்முடைய Register of Tirunelveli clag) போப் ஐயர் இங்கிலாந்து சென்றதும் ராஸ் நாம் முன் சொன்னபடி அவர் ஸ்தானத்திற்கு மாறுதல் பெற்றார். ஆனால் அவர் 1850-ல் தான் வேலையை ஒப்புக்கொண்டதுபோல் தெரிகிறது. முன் இவர் இச்சேகர ஊழியம் செய்த காலத்தில் இவருடன் பணிவிடை செய்து வந்த புதுக்கோட்டை லே மிஷெனரி T.P.அடால்பஸம் இவருடனேயே பட்டம் பெற்று சாயர்புரத்துக்குத் திரும்பினார். ராஸ் வந்த பின் அடால்பஸ் புதுக்கோட்டை மிஷெனரியாயமர்ந்தார்.

சேகர ஊழியத்தில் இவருக்குப் பெரிது உதவி செய்தது தாவீது உபதேசியார், அருளப்பன் தாவீது என்னும் இப்பெயருடைய பெரியார்

1844 முதலே விசாரணை உபதேசியார் என்னும் உத்தியோகத்தில் சாயர்புரம் புதுக்கோட்டை என்ற இரண்டு சேகரங்களிலும் நடந்து வந்த உபதேசிப் பணியை மேற்பார்வை செய்து வந்தார். அக்கால உபதேசிமாரில் கீர்த்தி வாய்ந்த சிலர் இருவப்புரம் ஈசாக்கு யோசேப்பு உபதேசியார், இடையர்காடு ஜான் உபதேசியார், சாயர்புரம் மாசிலாமணி உபதேசியார், புளியங்காடு ஞானமுத்து உபதேசியார் என்பவர்கள். தாவீது விசாரணை உபதேசியார் தம் ஊழியத்துடன் செபத்தியாபுரம் ராமலிங்கபுரம் சபைகளையும் கண்காணிப்புச் செய்து வந்தார்.

ராஸ் ஐயர் காலத்தில் சில சபைகள் உண்டாயின. அவைகளில் சில போப் ஐயர் காலத்திலேயே ஆராய்ச்சிக்காரராகவும், பின் ஆயத்தக்காரராகவும் சேர்க்கப்பட்டு இக்காலத்தில் ஞானதீட்சையின் மூலம் கிறிஸ்துவின் அங்கங்களாக்கப்பட்டோராலானவை. அவை அகரம், நைனாபுரம், பொம்மையாபுரம், கோரம்பள்ளம், ஜெபஞானபுரம், மறவன்மடம், சிந்தலக்கோட்டை முதலியன. இவற்றில் சாயர்புரத்தைச் சேர்ந்துள்ளது அகரம் மட்டும். 31-3-1850-ல் சாயர்புரம் போர்டிங் பள்ளிக்கூட மாணவன் ஒருவன் சற்குணம் என்ற பெயருடன் ஞானதீட்சைப் பெற்றான். அவனுடைய சொந்தவூரான வேறு ஒரு குடும்பத்தாரும் ஞானஸ்நானத்தின் மூலம் சபைச் சேர்ந்தனர்.

அக்குடும்பமே அகரத்தின் முதல் கிறிஸ்தவர். அவர்கள் நாமதேயங்கள் வருமாறு: குடும்பத்தலைவன் பெயர் வேதமுத்து. அவர் 45 பிராயமுடையார். அவர் மனைவி பாக்கியம், முத்த மகன் சந்தோஷம், சந்தோஷத்தின் மனைவி செல்வம், இளைய மக்கள் ஆபிரகாம், சாமுவேல், அருளானந்தம் என்பன.

மத்தேயு ராஸ் ஐயர் 1823-ம் வருஷம் மார்ச் 8-ந்தேதி திருவாங்கூர் ராஜ்ஜியத்தைச் சேர்ந்த ஆலப்புழை என்னும் நகரத்தில் பிறந்தவர். அவரது இளம் பிராயத்தைப் பற்றியாவது கல்வி கற்ற விதத்தைப் பற்றியாவது நாம் ஒன்றும் அறிவதற்கில்லை. இருபத்தொரு பிராயத்தில் சாயர்புரத்துக்கு 'லே' மிஷனெரியாக வந்தது மட்டும்தான் நாம் அவரைக் குறித்து அறியக்கூடிய காரியம்.

சாயர்புரத்தில் 1848-51-ல் மிஷனெரியாயுழைத்த பின் 1857 பிப்ரவரி 2-ம் தேதி சென்னை மகாகனம் டியல்ட்ரி அத்தியஷரவர்களிடம் பாளைங்கோட்டை திரித்துவ ஆலயத்தில் பிரீஸ்த் பட்டம் பெற்றார். அதன்பின் சில மாதங்கள் சாயர்புரத்தில் தம் வேலையைக் கவனித்து வந்தார்.

அச்சில மாதங்களுக்குப் பின் அவருடைய பெயர் மிஷன் ரிக்கார்டுகளினின்று மறைந்து விடுகிறது. எங்குச் சென்றார் என்னவானார் என்பதொன்றும் நமக்கெட்டவில்லை. இவ்விடத்தில் புதுக்கோட்டை மிஷனெரி கனம் T.P.அடால்பஸ் ஐயரைப் பற்றியும் நாம் சில கூறவேண்டும். ஏனெனில் அவர் நாம் மேலே கண்டபடி சிலவாண்டுகள் நம் சேகரத்தில் உபதேசிகராகவும் டிக்கன் பட்டம் பெற்ற மிஷனெரியாகவும் வேலை செய்து 1850-ம் ஆண்டுடன் நம் சேகரத்தை விட்டு விலகிக் கொள்கிறார்.

தாமஸ் பிலிப் அடால்பஸ் ஒரு யுரேஷியன். இவர் 1822 ஏப்ரல் 14-ல் தரங்கம்பாடியில் பிறந்தார். இவரது தகப்பனார் ல்லியம் அடால்பஸ் தரங்கம்பாடியிலுள்ள S.P.G. உபதேசியார். தாமஸ் பத்து வயதுடையவராயிருக்கும்போது தனக்குச் சுமார் ஆறு ஏழு வயது மூப்பரான கிறிஸ்தியான் சாமுவேல் கோலாப், ஜியார்ஜ் யேற்ஸ் ஹேய்ன் என்பவர்களுடன் சிநேகமாகி அவர்களோடு சென்னை வெப்பேரிக்குச் சென்று அங்குள்ள மிஷன் கலாசாலையில் (The vepery Grammar school, the progenitor of the product St Pants High School, Vepery, MADRAS) சேர்ந்தார்.

பீற்றர் கேற்றர் ஸ்காலர்ஷிப் போட்டிப் பரீஷையில் தேறி அந்த ஸ்காலர்ஷிப் பெற்று 10 வருஷங்கள் அப்பணச் சகாயத்தைக் கொண்டே கற்றுத் தேறினார். வெப்பேரி செமினரியிலும் பின் அந்த செமினரி S.P.G. வேத சாஸ்திரக் கல்லூரி என்ற பெயருடன் சாந்தோமுக்கு மாற்றப்பட்ட காலத்தில்[1] அங்கும் கற்றுத் தேறினார். செமினரியில் அவர் படித்த காலத்தில் D.M.C. செக்கிரட்டேரியான A.C. தாம்ஸன் ஐயரும், அடால்பசின் சிநேகிதன் C.S. கோலாப்பும் அவருக்கு ஆசிரியராயிருந்தனர். கல்லூரியில் பிரசித்திபெற்று சில காலம் செமினரியிலும் ஆசிரியப் பணியாற்றினார். போப் ஐயரால் சிபாரிசு பண்ணப்பட்டு ராஸ் ஐயருடன் 1848-ல் உதவிக் குருப்பட்டம் 1857-பிரீஸ்த் பட்டமும் பெற்றார். 1848-ல் உதவிக் குருப்பட்டம் பெற்ற பின் சாயர்புரம் செமினரியில் ஆசிரியராகி 1849 முதல் புதுக்கோட்டைச் சேகர மேல் விசாரணையை மேற்கொண்டார். சாயர்புரத்திலிருந்து கொண்டே புதுக்கோட்டைச் சேகரத்தை மேற்பார்வை செய்வது சிரமமாயிருந்தபடியாலும், சாயர்புரம் சேகர விசாரணையையும், செமினரித் தலைமையாசிரியப் பதவியையும் ஏற்றுக்கொள்ள ராஸ் ஐயர் வந்துவிட்டபடியாலும் 1850 முதல் இவர் புதுக்கோட்டையிலே

1. Pp 81, 82 report Mission by Rev A. West 1890

வசிக்கலானார்.

இவர் சிறந்த சுவிசேஷகன். தன் சேகரத்தில் அநேக புதுச்சபைகள் தோன்றக் காரணமானார். கல்வியிலும் சிறந்த மேதாவி. எக்காரணத்தினாலோ இவர் 1855 முதல் தமது மிஷனெரி உத்தியோகத்தை ராஜினாமாச் செய்துவிட்டு பாளைங்கோட்டையில் ஆங்கிலேய கண்டோன்மென்றுப் பள்ளிக் கூடத்தில் ஆசிரியராய் ஒரு வருஷம் வேலை பார்த்தபின், 1856-ல் திருச்சி பரி.யோவான் வெஸ்ட்ரி கலாசாலையின் தலைமையாசிரியராய் அமர்ந்து 1879-ம் ஆண்டு வரை அவ்வேலை செய்தார். 1864 முதல் திருச்சி கோட்டை ஆலயத்தில் உதவியாக குருவூழியமும் பார்த்தார். இக்காலங்களில் அவரது வைராக்கியம், கடமையுணர்ச்சி, அமைப்புத்திறன் இவை எல்லாருடைய மதிப்பையும் இவருக்குச் சம்பாதித்தன. தன் வேலைகளின் மத்தியிலும் சபை சந்தித்தல், சிறைச்சாலைச் சந்திப்பு, குருப்பட்ட மாணாக்கர் பயிற்சி முதலிய பணிவிடைகளையும் குறைவின்றி நிறைவேற்றி வந்தார். தெருப் பிரசங்கம் செய்வதில் நிபுணன். திருச்சிக் கிறிஸ்தவ வட்டாரங்களிலும் இந்துக்களின் மத்தியிலும் சாதுரியப் பிரசங்கிகளைப் பற்றிக் கூறுவது 'அவர் அடால்பஸ் பிரசங்கியாரைப்போல சுவிசேஷத்தைப் பிரசங்கின்றார் என்ற வழக்கச் சொல் உண்டாயிற்று.'[2]

1879-ம் வருஷம் பெலவீனத்தின் காரணமாய் வெஸ்ட்ரிப் பள்ளிப் பிரதம ஆசிரியர் வேலை விட்டு நீங்கி, தஞ்சை ஜில்லாவில் கனந்தாகுடியில் மிஷனெரியாய்மர்ந்து ஒரு வருஷம் வேலை பார்த்தபின் கண் மங்கி பார்வையற்றுப் போனபடியால் 1880-ல் ஓய்வெடுத்து திருச்சியில் சுமார் 12 வருஷங்கள் இளைப்பாறி 1892 செப்டம்பர் மாதம் 18-ம் தேதி நித்திய இளைப்பாறுதலுக்குட்பட்டார்.

---

2. P 291 Mission Field 1897

06

கனம் H.C. ஹக்ஸ்டபிள் ஐயர்

(HENRY CONSTANTINE HUXTABLE 1852-1856)

ஹென்றி கான்ஸ்டன்டைன் ஹக்ஸ்டபிள் (HENRY CONSTANTINE HUXTABLE 1825-1871) சாயர்புரத்துக்கு மிஷனெரியாகவும், செமினெரியின் பிரதமராகவும் வேலை ஒப்புக்கொள்ளும்போது அவருக்கு வயது 26 தான். சொற்ப வயதினராயினும் தான் மேற்கொண்ட பளுவான வேலையைத் திறம்பட நடத்தக் கூடியவராகவேயிருந்தார். மிஷனெரி சேவையிலும் சிறிது பயிற்சி அவருக்கு உண்டு.

1848-ல் அவர் மிஷனெரி பணிக்கு தம்மை ஒப்புக்கொடுத்தபின் அடுத்த வருஷத்தில் லண்டன் அத்தியஷரிடத்தில் உதவிக் குருப்பட்டம் பெற்று, சென்னை வந்து சேர்ந்தார். அக்காலத்தில் கிறிஸ்தியாநகரம் கனம் J.K. பெஸ்ட் ஐயர் (JAMES KERSHAW BEST 1811-1889) தனது மனைவியின் சுக கேட்டின் காரணமும் இரண்டொரு குழந்தைகளை மரணத்திலிருந்ததன் காரணமாயும் இங்கிலாந்துக்குப் போய் வர வேண்டியதிருந்ததால், அவர் போன காலத்தில் அச்சேகர பொறுப்பை ஹக்ஸ்டபிள் ஏற்றுக்கொள்ள நியமிக்கப்பட்டார். எனவே பெஸ்ட் சீர்மைக்கு புறப்படும் முன்னமேயே இவர் கிறிஸ்தியாநகரம் வந்து சில காலம் உதவி மிஷனெரியாயிருந்து அவர் போனபின் முழுப்பொறுப்பையும் வகிக்கலானார். பெஸ்ட் ஐயர் திரும்பிய காலத்தில் சாயர்புரத்தில் ராஸ் ஐயர் நீங்கிக் கொண்டதால் அந்த மிஷனெரி வகித்த இடம் காலியாகவே ஹக்ஸ்டபிள் ஐயர் அந்த ஸ்தனத்தில் நியமிக்கப்பட்டார்.

கனம் ஹக்ஸ்டபிள் ஐயர் ஒப்புக்கொண்ட வருஷக் கடைசியில் (ஹக்ஸ்டபிள் 1852 நவம்பரில் சாயர்புரம் மிஷனெரி பணியை ஒப்புக் கொண்டார்.)

சேகர நிலைமை பின்வருமாறு:

மிஷனெரி - 1, ஐரோப்பிய உபதேசியார் - 1, சுதேச உபதேசியார் - 7

ஞானஸ்நானம் பெற்ற கிறிஸ்தவர்கள் - 388, (ஆண் 98. பெண் 95. பிள்ளைகள். 200). ஞானஸ்நானம் பெறாத ஆயத்தக்காரர்-1137, (ஆண் 330, பெண் 298, பிள்ளைகள் 509). நற்கருணைக்காரர் -70. வருஷ முழுவதிலும் ஞானஸ்நானம் - பருவம் கடந்தவர்கள்- 6, குழந்தைகள்-20, இது வெகு குறைவு தான். ஆனால் 1849-ம் ஆண்டு கணக்குடன் ஒத்துப் பார்க்கும்போது சற்று வளர்ச்சியே காணப்படுகிறது.

அவ்வருஷக் கணக்கு:

மிஷனெரிமார் -2, ஐரோப்பிய உபதேசிமார் -1, சுதேச உபதேசியார் -3, ஞானஸ்நானம் பெற்றவர்கள் -292, ஆண் -61, பெண் -69, குழந்தைகள் -162, ஞானஸ்நானம் பெறாத ஆயத்தக்காரர்கள் -140, ஆண்- 34, பெண் -39, குழந்தைகள்- 67, வருஷ முழுவதிலும் ஞானஸ்நானம் பருவம் கடந்தது - 8, குழந்தைகள் - 10

இவ்விரு கணக்குகளுடனும் நமக்குக் கிட்டிருக்கிற 1854-ம் ஆண்டு எண்ணிக்கைகளையும் ஒப்பிட்டால் ஹக்ஸ்டபிள் காலத்தில் சாயர்புரம் சேகரத்தின் சபை வளர்ச்சி பற்றி நாம் திட்டமாய் அறியலாம்.

1854 ஆம் ஆண்டில் மிஷனெரிமார் - 2 (கனம் ஹக்ஸ்டபிள் ஐயர், & அருளப்பன் தாவீது ஐயர்) ஐரோப்பிய உபதேசிமார் -2 (ஸ்ரீ ஸ்காட் உபதேசியார், லீப்பர் உபதேசியார்) சுதேச உபதேசிமார் - 13, கிறிஸ்தவர்கள் - ஞானஸ்நானம் பெற்றவர்கள் ஆண் -158, பெண் -165, குழந்தைகள் - 329 =652. ஆயத்தக்காரர்கள் - ஆண் - 301, பெண்-307, குழந்தைகள் - 454 = 1062 . கிறிஸ்தவ நற்கருணைக்காரர் - 138, இந்த வருஷத்தில் ஞானஸ்நானம்.-பருவம் கடந்தவர்கள்- 50, குழந்தைகள் - 7.

இவ்விதத் தீவிர சபை வளர்ச்சி காணப்படுவதற்கு முக்கிய காரணம் ஹக்ஸ்டபிள் ஐயரின் சபை ஊழிய மேம்பாடே என்னலாம். அவர் அடிக்கடி சபையைச் சந்தித்து சுவிசேஷப் பிரபல்யப் பணிவிடையை ஊக்கமாய்ச்

செய்யும்படி ஊழியரை ஏவிவிட்டதுமல்லாமல் தானும் அடிக்கடி சேகரச் சுற்றுப் பிரயாணம் செய்து இந்துக்களுக்கு இரட்சிப்பின் நற்செய்தியைக் கூறி வருவார். இவ்வூழியத்தில் அவருக்குதவி செய்ய திறமை வாய்ந்த பலர் அமைந்திருந்தார்கள். அவர்களில் முக்கியமானவர் அருளப்பன் தாவீது ஐயர். (DAVID ARULAPPAN 1804-1865)

தாவீது ஐயரை இது வரையிலும் தாவீது விசாரணை உபதேசியார் என்று குறித்துள்ளோம். 1854 - ம் ஆண்டு இவருக்கு உதவிக் குருப்பட்டம் கொடுக்கப்பட்டது. திருநெல்வேலியில் S.P.G. மிஷன் ஊழியத்தில் முதன் முதலாக குருத்துவ ஊழியத்தில் அமர்ந்த இந்தியன் இவரே. மற்றொருவர் பிரடெரிக் ஜேம்ஸ் லீப்பர் (LEEPER FRED-ERICK JAMES 1831-1906) என்ற ஐரோப்பிய உபதேசிகர். இவரும் பின்னாளில் குருப்பட்டம் பெற்றார். சபை ஊழியத்தில் உதவி செய்த மற்ற ஐரோப்பியர் நாம் முன் கண்ட ஸ்காட் உபதேசியார். இந்திய உபதேசியார் 13 பேரிருந்தனர்.

அவர்களில் முக்கியமானவர்கள்:

செபத்தியாபுரம் - ஈ யோசேப்பு. உபதேசியார்,
செட்டிகுளம் - வேதபோதகம் உபதேசியார்,
இடையர் காடு - ஜாண் உபதேசியார்,
செந்தியம்பலம் - வேதமுத்து உபதேசியார்,
நடுவக்குறிச்சி - ஞான முத்து உபதேசியார்,
சாயர்புரம் - மாசிலாமணி உபதேசியார்,

சேகரத்தில் நடந்து வந்த சிறந்த சேவையைக் குறித்த ஒரு பாராட்டு வசனம் ஹாங்காகைச் சேர்ந்த விக்டோரியா அத்தியஷாதீனத்தின் முதல் அத்தியஷராகிய மகாகனம் ஸ்மித் அத்தியஷரவர்களால் கொடுக்கப்பட்டுள்ளது. இவ்வத்தியஷர் 1853-ம் ஆண்டில் திருநெல்வேலிச் சாலைகளை சுற்றிப் பார்த்துத் தெளிவான குறிப்புகள் எழுதினார்.

அவர் கூறுவது:

சாயர்புரம்:-

S.P.G மிஷன் ஸ்தானமாகிய சாயர்புரத்துக்கு நான் செய்த மனரம்மியமான விஜயத்தைக் குறித்து எழுதாமலும் அங்கிருக்கும் சிறந்த மிஷெனரியாகிய H.C. ஹக்ஸ்டபிள் ஐயரின் ஊழியத்தைப்

பாராட்டாமலும் இந்த என் அறிக்கையை முடிக்க முடியாது. அவர், சங்கத்தார் அறிந்திருக்கிறபடி இந்த மிஷன் ஸ்தாபனத்துக்குச் சமீபத்தில் நேர்ந்த இடையூறுகளிலுண்டான இன்னல்களை நீக்கி, ஊக்கத்தோடும் தீர்க்க புத்தியோடும் தன்னுடைய வேலையிலீடுபட்டிருக்கிறார். மற்ற ஸ்தாபனங்களில் போலவே இங்கேயும் ஆராதனைகளிலும் உபதேசிமார், ஊழியருடைய சில கூட்டங்களிலும் கலந்துகொள்ளும் சிலாக்கியம் பெற்றேன்.[1] என்பதே.

கனம் ஹக்ஸ்டபிள் செய்த வேலைகளில் இன்றும் நாம் அவரை மறவாமல் ஞாபகப்படுத்திக்கொள்ள உதவுவனவாயிருப்பவை இரண்டுண்டு. ஒன்று 1854-ம் ஆண்டு அக்டோபர் 19-ம் திங்கள் அழகான ஒரு புதிய ஆலயம் கட்டுவதற்கென்று அஸ்திபாரம் அமைந்தது. கனம் போப் ஐயர் கட்டின ஆலயம் தற்காலிகமானது என்று சொன்னோம். அக்கட்டடம் மிகவும் பழுதுற்றநிலையில் இருந்தபடியால் 1852-ம் வருஷத்தில் அதை இடித்து விடவேண்டியதாயிற்று. சுமார் இரண்டு வருடங்களாக புதிய ஆலயத்துக்காக பிரயத்தனங்கள் ஒன்றும் செய்யப்படவில்லை. பெரும்பந்தலொன்று அமைத்து அதிலேயே ஆராதனை நடத்தலாயினர் என்று எண்ண இடமுண்டு. ஹக்ஸ்டபிள் ஐயர் நிரந்தரமான ஒரு ஆலயம் கட்டவேண்டிய அவசியத்தை சபையாருக்கு எடுத்துக்கூறி அவர்களை வெகுவாய் ஊக்கப்படுத்தினார். சபையாரும் கொஞ்சம் கொஞ்சமாய் தங்கள் காணிக்கைகளைக் கொடுக்கலாயினர். சபையாரின் ஆலய கட்டுமானக் காணிக்கை தொகை ரூ.900-க்கு மேல் உயரவாரம்பித்ததும் ஐயர், முன் இடிந்து போன ஆலயத்தை எடுத்துக் கட்டி முடித்து பரிசுத்த மார்ட்டின் ஆலயம் என்று அதற்குப் பெயரிட்டும் பிரதிஷ்டை செய்து, புதிய பெரிய ஆலயத்துக்கும் நாம் மேற்சொன்னது போல் அக்டோபர் 19 ம் தேதி அஸ்திபாரம் அமைத்தார்.

ஆனால் பற்பல காரியங்களால் புது ஆலய கட்டுமான வேலை தடைப்பட்டு ஷாரக் ஐயர் காலம் வரைக்கும் முடிவுபெறாமல் போயிற்று. பரிசுத்த மார்ட்டின் ஆலயமே புது ஆலயக் கட்டுமானம் முடிவுறும் வரை உபயோகிக்கப்படலாயிற்று.

செமினெரி வேலை திறம்பட நடைபெறலாயிற்று. அந்த ஸ்தானத்திலிருந்து அதன் முதல் 8 வருஷ காலத்தில் (1844-52) பயிற்சி பெற்று வெளியேறின உபதேசிமாரின் தொகை 90. ஒருவரும் குருப்பட்டம் பெறவில்லை. ஹக்ஸ்டரின் ஐயர் வாலிபரான அவருக்கு குருப்பட்டம

---

1. M.D.C. Report 1853 P 68

கொடுப்பது இளந்திருச்சபையான நெல்லைச் சபைக்கு நன்மை பயக்காது என்று அபிப்பிராயப்பட்டார். 1854-ல் தான் அருளப்பன் தாவீது பட்டம் பெற்றார். அவரும்கூட நம் செமினெரியில் தான் கற்று வெளியேறினவர் என்று எண்ணக்கூடாது. ஏனெனில் அவர் சாயர்புரம் வருமுன்னாலேயே உக்கிரமன்கோட்டையில் விசாரணை உபதேசியாராயிருந்து பின் சாயர்புரத்துக்கு விசாரணை உபதேசியாராக வந்தார்.

செமினெரியில் ஹக்ஸ்டரின் ஐயரிடத்தில் 50 பேர் கற்று வந்தனர். அவர்களில் 16 பேருக்கு மாங்கடன் மாணவர் சகாய நிதியிலிருந்து பணச் சகாயம் கிடைத்து வந்தது. மீதிபேர் S.P.G., S.P.C.K. சங்கத்தார்களின் ஆதரவில் கற்று வந்தனர். கலாசாலையில் வெகு கண்டிப்பான ஒழுக்க முறைகள் கண்காணிக்கப்பட்டு வந்தது. கனம் ஹக்ஸ்டபிள் தலைவராகவும் அருளப்பன் தாவீது ஐயர் உபதலைவராகவும், லீப்பர், ஸ்காட் உபதேசிமார் ஆசிரியராயும் இருந்தனர்.

கனம் ஹக்ஸ்டபிள் ஐயரை என்றும் நமக்கு ஞாபகப்படுத்தும் அடுத்த சின்னம் பரிசுத்த சபாயேல் ஆஸ்பத்திரி. 1854-ம் ஆண்டிலேயே நம் ஐயர் சாயர்புரத்தில் ஒரு சிறு ஆஸ்பத்திரியை ஸ்தாபித்தார். அவரே அதன் முதல் வைத்தியராயிருந்தார் என்று நாம் எண்ணவிடமுண்டு. ஏனெனில் அவர் 1856-ல் சீர்மைக்குப் போன பின் தாமஸ் ஆடம்சன் (Thomas Adamson-1838-1888) ஐயர் காலம் வரைக்கும் நாம் ஆஸ்பத்திரியைப் பற்றி ஒன்றும் கேள்விப்படுவதில்லை. 1874-ல் இது ஸ்திரமானதாக மறுபடியும் ஸ்தாபிக்கப்பட்டு அது முதல் தொடர்ந்து நடந்து வருகிறது.

இம்மிஷனெரியின் ஊழியக் காலத்தில் சேகரச் சரித்திரத்தில் 1856-ம் ஆண்டு ஒரு துயரச் சம்பவம் நேரிட்டது. இச்சம்பவம் நாசரேத் சேகரத்தில் உண்டான சட்டம்பிள்ளைப் பிரிவினையின் எதிரொலியே. அங்கு அருமைநாயகம் உபாத்தியாயர் கேமரர் ஐயரால் வேலையினின்று தள்ளப்பட்டார். அவருக்கு சிநேகிதனும் இனத்தாறுமான மூக்குப்பீறி சுவாமியடியான் உபதேசியாரும் அவருடன் சேர்ந்து பிரகாசபுரம் மதுரநாயகம் முக்கந்தர் உதவியுடன் நாசரேத் சபையை ஸ்தாபித்தார். இது பற்றிய விலாசம் நாஷரேத் மிஷன் சரித்திரத்தில் விவரணம் பெற்றிருக்கிறது.[2]

சாயர்புரத்தில் உள்ள சபைக்கும் நாசரேத் சேகரத் சபைகளுக்கும

____

2. A History of the Nazareth Mission of the Pp 72 -76

தொடர்பு இருந்து வந்தது. எனவே சட்டாம்பிள்ளைப் பிரிவினைக்கு சாயர்புரத்திலும் அனுதாபம் இருந்து வந்தது. மேலும் ஏற்கெனவே 1850, 1857-ல் ராஸ் ஐயர் காலத்தில் மக்கள் மிஷனெரிமாருக்கு விரோதமாகக் ஜாதிய பிரமாணம் காரணமாகக் கலகம் செய்தனர். அப்போது ஏற்பட்ட மனக்கசப்பு இன்னமும் பூரணமாய் தீர்ந்து விடவில்லை. சட்டாம் பிள்ளையும் சாயர்புரத்திலிருந்து தனக்கு உதவி கிடைக்கும் என்றே எதிர் நோக்கினார். அவ்வித நிலைமையில் அருளப்பன் தாவீது ஐயர் நாடார் குல மக்கள் தங்கள் குல அந்தஸ்துக்கு இழிவு என்ற கருதக்கூடிய வார்த்தைவொன்றைச் சொன்னதின் காரணமான அக்குலத்தை சேந்தவர்களான கிறிஸ்த்தவர்களின் அநேகர் உடனே சபையை விட்டுப் பிரிந்து இந்துக்களாக மாறினர். இத்திரள் பேரானவர்களில் மீதியானவர்கள் ஞானஸ்நானம் பெறாத ஆயத்தக்காரர். மற்றவர்கள் ஞானஸ்நானம் பெற்ற கிறிஸ்தவர்கள்.[3]

நாசரேத் பிரிவினைக்காரர் இதை உடனே பயன்படுத்திக் கொண்டனர். ஜாதியபிரமானத்தை இன்னும் அதிகமாய்த் தூண்டிவிட்டு மக்களின் மனதைக் கடினப்படுத்தினர். சாயர்புரம் பிரிவினைக்காரரும், முன் கால்டுவெல் ஐயர் பிரசுரித்திருந்த **"திருநெல்வேலிச் சாணார்"** என்ற நூலை அவர்களுக்கு அனுப்பினார். சட்டம் பிள்ளை அதை தமிழிலாக்கித் தனது பிரசாரத்தில் அதை வெகுவாய் பயன்படுத்திக் கொண்டார். ஆனால் அதிஷ்டவசமாய் அவருடைய செல்வாக்கு சாயர்புரம் சேகரத்தில் அதிகமான தீமைகளை விளைவிக்கவில்லை. சட்டம்பிள்ளைச் சபைகள் ஒன்றும் இப்படி ஸ்தாபிக்கவில்லை. பிரிந்து போனவர்களும் கொஞ்சம் கொஞ்சமாய்த் தங்கள் குற்றத்தை உணர்ந்து சபையைத் திரும்பச் சேர்ந்து கொண்டனர். 1861-க்குள் ஞானஸ்நானம் பெற்றவர்களாயிருந்தும் பிரிந்து போனவர்களில் ஒருவர் பாக்கில்லாமல் அனைவரும் திரும்பிவிட்டனர். ஆலயக்காராயிருந்து மறுதலித்தவர்களில் மட்டும் சிலரே மனந்திரும்பினார்கள். எனவே 1856-ல் மிகுதியாய்க் குறைந்துவிட்டதை மக்கள் தொகை 1861-க்குள் முன்னிலும் அதிகமாய் உயர்ந்ததைக் கணக்குகள் காண்பிக்கும். அதை அடுத்த அத்தியாத்தில் பார்க்கலாம்.

கனம் ஹக்ஸ்டபிள் ஐயர் இந்திய சீதோஷ்ண நிலைக்கு தகுந்த சுகதேகி அல்ல. சாயர்புரத்திலும், அதற்கு முன் கிறிஸ்தியா நகரத்திலும் அவர் ஓயாது உழைத்ததின் பயனால் அவரது உடல் நலம் குன்றியது.

---

3. P 538, Digest of S.P.G. Records 1701-1892

எனவே சீர்மைக்குப் போய் நற்சுகம் பெற்றுத் திரும்பலாம் என்று 1856-ல் இங்கிலாந்துக்குப் பயணமானார். போகும்போது இரண்டொரு வருஷம் ரஜாவில் தான் சென்றார். ஆனால் அவர் எண்ணியபடி இந்தியா திரும்புவதிற்கேற்ற அளவு சுகநலம் பெறாததினால் 1857-ல் S.P.G. மிஷனெரி ஊழியத்தை ராஜினாமா செய்து விட்டு யோவில் ஹென்ட் போர்ட்டிலும் (1858-59) டார்ஸெட்ஷர் மெற்றி கேம்பிலும்(1859-1867) குரு ஊழியம் செய்தார்.

1867-ல் அவர் மொரீசியஸ் தீவுக்கு S.P.G. மிஷனெரியாகச் சென்று அங்குள்ள தமிழ் கூலிகளுக்குள்ளும் ஸ்காட் தீவு கிழக்காப்பிரிக்கா முதலிய நாடுகளிலிருந்து வந்து அங்கு தோட்டத்தில் வேலை செய்து வந்த மக்களுக்குள்ளும் மூன்று வருஷங்கள் வேலை செய்து 1870-ம் வருஷம் நவம்பர் மாதம் 30-ம் தேதி மொரீசியஸ் அத்தியஷாராக அபிஷேகம் பண்ணப்பட்டார். ஆனால் 7 மாத அத்தியஷ் பணிவிடையாற்றிய பின் 1871 ஜூன் மாதம் 18-ம் தேதி மரணமாகி அத்தீவிலேயே அடக்கம் பண்ணப்பட்டார்.

ஹக்ஸ்டபின் ஐயர் ஓர் சிறந்த மிஷனெரி. நல்ல வளர்த்தியும் திடகாத்திரமான சரீரமுடையவர். ஆழ்ந்த சிந்தனையும் தீர்க்காலோசனையும் அவரது விசேஷித்த குணங்கள். தம்மை ஆட்கொண்ட ஆண்டவரை உண்மையாய் சேவித்த ஓர் உத்தம குரு சீதோஷ்ண வேறுபாட்டிலும் உடல்நலம் குன்றினதெனினும் மிஷனெரி ஊழியத்தை வெகுவாய் விழைந்தபடியினால் சற்றுபெலன் உண்டானதும் மறுபடியும் அச்சேவையை மேற்கொண்டு மொரீஷியஸ் தீவு சென்றார். **"நல்லது, உத்தமும் உண்மையுமுள்ள ஊழியக்காரனே"** என்ற பாராட்டுரைத் தம்மைத் தகுதியுள்ளவராக்கினார் என்று அவரைக் குறித்து சந்தேகமின்றிக் கூறுவோம.[4]

---

4. Two Hundrend years of the S.P.G. P 371,372

07

கனம் பிரதர்ட்டன் ஐயர்

(THOMAS BROTHERTON 1857–1869)

கனம் தாமஸ் பிரதர்ட்டன் ஐயர் (THOMAS BROTH-ERTON 1809-1869) தென்னிந்திய மிஷனெரிகளில் மிகவும் புகழ் வாய்ந்தவர்களிலொருவர். தமது வாழ்நாட்களில் 33 வருஷங்களை ஸ்தாபிக்கும் சீரிய பணியில் செலவிட்டு ஜீவன் பிரியும் கடைசி வேளை வரையிலும் கடமையையாற்றி முடித்த சிறப்புக்குரியவர். தஞ்சை ஜில்லாவிலும் சென்னை நகரிலும் சுமார் 21 வருஷங்கள் மிஷனெரிவூழியம் செய்தபின் 1857-ம் ஆண்டில் ஹக்ஸ்டரின் ஐயர் ஸ்தானத்தில் நியமுகம் பெற்று அவ்வருஷத்தின் பின்பாகத்தில் சாயர்புரம் சேகர விசாரணையும் செமினெரித் தலைவர் பதவியையும் ஒப்புக்கொண்டார்.

அவர் சாயர்புரம் மிஷனெரி வேலையை ஏற்றுக்கொண்ட காலத்தில் தாவீது அருளப்பன் ஐயர் புதுக்கோட்டை சாயர்புரம் என்ற இரு சேகரங்களிலும் உதவி செய்யும் இந்திய குருவாயுமிருந்தார். லீப்பர் என்ற ஐரோப்பிய செமினெரியில் ஆசிரிய வேலையும் சாயர்புரம் சபைப்பணியும் சேர்த்து ஆற்றலானார். பிரதர்ட்டன் வந்ததும் இவ்வொழுங்கை மாற்றவில்லை. லீப்பர் 1857-ல் உதவிக் குருப்பட்டம் பெற்றிருந்தார். தாவீது ஐயர் 1858 முடிவு வரை சாயர்புரத்திலேயே வசித்து, தன் சபை ஊழியத்துடன் செமினெரி ஆசிரியப்பணியிலுமீடுபட்டார். செமினெரியில் கனம் ஜாண் எர்ண்ஷா (JOHN EARNSHAW 1827-1881) ஐயர் இரண்டாவது ஆசிரியராய் 1859-ல் பதவியேற்று தன் பணிவிடையைக் குறைவின்றி செய்து வந்தார்.

1857-ம் ஆண்டு டிசம்பர் 31-ல் எடுத்த கணக்கின்படி சாயர்புரம் புதுக்கோட்டைச் சேகரங்களில் சபையின் நிலைமை வருமாறு:

மிஷனெரியார் 3: கனம். T.பிரதர்ட்டர் ஐயர், கனம். F.J. லீப்பர் ஐயர், கனம். J. எர்ண்ஷா ஐயர், சுதேச உபதேசிமார் -17, (சாயர்புரம் சேகரத்தில் மட்டும்), கிறிஸ்தவர்கள் - 974 (ஆ.230.பெ. 243 பி.501),

ஆயத்தக்காரர் 399 (ஆ.125.பெ.109. பி.165), பள்ளிக்கூடங்கள். பையன்கள் போர்டிங் பாடசாலை-1.

பையன்கள்-48, பையன்கள் போர்டிங் அல்லாத பாடசாலைகள் -10, பெண்கள் போர்டிங் அல்லாத பாடசாலைகள் -2, ஆலயங்கள் - 2, ஜெபவீடுகள்-14.

அவ்வாண்டில் இரு சேகரங்களுக்கும் பிரதர்ட்டன் ஐயரே சூப்பிரண்டன்டிங் மிஷெனெரியாயிருந்தாலும் இரண்டு சேகரங்களின் கணக்குகளும் ஒன்றாய் கொடுக்கப்பட்டுமிருந்தன.

இவ்வித அமைப்பை பிரதர்ட்டன் ஐயர் விரும்பவில்லை. எனவே மறுவருஷத்தில் அவர் இரண்டையும் வெவ்வேறாக்கி புதுக்கோட்டையை, புதியம்புத்தூருடன் இணைத்து அவ்விரண்டிற்கும் புதியம்புத்தூர் மிஷெனெரி கீயாண்ஸ் ஐயரை மேற்பார்வை செய்யும்படி கேட்டுக்கொண்டார். கெர்ன்ஸ்க்கு உதவியாக தாவீது ஐயரும் புதியம்புத்தூருக்கு மாற்றப்பட்டார். லீப்பர். D.C. கமிட்டியாவில் ஆணைக்காடு மிஷெனெரியாக நியமிக்கப்பட்டார். ஆனாலும் S.P.G. சங்கத்தார் அவருக்குப் பதிலாக R.J. பிரெஞ்சு என்பவரை (Mr. R.J. French) செமினெரியில் ஆசிரியராய் நியமித்தனுப்பினார்கள்.

கனம் T.B ஐயர் சாயர்புரம் சேகரத்தில் செய்த வேலையை இரு கால அளவுக்குட்பட்டவைகளாக நாம் நோக்கலாம். அவை 1857-1860, 1860-1868. முந்தைய காலமான 1857-1868-ல் கனம் ஐயர் சாயர்புரத்திலேயே வசித்து வந்தார். 1863-1868-ல் அவர் நாசரேத்தில் வசித்து நம் சேகரத்தையும் நாசரேத்துடன் சேர்த்து கண்காணிப்புச் செய்து வந்தார்.

இக்காலத்தில் பிரசித்திப் பெற்ற A.R. சிம்மண்ட்ஸ் ஐயர் S.P.G. ஊழியப் பிரதேசங்களில் கல்வி அபிவிருத்திக்காகப் பல பிரயத்தனங்கள் செய்து வந்தார். அவருடைய பிரயாசத்தால் 1857-ல் M.D.C. (madras district committee) கமிட்டியார் திருநெல்வேலி S.P.G. பாகங்களில் பலவிடங்களில் பள்ளிக்கூடங்கள் ஸ்தாபிக்கவும், ஏற்கெனவே உள்ள கலாச்சாலைகளை ஸ்திரப்படுத்தவும் திரவிய சகாயம் செய்ய முன் வந்தனர்.[1]

அவர்களுடைய திட்டத்தின்படி ராமநாதபுரம் ஆழ்வார்திருநகரி, குலசேகரப்பட்டினம், ராதாபுரம், தென் திருப்பேரி, ராமேஸ்வரம்,

---

1. Tirunelveli Education Grant by the M.D.C. 1859

நாகலாபுரம், நமது சேகரத்தில் தூத்துக்குடி என்றவிடங்களில் மாதம் 50 ரூபாய் செலவில் முதற்றரமான பள்ளிக் கூடங்கள் (Superior School) ஸ்தாபிக்கவும் தருவை, தட்டான் மடமும், திருமலாபுரம், நமது சேகரத்தில் ஆறுமுக மங்கலம் என்ற கிராமங்களில் மாதம் 30 ரூபாய் செலவில் கீழ்தரப் பாடசாலைகள் ஏற்படுத்தவும், இடையன்குடி, கிறிஸ்தியா நகரம், புதியம்புத்தூர், ராமநாதபுரம் என்ற மிஷன் ஸ்தாபனங்களில் முறையே 25,10,20,15 மாணவர் கொண்ட போர்டிங் சாலைகள் நிறுவவும், ஒவ்வொரு போர்டிங் மாணவனுக்கும் மாதம் ரூ.3 செலவழிக்கவும், ஏற்கனவே நடைபெற்று வந்த தமிழ் பள்ளிக் கூடங்களில் சாயர்புரம், முதலூர், நாசரேத், ராமநாதபுரம், இடையன்குடி வித்யா சாலைகளில் ஒவ்வொன்றுக்கும் மாதம் முறையே ரூ. 8,10,15,30,20 வீதம் உதவித்தொகை கொடுத்து அக்கல்விச் சாலைகளை ஸ்திரப்படுத்தவும், நெல்லையிலுள்ள S.P.G. பாடசாலைகளின் மூலம் பெண் கல்வியை உற்சாகப்படுத்தும் நோக்கமாய் ஒவ்வொரு பள்ளிக்கூடத்திலும் மேல் வகுப்புகளில் படிக்கும் பெண் பிள்ளைகள் ஒவ்வொருக்கும் வருஷத்துக்கு ரூ.1-க்கு துணி வாங்கிக் கொடுக்கவும், பள்ளிக்கூடங்களை மேற்பார்வைசெய்து சோதித்து ரிப்போர்ட்டு அனுப்ப ஒவ்வொரு சேகரத்திலும் மாதம் ரூ.10 சம்பளத்தில் ஒரு விசாரணை உபாத்தியாயர் நியமிக்கவும், கட்டட உதவித்தொகைகளாக தூத்துக்குடிக்கு ரூ. 600, ஆழ்வார் திருநகரிக்கு ரூ.500, ராதபுரத்துக்கு ரூ. 400, ராமேஸ்வரத்துக்கு ரூ.400, குலசேகரப் பட்டணத்துக்கு ரூ.350, தென் திருப்பேரிக்கு ரூ.350, ஆறுமுக மங்கலம் தருவை, தட்டான்மடம், திருமலாபுரம், இவை ஒவ்வொன்றிக்கும் ரூ.150 கொடுக்கவும் ஏற்பாடாயிற்று. சிம்மண்ட்ஸ் ஐயரின் இம்மேலான திட்டத்தின்படி ஆழ்வார்திருநகரி, தென்திருப்பேரி, ராதாபுரம், குலசேகரப்பட்டினம், தூத்துக்குடி, ராமநாதபுரம், ஆறுமுகமங்கலம், தட்டான்மடம், தருவை, திருமலாபுரம் பள்ளிக்கூடங்கள் 1858 இறுதிக்குள் ஸ்தாபிக்கப்பட்டது. இடையன்குடி, கிறிஸ்தியாநகரம், புதியம்புத்தூர், ராமநாதபுரம் போர்டிங் விடுதியிலும் குறிக்கப்பட்டன. நாசரேத், இடையன்குடி, முதலூர், கிறிஸ்தியாநகரம், ராமநாதபுரம், புதியம்புத்தூர், சாயர்புரம் விசாரணை உபாத்திமார்கள் நியமனம் பெற்றார்கள்.

தான் சேகர விசாரணையை ஒப்புக்கொண்டக் காலத்தில் இருந்த நிலைமையைக்குறித்து பிரதர்ட்டன் ஒரு வர்ணனை தருகிறார். **அவர் எழுதுவது:**

"அருளப்பன் தாவீது ஐயரோடு சாயர்புரம் கிராமத்தைச்

சுற்றிப்பார்த்து இரண்டு கிறிஸ்தவ குடும்பங்களைச் சந்தித்து வேதம் வாசித்து ஜெபம் பண்ணினேன். ஒவ்வொரு நாளும் இவ்வண்ணமே சபையைச் சந்தித்து இக்கிராமச் சபையிலுள்ள ஒவ்வொரு அங்கத்தினரையும் அறிமுகம் செய்து கொண்டேன். சபையிலுள்ள ஆண்களில் அநேகரும் வாலிப ஸ்திரீகளில் கிட்டத்தட்ட எல்லாரும் வேதத்தை நன்றாய் வாசிக்கக் கற்றிருக்கிறது மல்லாமல் ஒவ்வொருவரும் அதைப் பற்றிய போதிய அறிவு படைத்தவர்களாயிருப்பது பற்றி மிகவும் மகிழ்ச்சி கொள்ளுகிறேன். சாயர்புரம் சபையில் தற்சமயம் 22 குடும்பத்தினருண்டு. சேகர முழுவதும் கிறிஸ்தவர்களின் தொகை 1500. கூடுமான மட்டும் ஒவ்வொரு கிறிஸ்தவ வீட்டுக்கும் சென்று, அவ்வீட்டார் கிறிஸ்துவைத் தெரிந்து கொள்ளக் காரணம், வீதம், கிறிஸ்தவர்களாயிருக்கும் காலம், தற்சமயம் அவர்களுடைய ஆவிக்குரிய ஜீவிய நிலைமை, சன்மார்க்க ஒழுக்கம், பழக்க வழக்கங்கள் இவையனைத்தையும் விசாரித்துத் தெரிந்து கொள்வோம். அதன்பின் வேதாகமப் பாகம் ஒன்றை வாசித்து, அதை விளக்கி, அவ்வீட்டாரின் நிலைமைக்கேற்ற உபதேசம் கொடுத்து அவர்களுடன் சேர்ந்து ஜெபித்துவிட்டு வருவோம். இவ்விதமாகச் சபையாரை அறிந்து கொள்வதில் தாவீது ஐயர் எனக்கு மிக்க உதவி அவர், ஒவ்வொரு சபையும் தோன்றின விதம், அதன் வளர்ச்சி, முன்னேற்றம் முதலியவற்றை பற்றிய திட்டவட்டமான குறிப்புகளை எனக்குச் சொல்வதுண்டு. இவ்விதமான சபைச் சந்திப்புச் செய்து முடிக்க கிட்டத்தட்ட ஒருவரும் சென்றது.

இச்சந்திப்பில் என் மனதில் ஆழமாகப் பதிந்த சில விஷயங்களுண்டு. முதலாவது சேகரத்தின் சுருக்கமான இட விஸ்தாரமும், அதிலுள்ள ஏராளமான கிறிஸ்தவர்களின் கூட்டமும், சாயர்புரம் மிஷனைச் சேர்ந்த சபைகள் ஒன்பது. அதில் 7 சபைகள் சாயர்புரம் என்ற தலைமை ஸ்தானத்திலிருந்து இரண்டு மைல்களுக்குள்ளிருக்கின்றன. ஒரு சபை மட்டும் 5 அல்லது 6 மைல் தூரம். பிரிவினைக்கு முன் [இங்கே குறிப்பிடப்படுவது சட்டம் பிள்ளை பிரிவினை] சுமார் 2000 கிறிஸ்தவர்களுக்கு மேலிருந்தனர். எனினும் திருநெல்வேலியிலுள்ள மிஷன் ஸ்தானங்களில் சாயர்புரம் சேகரம் மிகவும் சிறியதே. இரண்டாவது என்மனதில் பதிந்த விஷயம் கிறிஸ்தவ மக்கள் பெற்றிருக்கிற அதிகமான மார்க்க போதனையும், ஆண்களிலும், பெண்களிலும் மிகுதியானவர்கள் வாசிக்கத் தெரிந்தவர்களாயிருப்பதுமாகும். திருநெல்வேலி மிஷனில் கிறிஸ்தவ மக்கள் திட்டவட்டமாகவும், மறக்கப்படக்கூடாத விதமாகவும், மிகுந்த ஜாக்கிரதையுடனும் கிறிஸ்து மார்க்கச் சத்தியங்களில்

போதிக்கப்பட்டிருப்பது போல இங்கிலாந்து, வேல்ஸ் நாடுகளிலுள்ள கிராமச் சபை மக்கள் போதிக்கப்படவில்லை என்று நான் உறுதியாகச் சொல்லக்கூடும். இப்படிப் போதனை கொடுப்பதற்கு என்னென்ன முறைகள் அவசியமோ அவையனைத்தும் சாயர்புரம் மிஷனில் கையாளப்பட்டிருக்கின்றன. ஒன்றுக்கொன்று வெகு சமீபமாயுள்ள சபைகளில் இரண்டு அல்லது மூன்று சபைகளுக்கு ஒரு உபதேசியார் நியமிக்கப்பட்டிருக்கிறார். அவர் தமது சபை மக்களுக்கு பாட அமைப்பு திட்டத்தின்படி மார்க்கப்போதனை கொடுக்கக் கடமைப்பட்டிருக்கிறார். ஞானஸ்நான ஆயத்தத்துக்காக கர்த்தருடைய ஜெபம், பத்துக் கற்பனைகள், விசுவாசப் பிரமாணம் ஆகிய இம்மூன்றையும் அறிந்திருப்பதன்றி அவற்றின் விளக்கமும் தெரிந்திருக்க எதிர்பார்க்கப்படுகிறார்கள். ஞானஸ்நானம் பெற்ற கிறிஸ்தவர்கள் ஹீடல்பர்க்கின் ஞானோபதேசத்தை நன்றாய் அறிந்திருக்க வேண்டும். இந்நூலில் கிறிஸ்து மார்க்கச் சித்தாந்தம் அதின் சரித்திரம், கைக்கொள்ளுதல் முதலின பற்றிய சுருக்கம் வசனம் எழுதப்பட்டிருக்கிறது. நற்கருணைக்காரர் திருச்சபை ஞானோபதேசத்தில் தெளிவான போதனை பெற்றிருக்க வேண்டும்.

காலை மாலை ஆராதனைகள் ஒழுங்காய் நடத்தப்படுகின்றன. ஓய்வுநாட்களில் சுற்றுக் கிராமங்களிலிருந்து மிகுதியானவர்கள் சாயர்புரம் வந்து மத்தியான ஆராதனையில் கலந்து கொள்வார்கள். இம்முறையினால் மிஷெனரி வாரந்தோறும் தன் சேகரச் சபையிலுள்ள மக்களைக் கண்டுகொள்ளக்கூடியதாகிறது.

ஆயத்தக்காரர் போதிய கிறிஸ்தவ அறிவு பெற்றவர்களாயும், நீண்ட காலம் பொறுமையுடனிருந்து தங்கள் விசுவாசத்தைக் குறித்து நற்சாட்சி பகரக் கூடியவர்களாவுமிருந்தால் மட்டும் அவர்களுக்கு ஞானஸ்நானம் கொடுக்கப்படும்.

செமினெரியில் சுமார் 50 மாணவர்களிருக்கிறார்கள். அவர்களனைவரும் கிறிஸ்தவர்களே. அவர்களில் 16 பேர் மாங்க்டன் உதவித்தொகை (Monkton scholarship) பெறுகிறார்கள். மற்றவர்கள் S.P.G., S.P.C.K. சங்கத்தார்களால் ஆதரிக்கப்டுகிறார்கள். எல்லாரும் போர்டிங் சாலையிலேயே போஜனம் அருந்தி, கலாச்சாலையிலேயே வசிக்கிறார்கள். வெகு கண்டிப்பான ஒழுக்க முறைகள் அனுசரிக்கப்படுகின்றன.

செமினெரி ஹாலில் தினம் இரண்டு தடவை ஆங்கிலத்தில் ஆராதனைகள் நடத்தப்படுகின்றன. 8.30 மணிக்கு வகுப்புகள்

நடத்தப்படுகின்றன. 8.30-9 எல்லாரும் சேர்ந்து வேதம் வாசித்தால் 9 -10 வேத சாஸ்திரம், 11-12 அல்ஜீப்ரா கணக்கு முதலின 12-1 பூகோளம் சரித்திரம், ஆங்கிலம், முதலிய 1-2 டிக்டேஷன், இலக்கணம், வியாசம் 3-4 தமிழ் 4-5 எழுத்து வேலை. வருஷத்திற்கிருமுறை பரீட்சை நடக்கும். அச்சமயம் ஜில்லாவிலுள்ள மிஷனெரிமார் பலர் வந்து எழுத்துப் பரீட்சையும் வாய்ச்சொல் பரீட்சையும் நடத்துவார்கள். எனக்கு செமினெரி வேலையில் மூன்று இந்திய ஆசிரியர் உதவி செய்கிறார்கள். அவர்கள் என்னுடன் இதய பூர்வமாய் ஒத்துழைக்கின்றனர். சமீப காலத்திலிருந்து மாணவரிடம் ஒரு சிறு தொகை மாதந்தோரும் பீஸ் வசூலிக்கப்படுகிறது.[2]

1858-ம் ஆண்டு எண்ணிக்கைப்படி சாயர்புரம் சேகர எல்லையில் இந்துக்கள், கிறிஸ்தவர்கள், முகமதியர் ஆகியோரின் தொகை 34388. (*) இதில் ஞானஸ்நானம் பெற்ற கிறிஸ்தவர்கள் 1324, ஆயத்தக்காரர் 392, நற்கருணைக்காரர் 257, இவர்களுக்குக் கிறித்தவப் பணிவிடை செய்த உபதேசிமார் 18.

பிரதர்ட்டன் ஐயர் சேகரத்தை இரண்டாகப் பிரித்து ஒரு பகுதியைத் தன்னுடைய மேற்பார்வையிலும் மற்றதை அருளப்பன் தாவீது ஐயர் வசமும்விட்டார். அதன்படி பிரதர்ட்டன் ஐயருடைய கண்காணிப்பில் சுமார் 500 கிறிஸ்தவர்களும் தாவீது ஐயரின் மேற்பார்வைக்குள் சுமார் 800 பேரும் அமைந்தார்கள். ஆனால் இந்தமுறை நீடிக்கவில்லை. ஏனென்றால் புதியம்புத்தூர் கெர்ன்ஸ் ஐயர் புதுக்கோட்டையையும் சேர்த்துப் பார்க்க நியமிக்கப்பட்டபோது, அவருக்கு உதவி அவசியமாயிற்று. எனவே தான் தாவீது ஐயர் கெர்ன்ஸ், பிரதர்ட்டன் இருவருக்கும் உதவி செய்ய நியமிக்கப்பட்டனர். தாவீது ஐயரும் இக்கஷ்டமான வேலையை வெகு உற்சாகமாகவே செய்து வந்தார். பக்தரான பிரதர்ட்டன், கெர்ன்ஸ் தாவீது ஐயர்மாரின் மேற்பார்வையில் சாயர்புரம், புதியம்புத்தூர், புதுக்கோட்டை சேகரங்களில் கர்த்தருடைய ஊழியம் வெகு ஊக்கமாய் நடந்து வந்தது. அநேகர் புதிது புதிதாய் சபையில் சேர்த்தார்கள்.

இம்முதற் காலத்தில் (1857-60) புதிதாக உண்டான சபைகளில் சில வருமாறு:

செட்டிகுளம்:

இவ்வூரில் பெரியநாடன் என்ற பெயருடைய ஓர் வாலிப

2. P 97 f M.D.C Record

வியாபாரி இருந்தார். அவருடைய பெற்றோர்தான் அக்கிராமத்தின் முதல் கிறிஸ்தவர்கள். இவர் சிலகாலம் பெற்றோரின் நல்ல தீர்மானத்தை எதிர்த்ததினாலும் அவர்கள் வேற்றிடம் சென்று ஞானஸ்நானம் பெற்றனர். கர்த்தர் இவ்வாலிபனுடைய இருதயத்திலும் பேசினார். எனவே இரஷிப்பின் அறிவு பெற்று லீப்பர் ஐயரிடத்தில் 1858 ஜூன் மாதம் 27-ம் திங்கள் சாயர்புரத்தில் வேதமுத்து என்ற பெயருடன் ஞானஸ்நானம் பெற்று கிறிஸ்தவரானார்.

கச்சேரித் தளவாய்புரம்

இவ்வூரிலும் வெயிலுழுத்து என்ற ஒரு வாலிபனே முதல் கிறிஸ்தவன். இவரும் இவர் நல்ல தம்பி என்பவரும் முறையே வேதமுத்து, வேத மாணிக்கம் என்ற பெயர்களுடன் 1859 ஜூலை 17-ல் சாயர்புரத்தில் பிரதர்ட்டன் ஐயரிடம் ஞானஸ்நானம் பெற்றனர். (Conts P2080)

பட்டாணி விளை:

இவ்வூரிலிருந்து 1859 டிசம்பர் 25-ம் திங்கள் 10 பேர் ஞானதிஷ்டி பெற்றார்கள். அவர்களில் சிலர் பத்திரகாளி என்பவரும் அவர் மனைவி சந்தனமாரியும், ஊர்காவலப் பெருமாளும், மனைவி பெரிய பாட்டியும் நாராயணனும், மனைவி மாரியம்மையுமாவர். இவர்களுக்கு முறையே பாக்கியநாதன், பாக்கியம், வேதநாயகம், பேரின்பம், நல்ல தம்பி, அன்னமரியாள் என்ற கிறிஸ்தவப் பெயர்கள் கொடுக்கப்பட்டன. இவர்களெல்லாரும் நெசவு தொழிலாளர்.

முள்ளன்விளை:

அதே நாளில் முள்ளன்விளை என்ற கிராமத்திலிருந்து ஏழு பேர் கிறிஸ்துவின் அங்கமானார்கள். இவர்கள் சிவன் (வயது 25) மனைவி சந்தனமாரி (21) வயனப்பெருமாள் (35) மனைவி அன்னம்மை (27) புலமாடன் (65) மனைவி கூர்ந்தவளையாள் (38) மகன் ஆறுமுகம் (19). இவர்களுக்கு முறையே சந்தோஷம், அன்னத்தாள், பேரின்பநாயகம், அன்னம்மை, நல்ல தம்பி, பேரின்பம், அருமைநாயகம் என்ற நாமங்கள் கொடுக்கப்பட்டன.

இவர்களெல்லாருக்கும் பிரதர்ட்டன் ஐயரே ஞானஸ்நானம் கொடுத்தார். இவர்கள் அனைவரும் பனைத்தொழில் செய்து வந்தார்கள். அவர்கள் கிறிஸ்தவர்களான பின் தங்களுக்குச் சொந்தமாயிருந்த சில கோவில்களையும் அவற்றைச் சேர்ந்த நிலங்களையும் [16 செண்டு]

மிஷனுக்கு ஈவுயளித்துவிட்டார்கள் என்று எண்ணப்படுகிறது. கனம் பிரதர்ட்டன் ஐயர் வேறு நிலங்கள் வாங்கி அங்கு ஒரு சிறு ஜெபாலயமும் பள்ளிக்கூடமும் அமைத்து உபதேசியார் வீடும் கட்டி முடித்தார். கல்லறைத் தோட்டமும் அவர் காலத்தே கொள்ளப்பட்டது.

சபை வளர்ந்து பெருகிற்று.

1860 முதல் 1868 வரையுள்ள காலச்சரித்திரத்தைப் பற்றிய திட்டவட்டமான குறிப்புகள் நமக்கு வந்தில.

பிரதர்ட்டன் ஐயர் 1860-ல் நாசரேத் பங்களாவில் வசிக்க ஆரம்பித்தது முதல் செமினெரித் தலைவர் பதவியை தன் உதவி ஆசிரியரான கனம் ஜாண் ஏர்ண்ஷா M.A. ஐயரிடம் (Rev. M.A) ஒப்படைத்தார். இவர் ஒரு சிறந்த கல்விமான். வேத சாஸ்திர நிபுணர். இங்கிலாந்தில் கொல்னெ என்றவிடத்தில் 1827 டிசம்பர் 26-ல் பிறந்து ரிப்பன் பட்டணத்து அத்தியஷரிடம் 1857-ல் டீக்கன் பட்டமும் 1858-ல் குருப்பட்டமும் பெற்று 1859 முதல் பிரட்டனுக்கு உதவியாக வேத சாஸ்திர ஆசிரியராகப் பணியாற்றி வந்தார். 1863-ல் லீவில் சுயதேசம் சென்றவர் பின் திரும்பி வரவேயில்லை. லிவர்பூல் நகரத்தில் சுமார் 12 வருஷங்கள் சாப்பிளனாக வேலைபார்த்து 1877-ல் ஓய்வெடுத்து 1881-ல் மரித்தார். மட்டும் நாம் அவரைக் குறித்து அறியக்கூடியதாகவிருக்கிறது.

ஏர்ண்ஷா ஐயர் சீமைக்குப் போனபின் செமினெரித் தலைவர் பதவி ஏர்ண்ஷா ஐயருக்கு உதவி ஆசிரியராய் 1857 முதல் ஊழியம் செய்து வந்த திரு ராபர்ட் ஜேம்ஸ் பிரெஞ்ச் (Mr. R.J.French) என்பவருக்குக் கொடுக்கப்பட்டது. இவர் 1863 முதல் 1869 வரை இப்பதவியை வகித்தார். பிரெஞ்ச் செமினெரித் தலைவராயிருக்கும்போது 1864-ம் வருஷத்தில் முதல் முதலாவதாக மெட்ரிக்குலேஷன் வகுப்பு ஏற்படுத்தப்பட்டு முதல் மாணவன் பரீட்ஷைக்கு அனுப்பப்பட்டார். அவர் பரீட்ஷையில் தேறி கலாசாலைக்குக் கீர்த்தியும் புகழும் சம்பாதித்தார். பிரெஞ்ச் அவ்வாலிபனை தனக்கு உதவி ஆசிரியரில் ஒருவராக நியமித்துக் கொண்டார். அவ்வாலிபனே பிரசித்திபெற்ற கனம் G. அருமைநாயகம் ஐயர். இவரைப்பற்றி நாம் பின் அத்தியாயங்களில் சில நேரிடும்.

பின் மொரீஷியஸ் தீவுக்குப் போனார். அங்கு இரண்டு வருஷங்கழித்து உதவிக் குருவாகி 1872 குருப்பட்டம் பெற்று 1893-ல் கனோனாக 1895- ல் முதல் அவ்வத்தியஷாதினத்தில் ஆர்ச்டீக்கனாகவும்

உயர்வு பெற்றார்.

இக்காலமெல்லாம் பிரதர்ட்டன் ஐயர் மேற்பார்வையிலேயே சேகரவூழியம் நடைப்பெற்று வந்தது.

செமினெரியை மெட்ரிக்குலேஷன் அந்தஸ்துக்கு உயர்த்த வெகு பிரயாசம் எடுத்து அதில் வெற்றி பெற்று. தனக்கு பின் வந்தவர் காலத்திலையினும் (1862) சித்திபெற்றார். பின் வந்தவர்களான பிரெஞ்ச் 1864 ல் முதலாவதாக சில மாணவர்களை சர்க்கார் மெட்ரிக்குலேஷன் பரிட்ச்சைக்கு அனுப்பினார்.

ஏர்ண்ஷா செமினெரியினால் என்றும் மறக்கக்கூடாதவர் என்று சொல்லுவோம். 1861 ம் ஆண்டு செமினெரீ சிற்றாலயம் ஒன்று அவசியம் என்று கண்டு அதற்காக பணம் சவதரித்து அந்த வருஷத்திலேயே அஸ்திவாரமும் அமைத்தார். ஆனால் அவரால் அதை கட்ட முடியாமல் போயிற்று. பிரெஞ்ச் காலத்தில்தான் அது முடிவுபெற்று பிரதிஷ்டையாயிற்று.

1866-ல் சாயர்புரம் சேகரம் இரண்டு பாஸ்ற்றரேட்டுகளாகப் பிரிக்கப்பட்டது. ஒன்று கிழக்குப் பாஸ்ற்றரேட் எனவும் மற்றது மேற்குப் பாஸ்ற்றரேட் எனவும் அழைக்கப்பட்டன. கிழக்குப் பாஸ்ற்றரேட்டுக்கு இடையர்காடு தலைமை ஸ்தானமாயிற்று. மேற்குப் பாஸ்ற்றரேட்டுக்கு சாயர்புரமே கஸ்பா. இடையர்காடு ஒரு பாஸ்ற்றரேட் ஸ்தலமாகுமுன்னாலேயே அதில் தாவீது அருளப்பன் ஐயர் ஒரு வருடம் டிக்கனாக ஊழியம் செய்தார் என்பது உயர்திரு S.K. வீரசிகாமணியவர்கள் அபிப்பிராயம் ஆனால் மகாகனம் வெஸ்ற்றர்ண் அத்தியட்ஷரவர்கள் அவ்விதம் கருதவில்லை. 1866-ல் அது பாஸ்ற்றரேட் ஆக்கப்பட்டு கனம் D. ஞானப்பிரகாசம் ஐயரவர்களின் மேற்பார்வையில் விடப்பட்டது. ஞானப்பிரகாசம் ஐயரவர்களின் காலத்தில் (1866-1871) இப்பாஸ்ற்றரேட் பல விஷயங்களிலும் முன்னேற்றமடைந்தது.

மேற்கு பகுதியாகிய சாயர்புரம் சேகரம் 1863 முதல் 1866 வரை கனம் யோபு ஐயரின் ஊழியத்தைப் பெற்றது. இவர் அக்காலமெல்லாம் டிக்கனாக இருந்தபடியால் மாதமொரு முறை கனம் பிரதர்ட்டன் ஐயர் சாயர்புரத்தில் பரி நற்கருணையாராதனை நடத்துவதற்கும் சேகர விசாரணை செய்வதற்கும் வருவதுண்டு. 1866 ல் பிரதர்ட்டன் ஐயர் கிறிஸ்தியான் நகரம் சபையை மேல் விசாரணையும் சேர்த்துப் பார்க்க வேண்டியதேர்ப்பட்டதாலும், அங்கு தனக்கு உதவியாக இருக்கவென்று

யோபு ஐயரை அவ்விடத்திற்கு மாற்றியும் D வேதமுத்து ஐயரை சாயர்புரம் குருவாக நியமிக்கப்பட்டார். (1866)

கனம் D. வேதமுத்து ஐயர் நெல்லை குருக்களில் மிகவும் பிரசித்தி பெற்றவர்களில் ஒருவர். இவர்களைப் பற்றிப் பின் அத்தியாயங்களில் அதிகமாகக் கூற நேரிடுமாதலின் இங்கு அதிக விவரங்களை விடுவம்.

இதில் 1865-ல் மரணமடைந்த கனம் அருளப்பன் தாவீது ஐயரவர்களைப்பற்றிச் சில கூற வேண்டும்.

இவர் தான் திருநெல்வேலி S.P.G. மிஷன் ஊழியரின் முதல் இந்திய குருவாவர். தாவீதின் பெற்றோர் உக்கிரமன்கோட்டை வாசிகள். அவ்வூரில் 1780 முதல் சபை உண்டாயிற்று. சத்தியநாதனையர் காலத்தில் (1785-1805) அச்சபை வளர்ச்சியடைந்து, சுற்றுப்புறங்களில் காணப்பட்ட சிறு சபைகளுக்கு ஆதரவாயிருந்து வந்தது. ஆனாலும் ரோமானித்தராலும், இந்துக்களாலும் சபையாருக்கு அடிக்கடி கொடுந்துன்பங்கள் உண்டாவதுண்டு. பாளையக்காரரால் நாட்டில் பல குழப்பங்கள் ஏற்பட்ட காலத்தில் அநேக மக்கள் வேற்றிடங்களுக்குச் செல்லலாயினர். தாவீதின் பெற்றோரும் வேற்றிடம் நாடி தஞ்சாவூருக்கு வந்து தஞ்சம் புகுந்தனர். தெய்வபக்தியுள்ளவர்களாதலால் சீக்கிரமே தஞ்சைச் சபையிலும் அங்கத்தினராயினர். அக்காலத்தில் தான் 1804 ஜூலை 17-ல் அவர்கள் புத்திரன் அருளப்பன் தாவீது பிறந்தார். சிறுபிராயத்திலேயே மிகுந்த புத்தி தீக்ஷண்யமுடையவராய் காணப்பட்டபடியால் பிரசித்திபெற்ற தஞ்சை வேதநாயக சாஸ்திரியார் இவரைத் தன் ஆதரவுக்குள் எடுத்து, கல்வி கற்பித்துப் பராமரித்து வந்தார்.[3]

பின்னால் வாலிபப் பிராயத்தில் தன் சொந்தஊராகிய உக்கிரமன்கோட்டையிலேயே திருப்பணி விடை செய்யவெண்ணி, அங்கு வந்து சேர்ந்து உபாத்தியராகவும் உபதேசிகராகவும் ஊழியம் செய்தார். இவரது ஊழியம் ஆத்தும ஆதாயம் ஒன்றையே தன் குறிக்கோளாகக் கொண்டிருந்தது. 1835-ல் ரோசன் ஐயர் உக்கிரமன்கோட்டையைப் பற்றி எழுதிய நீண்டதோர் குறிப்பில் இவரது பணிவிடையை வெகுவாய்ப் பாராட்டியுள்ளார்.[4]

அவ்வருஷமே ஐயர் தாவீதை விசாரணை உபதேசியாராக்கினார்.

---

3. P 171 vedanayagam sastriar By Dr.D.W. Devadasan 1947
4. See Tirunelveli Diocesan Magazine May 1949 Pp 105, 106 and Early History of tinnevelly Mission Caldwell Pp 283, 284

பின் சில வருஷங்கள் கழித்து 1843-ல் போப் ஐயர் சாயர்புரத்தில் ஏற்படுத்தியிருந்த கலாசாலையில் பயிற்சி பெற்று சிலகாலம் விசாரணை உபதேசியாராகப் பணிவிடை செய்து 1854-ல் மகாகனம் தாமஸ் டிஅல்ட்ரி அத்தியஷ்சரிடம் உதவி குருப்பட்டம் பெற்று நாம் முன் கண்டதுபோல சிறந்த குருப்பணிவிடை செய்யலானார். புதியம்புத்தூர் சேகரத்தில் கெர்ன்ஸ் ஐயருக்குதவியாக நியமிக்கப்பட்ட காலத்தில் மேலச்செயித்தலை பிராத்தியம் இவருக்குக் கொடுக்கப்பட்டது.

அக்காலத்தில் அவர் திடிரென்று நோய்ப்பட்டார். ஓயா உழைப்பின் காரணமாய் அவருடைய உடல்நலம் குன்றியிருந்தது. எனவே வியாதியைத் தாங்க சக்தியற்றவரானார். மரணநோய் சமீபித்த போது தன் பிள்ளைகள், மருமக்கள்மார் பேரப்பிள்ளைகள் னைவரையும் அழைத்து அவர்களைப் பார்த்து **"உங்களுக்கு நான் ஆஸ்தியும் வைக்கவில்லை, கடனும் வைக்கவில்லை, படிப்புதான் உங்களுக்கு ஆஸ்தி. கர்த்தர்தான் உங்களுக்குத் துணை"** என்று சொல்லி அவர்களை ஆசீர்வதித்தார். அவர் விட்டுப்போன பின்சந்ததியாரான அவர்கள் 42 பேர். ஐயர் மிகவும் உத்தமர், நற்குணசாலி, உலகமேன்மையை வெறுத்தவர், ஜெபத்தில் வல்லமையை உணர்ந்தவர், துன்பத்தில் கடவுள் பேரில் நம்பிக்கையுள்ளவர். கிராமங்கள்தோறும் போய் பிரசங்கித்து அநேகரைத் திருச்சபையில் சேர்த்தார். தன்னுடைய பிள்ளைகளை கல்வியிலும், பக்தியிலும் வளர்த்தார். இவருடைய பின் சந்ததியாரில் அநேகர் உண்மையுள்ள கிறிஸ்தவர்களாக விளங்கி வருகிறார்கள். 1865-ம் வருஷம் அக்டோபர் மாதம் 9-ம் தேதி இப்பக்தன் பரம பதம் சேர்ந்தார்.

கனம் பிரதர்ட்டன் ஐயர் 1869-ம் ஆண்டு ஜூன் மாதம் 28-ம் தேதி நாசரேத்தில் மரணமானார். அவர் இங்கிலாந்திலுள்ள லிங்கன்ஷையரில் (Lincolnshire) மாகாணத்தில் பாஸ்டன் நகரில் 1809-ம் வருஷம் மே மாதம் 31-ம் தேதி பிறந்தார். கேம்பிரிட்ஜ் சர்வ கலாசாலையில் M.A. பட்டம் பெற்று 1836 குருவபிஷேகமான பின் இந்தியாவுக்கு மிஷெனெரியாய் வந்தார். S.P.G. சங்க ஆதரவில் சென்னை, தஞ்சை, நெல்லை நாடுகளில் 33 வருஷங்கள் பணிவிடையாற்றினார். அவர் மிகுந்த கல்விமான், சிறந்த பிரசங்கி, ஏராளமாய் வாசித்தவர். பழங்காலச் சரித்திரப் பிரியன். தமிழ், ஆங்கிலம் என்ற இருபாஷைகளையும் நன்றாய்ப் பேசக்கூடியவர். எபிரேயு, கிரேக்கு, லத்தின் பாஷைகளில் அவருக்கு நிகரானவர் இந்தியாவிலேயேயில்லை. எபிரேயு பாஷையில் அவருக்குள்ள பாண்டித்தியம் காரணமாய் 'ரபி' என்றழைக்கப்பட்டார்.

மேலும் தமிழ் வேதாகம மொழி பெயர்ப்பில் (Bower Version) அவருடைய எபிரேய அறிவு வெகுவாய் பயன்பட்டது. அவருடைய கல்வித் திறமையையிட அவரது ஊழியத்திறன் மேலானது. அவ்வேலையை முழு மனதோடும், துப்புரவாகவும், தாழ்மையுள்ள சிந்தனையோடும், உற்சாகமுள்ள மனப்பான்மையோடும் தன்னை அறமே மறந்து, தன் ஊழியத்திலும், தன் ஆண்டவரிலும் பூரண நம்பிக்கை கொண்டவராய்ச் செய்வார். மலையென்றும், வெயிலென்றும், பனியென்றும் பார்ப்பதேயில்லை. இந்துவிடமானாலும், கிறிஸ்தவனிடமானாலும், யாரிடமானாலும் கிறிஸ்து நாதரின் அன்பைப்பற்றிச் சொல்வதற்குத் தயங்கவேமாட்டார். வயது ஆக ஆக சரீரத்தில் களைப்பு ஏற்பட்டது. ஆனால் அவர் அதைப்பற்றிக் கவலைப்பட்டதில்லை. அவரது சரீரத்தோற்றம் கம்பீரமானது. வளர்ந்து தடித்த திரேகம் எனினும் கஷ்டமான வேலைகளை கஷ்டமென்றெண்ணுவதில்லை. சுவிசேஷம் பிரசங்கம் செய்வதில் மிகுந்த ஊக்கமும் உற்சாகமுள்ளவர். நாசரேத், சாயர்புரம் என்ற இருசேகரங்களிலும் சுவிசேஷத்தைத் தங்கள் வீட்டு வாசல்களிலேயே வைத்துக் கேளாத கிராமத்தினர் ஒருவருமில்லை என்றெழுதினார்.

ஒரு கிராமத்தில் கூடாரமமைத்துப் பலநாள் அதில் தங்கி, அங்கிருந்து பல கிராமங்களைச் சந்தித்து தெருக்கள்தோறும், சந்திகள் தோறும் வீடுகள்தோறும் சென்று பிரசங்கம் செய்வார். நள்ளிரவில் வெகு நேரம் முழங்காலில் நின்று தன் ஆண்டவருடன் பேசுவார்.

காலைதோறும் கையில் ஒரு தடியுடன் விரைவாக நடந்து தான் தெரிந்துகொண்ட கிராமத்துக்குச் செல்வார். தன் உடன் ஊழியர் தன்னைப்போல் விரைந்து நடக்கக் கூடாதவராயிருப்பின் ஒருபோதும் அவர்களைக் கடிந்து கொள்வது கிடையாது. தனக்குரிய வேலைகளுடன் மற்றவர்களுடைய வேலைகளையும் சேர்த்துச் செய்வதில் ஒரு அலாதி பிரீதி. தேவனுடைய ஊழியத்தில் எப்பொழுதும் கடினமான வேலைகளையே செய்து வந்த அவர் அக்கடின சேவையிலேயே தன் ஜீவனை அர்ப்பணம் செய்தார் என்று கூறலாம்.

இவ்வண்மையாய்ச் செய்த ஊழியத்தின் பலனாய் அநேகர் கிறிஸ்து மார்க்கத்தில் சேர்ந்தார்கள். சாயர்புரம் புதுக்கோட்டை சேகரங்களில் அக்காசாலை, உம்மரிக்காடு முதலிய புதுச்சபைகள் தோன்றின.

அவற்றில் சில:

அக்காசாலை:	1860	மே	20
உம்மரிக்காடு:	1861	அக்ட்	23
கொற்கை:	1861	டிச	18
கட்டையாலங்குளம்:	1862	நவ	4
வளையக்காரன் விளை:	1862	டிச	19
காயல்:	1862	டிச	28
குமாரபுரம்:	1866	நவ	25
மாரமங்கலம்:	1867	ஜன	13
கொத்தலரிவிளை:	1867	ஜன	13

குமாரபுரத்தில் ஆலய மனையும், பள்ளிக் கூடமும், உபாத்தியார் வீட்டு மனையும் அவர் காலத்தில் வாங்கப்பட்டது எனலாம். அவ்விதமே கட்டையாலங்குளம் தேவாலயம், மிஷன் வீடு, பள்ளிக் கூடமும் கட்டப்பட்டது. கல்லறை தோட்ட நிலமும் அவர் காலத்திலே என யூகிக்கக்கூடும். ஆறுமுக ஸ்தலத்திலும் 1867 டிசம்பரிலும் ஆலயப் பள்ளிக் கூட மனைகள் இன்னுமாக வாங்கப்பட்டதாக தெரிகின்றது. கொத்தலரிவிளை நத்தமும் இவ்வித யூகத்திற்குப்பட்டது.

இவ்வண்ணமாய்ச் சிறந்த ஊழியம் நடத்தி வந்த அவரை 1869 மார்ச் மாதத்தில் ஒரு வியாதி பிடித்தது. இதிலே அவருடைய வாழ்க்கையிலே முதல் தடவையாக அவர் நோய் வாய்ப்பட்டதாம். சுகமானாலும் இனிக் கஷ்டமான வேலைகளைச் செய்வதையும் ஓய்வின்றி உழைப்பதையும் நிறுத்த வேண்டுமென்று அவருக்கு ஆலோசனை கூறப்பட்டது. அதற்கிணங்க அவர் கிராமங்களுக்கு அலைவதை மட்டும் நிறுத்தினாரே ஒழிய மற்றப்படி தனது தலைமை ஸ்தானத்தில் செய்து வந்த வேலைகளைச் சற்றெங்கிலும் குறைத்துக் கொள்ளவில்லை. ஜூன் மாதம் முதலாம் தேதியில் ஒரு தமிழ் வேத அகராதி தயாரிப்பதில் ஈடுபட்டார். 8-ம் தேதி நான்கு ஆராதனைகள் கூடத்தில் பிரசங்கம் செய்தார். நாசரேத்தில் அன்று அவர் செய்த பிரசங்கங்களில் கடைசிப் பிரசங்கத்தின் கடைசி வசனமாக அவர் சொன்ன வார்த்தை **'ஓட்டத்தை முடித்தேன்'** என்பது. அதைத் தீர்க்கத்தரிசனமாகக் கூறினாரா? அதுவே பிரசங்கப்பீடத்தில் தான் சொல்லும் கடைசி வசனம் என்று அவர் அறிந்திருந்தாரா? அறியோம். 8-ம் தேதி இரவு சுகமாய் நித்திரைக்குச் சென்றவர் 9-ம் தேதி சுகவீனத்துடன் எழுந்தார். மூன்று

மாதங்களுக்கு முன் அவரை முடக்கி வைத்த வியாதி தலை காட்டியது. சிகிச்சைக்குட்படாமல் வியாதி முற்றி மாலைக்குள் பக்தன் ஆண்டவரின் திருமார்பில் சமாதானத்துடன் இளைப்பாறலானார்.

அவருடைய குணநலன்களை விஸ்தரிக்க முடியாது. குழந்தையைப் போன்ற தாழ்மை, சாந்தம், யாருக்கும் தீங்கு நினையாத தன்னலமற்ற சுபாவம், மாய்மாலமற்ற தூய இருதயம், இவை அவரின் வாழ்க்கையை அலங்கரித்த பண்பாடுகள். கனம் ஐயரின் சடலம் நாசரேத் ஆலயக் காம்பவுண்டில் சேமிக்கப்பட்டுள்ளது.

கனம் J.F. கெர்ன்ஸ் ஐயர்

(JAMES FLERNING KEARNS 1869-1873)

ஜேம்ஸ் ஃப்ளெர்னிங் கெர்ன்ஸ் ஐயர் புதியம்புத்தூரில் மிஷெனெரியாக நியமிக்கப்பட்டு 1856 முதல் 1873 வரை அங்கு ஊழியம் செய்தார். கனம் பிரதர்ட்டன் ஐயர் மரணமானாலும் கெர்ன்ஸ் புதியம்புத்தூருடன் சாயர்புரத்தையும் சேர்த்துக் கண்காணிக்கும்படி கேட்டுக்கொள்ளப்பட்டார். ஏற்கனவே புதியம்புத்தூருடன், புதுக்கோட்டையும் சேர்க்கப்பட்டிருந்தபடியால் ஐயர் இப்போது மூன்று சேகரங்களுக்கு மிஷெனெரி அதிகாரியானார்.

கெர்ன்ஸ் ஒரு சிறந்த மிஷெனெரி. கால்டுவெல், போப், மர்காஷிஸ் போன்று கீர்த்தி வாய்ந்தவரல்லவெனினும், புகழையும், பிரசித்தியையும் நாடாது, தன் கடமைகளை மட்டும் ஊக்கத்துடன் செய்து முடிக்கும் அவாவுடையவர்.

கெர்ன்ஸ் ஐயர் காலத்தில் சாயர்புரம் சேகரம் பலவிதமான சங்கடங்களுக்கிடையிலும் முன்னேற்றமடைந்து வந்தது. சேகர ஊழியத்தில் முதலாவது உண்டான சங்கடம் 1869 நவம்பர் மாதத்திலுண்டான வெள்ளச் சேதமாகும். 1827-ம் ஆண்டில் ஒரு பயங்கரமான வெள்ளமுண்டானபின் 1869-ல் தான் நம் நாட்டில் மித மிஞ்சின மழையும் அதினால் பல சேதங்களும் ஏற்பட்டன. இவ்வெள்ளத்தைப் பற்றிய ஒரு சுருக்க விவரணை 1869-ம் வருஷ C.M. ரெக்கார்டில் கனம் எட்வர்ட் சார்ஜன்ட் ஐயரால் [பின்னாளில் அத்தியஷர்] கொடுக்கப்பட்டது. ஜில்லா முழுவதிலும் பொருள் நஷ்டம் ஏராளம். உயிர் நஷ்டமுமுண்டு. தாமிரபரணி நதியிலுள்ள அழகிய சுலோச்சன முதலியார் பாலம் வெள்ளத்தால் சேதமுற்று, அதன் வளைவுகளில் நான்கு இடிந்து விழுந்து அழிந்தன.[1]

நம் சேகரத்திலும் வெள்ளத்தால் பெருஞ்சேதம் விளைந்தது.

1. C.M. Record 1869 Pp 306-308

மக்கள் தங்கள் பொருள்களில் பலவற்றை இழந்தார்கள். அநேக வீடுகள் இடிந்து விழுந்தன. வயல்களும் புஞ்சைப் பயிர்களும்கூட வெள்ளத்தால் அழிவுற்றன. கிராமத்தில் மிஷன் வீடுகள், பள்ளிக்கூடங்கள், ஆலயங்கள் முதலியவற்றில் பல பழுதுபட்டு, சில விழுந்து போயின. இடையர்காட்டில் குருவானவரின் வீடு விழுந்து அதின் பாகங்கள் சில வெள்ளத்தால் அரித்துக்கொண்டு போகப்பட்டன. கிராமம் முழுவதுமே போய்விடுமோ என்று எண்ணத்தக்கதாக தண்ணீர் ஏறிக்கொண்டே வந்தது. ஜனங்கள் கல்லால் கட்டப்பட்ட வீடுகளின் மச்சுக்களிலும், கிறிஸ்தவ ஆலயத்திலும், பங்களாவிலும் தஞ்சம் புகுந்தனர். இரண்டு நாட்களாக ஒருவரும் தங்கள் வீடுகளுக்கும் போக முடியாது (நவம்பர்20, 21) இன்றும் இரண்டு மணி நேரங்கள் மட்டும் வெள்ளம் வடியாதிருந்தாலும் அந்தச் சின்ன பங்களாவும் கூட விழுந்திருக்கும். கட்டடத்தின் சுவர்களில் பலவிடங்களிலும் கீறல்கள் காணப்பட்டன. கோவிலைச் சுற்றிலும் தண்ணீர் ஓடி மண்ணை அரித்துக்கொண்டு போனதினால் அஸ்திபாரங்கள் நிர்மூலமாகக்கூடிய நிலைமையுண்டாயிற்று. நல்ல வேலையாக தண்ணீர் குறைய ஆரம்பித்துக் கூட்டம் தம்பிற்று.[2]

இடையர்காடு கனம் ஞானப்பிரகாசம் ஐயரவர்களின் மரணம் சேகர ஊழியத்திற்கு ஏற்பட்ட அடுத்த பெரும் நஷ்டம். தேவப்பிரியம் ஞானப்பிரகாசம் ஐயர் இடையன்குடிவாசி. அவர் 1825-ம் வருஷம் பிறந்து இடையன்குடியிலேயே கல்விகற்றுப் பின் சாயர்புரம் கலாசாலையில் சேர்க்கப்பட்டார். போப், ஹூக்ஸ்டரின் ஐயர்மாரிடம் வேத சாஸ்திரம் கற்று இடையன்குடியில் உபதேசிகராய் நியமிக்கப்பட்டு சில காலம் உத்தம ஊழியம் செய்து பின் கெர்ன்ஸ் ஐயரின் மேற்பார்வையில் புதியம்புத்தூர் சேகரத் தலைமை உபதேசிகராய் பல வருஷங்கள் பணிவிடை செய்தார்.

அக்காலத்தில் 1866-ல் சென்னை அத்தியஷரவர்களால் பாளைங்கோட்டை திரித்துவ ஆலயத்தில் உதவிக் குரு அபிஷேகம் கொடுக்கப்பட்டு, இடையர்காட்டில், தன் குரு பணியை நிறைவேற்றலானார். மிகுந்த திறமைசாலி, வேத வல்லுனர், கிறிஸ்துவுக்காக வைராக்கியம் கொண்டவர். யாருக்கும் தன்னைக் கீழ்ப்பட்டவராக எண்ணமாட்டார். இயேசுநாதர் ஒருவருக்கு மட்டும் தான் அடிமை என்று உணர்ந்து தன் எண்ணங்களிலும் கூடச் சுயாதீனனாகத் திகழ்ந்தார். மிகவும் ஊக்கமாகவும் விவேகத்துடனும் தன் கடமைகளை நிறைவேற்றி வந்ததினால் மக்களால் அதிகமாய் நேசிக்கப்பட்டார்.

---

2. M.D.C. Record 1870.

கிறிஸ்தவ மக்கள் மத்தியில் மட்டுமல்ல, புறமதஸ்த்தரிடமும் அவருக்கு மிக்க கண்யம் (ஐக்கியம்) உண்டு. புறமதஸ்தரிடை சுவிசேஷம் பரவ வேண்டும் என்ற வாஞ்சை மேலிட்டால் சுவிசேஷப் பிரபல்ய சேவையில் தன் நேரத்தையும், பெலனையும் செலவிட்டார். இந்துக்கள் கிறிஸ்தவர்களாக வேண்டும் என்ற அவாவின் காரணமாக அத்திவ்ய கைங்கூர்யத்தை நிறைவேற்றுவதற்குத் திட்டங்கள் வகுப்பதும், மணிக்கணக்காய் அவற்றைக் குறித்துப் பேசிக் கொண்டிருப்பதும் மிகவும் பிரியம்.

நாம் முன்சொன்னபடி வெள்ளத்தினால் சேதமேற்பட்ட காலத்திலிருந்து அவருடைய சுகமும் சேதப்பட்டுவிட்டதுபோலும். ஏனெனில் அதன்பின் அவர் அடிக்கடி நோய்வாய்ப்பட்டார். கடைசியாகப் பல மாதங்கள் கிடையாய் கிடக்க நேரிட்டுவிட்டது. எனவே மிஷெனெரிமார் அவரைத் திருநெல்வேலியிலிருந்தே மாற்றிவிட்டால், அது அவருடைய சுகத்துக்கேற்றதாயிருக்கும் என்றெண்ணி அவரைக் கும்பகோணத்துக்கு மாற்றினார்கள். ஆனால் அதற்குள் காரியம் மிஞ்சிவிட்டது. மாற்றுதல் கட்டளை அவர் கைக்கு வந்த காலத்தில் அவர் பிரயாணம் செய்யக் கூடாத நிலைமையிலிருந்தார். பின் சிலநாட்களில் 1871-ம் ஜூலை மாதம் 18-ம் தேதி தான் நெடுநாள் பொறுமையுடன் தாங்கி வந்த நோவு நீங்கி, மறுமைக்குட்பட்டார். கனம் ஐயரின் மரணம் இடையர்காட்டில் இந்துக்களையும் கிறிஸ்தவர்களையும் ஆழ்ந்த துயரத்துள்ளாக்கிற்று. சாயர்புரம் சேகர முழுவதும் அவருடைய மரணத்தாலுண்டான பெரும் நஷ்டத்தைச் சமாளிக்கக் கூடாதாயிற்று.[3]

மரிக்கும்போது அவருக்கு வயது நாற்பத்தைந்து தான். 1866 முதல் 1869 வரை டிக்கனாகவும் 1869 முதல் குருவாகவும் அவர் செய்த ஊழியம் இடையர்காட்டு பாஸ்ற்றரேற்றை ஸ்திரமும், உறுதியும் கொண்டதாகிறது. ஐயருடைய மூத்த மகன் கனம் D.G தாவீது ஐயர். இவர் 1886-ல் குருப்பட்டம் பெற்று தருவை, நாகலாபுரம், மொரீஷியஸ் தீவு, நாங்கூர் முதலியவிடங்களில் திருப்பணிவிடையாற்றி 1900-ம் வருஷம் ஜனவரி மாதம் முக்தியடைந்தார்.

கனம் கெர்ன்ஸ் ஐயர் 1869-ம் வருஷத்து ரிப்போட்டில் சாயர்புரம், புதுக்கோட்டை, புதியம்புத்தூர் சேகரங்களிலுள்ள கிறிஸ்தவ மக்களின் வாழ்க்கைப் பற்றி ஒரு சுருக்கம் விவரணை கொடுத்திருக்கிறார். அவர் கூறுவது:

---

3. M.D.C Record 1870

மக்கள் சமுதாய வாழ்க்கையில் முன்னேற்றமடைந்திருக்கிறார்கள். அவர்கள் வீடுகள் சுத்தமாகவும், காற்றோட்டமாகவுமிருக்கின்றன. நல்ல ஆகாரம் அருந்தி, நல்ல உடை அணிந்து, இருபது வருஷங்களுக்கு முன்னிருந்ததை விட ஐசுவரியன்களாக வாழுகிறார்கள். ஆனால், கல்வியைத் தேட வேண்டிய அளவு தேடவில்லை. ஐசுவரியமும் அறிவீனமும் எங்கும் காணப்படுகிறது. ஐசுவரியமுள்ளவர்கள் தாங்கள் அறிவீரையிருப்பது பற்றி எள்ளளவும் வெட்கப்படுவதில்லை. பணமும், கல்விக் குறையும் சேரும்போது சுயநலமும் கூடவே வந்து விடுகிறது. பொதுநலச் சேவையின் ஆவியே காண்பதறிவு. சன்மார்க்க உயர்வைப் பற்றியும், கல்வியின் விருத்தியைப் பற்றியும் கருத்துக் கிடையாது. ஒவ்வொருவரும் தந்தன் சுயநலத்துக்கான காரியங்களிலேயே ஈடுபடுகின்றனர். ஆனாலும் தந்தி, நீராவியந்திரம், தபாலாபீஸ், அம்மைக்குத்துதல் முதலியவற்றின் நுட்பங்களையறிய அதிக ஆசையும், அதை விவரிக்கப்புகின் கிரஹித்துக் கொள்ளக்கூடிய சக்தியும் ஓரளவு உண்டு. எப்பொழுதும் எதையும் பற்றி மற்றவர்கள் சொல்லக் கேட்டறிந்து கொள்ள விரும்புகிறார்களேயன்றித் தன் தனக்குத்தானே வாசித்தறிந்து கொள்ள வேண்டும் என்ற சிந்தையேயில்லை. எனவே கிறிஸ்தவர்கள் மத்தியில் அதிகமான கிறிஸ்தவ இலக்கியங்களாவது கிறிஸ்தவ எழுத்தாளர்களாவது தோன்றவில்லை.

அக்காலத்தில் (1869) சாயர்புரம் சேகரத்தில் ஞானஸ்நானம் பெற்ற கிறிஸ்தவர்கள் தொகை 1153, ஆராய்ச்சிக்காரர் 471. D. வேதமுத்து ஐயரும் D. ஞானப்பிரகாசம் ஐயரும் நாம் முன் கண்டது போல் முறையே சாயர்புரம், இடையர்காடு பாஸ்ற்றரேட்டு குருமாராயிருந்தனர்.

சாயர்புரம் பாஸ்ற்றரேட்டில் பத்துச் சபைகளுண்டு. அவற்றில் ஆறு கிறிஸ்தவக் கிராமங்கள். நான்கு கிறிஸ்தவர்களும் இந்துக்களும் சேர்ந்தே வசித்து வந்த ஊர்கள். கிறிஸ்தவர்கள் 638. அதில் ஞானஸ்நானம் பெற்றவர்கள் 549. நற்கருணைக்காரர்கள் 159. வாசிக்கத் தெரிந்தவர்கள் 180. நான்கு ஆரம்பப் பாடசாலைகள் மட்டுமிருந்தன. அவற்றில் 99 பையன்களும் 37 பெண் குழந்தைகளும் கல்வி கற்று வந்தனர்.[4]

கனம் வேதமுத்து ஐயர் மாதமிருமுறை தன் பாஸ்ற்றரேட்டிலுள்ள ஒவ்வொரு சபையையும் சந்தித்து விடுவார். ஒவ்வொரு சனிக்கிழமையிலும் சபை ஊழியரைச் சாயர்புரத்தில் தன் வீட்டில் கூட்டுவித்து அவர்களுக்கு

---

4. M.D.C. Record 1869

உபதேசங்களும், ஆலோசனைகளும், ஆறுதல் மொழிகளும் கூறி உற்சாகப்படுத்துவதுண்டு. ஒய்வுநாட்களில் சாயர்புரம் தவிர வேறு இரண்டு கிராமங்களுக்குச் சென்று ஒய்வுநாளாராதனை நடத்தி வருவார். ஒவ்வொரு கிராமத்திலும் ஒய்வுநாள் வகுப்புகள் நடத்த வேண்டுமென்பது ஊழியருக்குக் கொடுக்கப்பட்ட கண்டிப்பான கட்டளை. சாயர்புரத்தில் ஒய்வுநாள் தவறாமல் மத்தியான ஆராதனையை ஐயர் தாமே நடத்துவார். அவ்வாராதனைக்குப் பின் ஒய்வுநாள் வகுப்புகள் நடைபெறும். அவ்வகுப்புகள் மூன்று பிரிவாய் நடக்கும்.

1. **கல்வியறிவுள்ள சபையார் வகுப்பு:** இவ்வகுப்பு சாயர்புரம் சபையிலுள்ள கற்றறிந்த சபை மக்களில் சிலரால் நடத்தப்பட்டது.

2. **கல்வியறிவில்லா சபையார்:** இது உபதேசியாரால் படிப்பிக்கப்பட்டது.

3. **குழந்தைகள் வகுப்பு:** செமினெரி மாணவர் இதற்கு ஆசான்கள்.

புதன்கிழமை சுப்பிரமணியபுரத்திலும், வெள்ளிக்கிழமை செந்தியம்பலத்திலும் மாலையாராதனைகள் நடத்தப்பட்டன. ஒவ்வொரு புதன்கிழமையிலும் சாயர்புரம் சபையிலுள்ள பெண்களும் சமீபத்திலுள்ள சபைகளிலிருந்து கூடிய பெண்களும் குருவானவர் வீட்டில் கூடி வேத வாசிப்பு, தியானம், பிரசங்கம் கேட்டல், ஜெபம் முதலியக் காரியங்களிலீடுபடுவர். ஐயரவர்களின் மனைவி இக்கூட்டங்களை நடத்தி வந்தார்கள். ஒவ்வொரு சனிக்கிழமை இரவிலும் சாயர்புரம் ஆலயத்தில் பரிசுத்த நற்கருணை ஆயத்த ஆராதனை நடைபெறும். சாயர்புரத்திலும் சமீபத்திலுள்ள கிராமங்களிலுமிருந்து நற்கருணைகாரர் அவ்வாராதனைக்கு வர எதிர்பார்க்கப்பட்டார்கள்.

சங்கக் காணிக்கை கொடுப்பதில் மக்கள் வெகு உற்சாகம் காண்பித்து வந்தார்கள். ஆண்களுக்கும் பெண்களுக்கும் தங்கள் பாஸ்ற்றரேட் சுய ஆதரவுள்ளதாயிருக்க வேண்டுமென்ற ஆசை. சங்கக் காணிக்கை இரு வகைப்படும்.

- **சேகரச் சபை சங்கம்.**

- **கிராமச் சபைச் சங்கம்.**

இவற்றில் முன்னது எல்லாச் சபைகளிலும் உண்டு. பின்னது சில சபைகளிலும் மட்டுமே. 1869-ம் ஆண்டுக் கணக்கின்படி சாயர்புரம் பாஸ்ற்றரேட் கிராமச் சபைச் சங்கம் ரூ.1200. சங்கக் காணிக்கை தவிர

ஆலய பழுது பார்வை நிதியும் வேதமுத்து ஐயரால் ஏற்படுத்தப்பட்டது. 1869-ல் அந்நிதிக்கு வரவு ரூ. 250. மேலும் சபையாரில் ஒருவர் ஆலய மணி ஒன்று ரூ.15-க்கு வாங்கி நன்கொடையளித்தார்.[5]

சேகரச் சபையார் காணிக்கைகள் கொடுப்பது மேற்சொல்லிய வகைகளில் மட்டுமல்ல. குருமார் நிதி, ஆலயக் கட்டுமான நிதி முதலிய நிதிகளுக்கும் கொடுத்து வந்தார்கள். இவற்றில் 1869-ம் ஆண்டில் முன்னதற்கு ரூ.330-ம் பின்னதுக்கு ரூ.845-ம் போக கோயில் காணிக்கை ரூ.130-ம் பள்ளிக்கூட பீஸ் ரூ.37-ம் சேகர வருமானங்களாம்.[6]

வேதமுத்து ஐயர் 1870-ம் வருஷத்தில் எழுதிய ரிப்போர்ட்களிடமிருந்து நாம் அறிவது பலவுண்டு. 1870 ஜுன் மாதத்தில் பாஸ்ற்றரேட்டில் ஞானஸ்நானம் பெற்ற கிறிஸ்தவர்கள் தொகை 564, ஆராய்ச்சிக்காரர்கள் 88, படித்தவர்கள் 181, 1869-ம் வருஷத்தில் கற்க வருகிற ஆண்களில் அநேகர் தூங்கிவிடுகிறார்கள் என்ற காரணத்தால் மூடப்பட்ட செந்தியம்பலம் இப்பள்ளிக்கூடம் மறுபடியும் ஆரம்பிக்கப்பட்டது. செந்தியம் பலம் உபதேசியார் அதில் ஆசிரியராக நியமிக்கப்பட்டார். கிராமப் பள்ளிக்கூடங்களில் சுப்பிரமணியபுரம் பள்ளிக்கூடமே மிகவும் உன்னத நிலைமையிலிருந்தது. அதற்கு சர்க்கார் உதவித் தொகை ரூ. 63 கிடைத்தது. கட்டாலங்குளத்திலுள்ள பள்ளிக்கூடம் புதூருக்கு மாற்றப்பட்டது.

சபை ஊழியத்திலும் சில முன்னேற்றங்கள் ஏற்பட்டன. சாயர்புரத்தில் தினசரி காலை மாலை ஆராதனை நடத்தப்பட்டது. மக்கள் ஆஜர் வெகு திருப்திகரமாயிருந்தது. இவ்வொழுங்கு ஒவ்வொரு கிராமத்தில் செய்யப்பட்டு ஒவ்வொரு சபையிலும் மக்கள் இவ்வாராதனையினைப் பயன்படுத்திக் கொள்ளலானார்கள். கெர்ன்ஸ் ஐயர் இவ்வாராதனைகளில் பரிசுத்த வேத சரித்திரத்தை ஜனங்கள் அறிந்துகொள்ளத் தருணம் கொடுப்பது நல்லது என்று கண்டு அச்சரித்திரத்தைத் தொடர்ச்சியாய் அத்தினங்களில் வாசிப்பதற்காக வேத பாகங்களை குறித்திருந்தார். அப்பாகங்கள் வாசிக்கப்பட்டு விளக்கங்களும் ஜனங்களுக்குக் கொடுக்கப்படவே, ஜனங்கள் வேதச் சரித்திரத்தை சரிவரக் கற்றுக்கொள்ளக் கூடியதாயிற்று. ஒவ்வொரு சபையிலும் மாதந்தோறும் அம்மாதமும் அதற்கு முந்தைய மாதங்களிலும் கற்ற பாடங்களில் பரீட்சை நடத்தப்பட்டது. வேத அறிவில் நம் முன்னோர் சிறந்து விளங்கினார்கள் என்றால் அதற்குக் காரணம்

5. Report Rev D. Vetham 28-9-1869 in MDC Report 1869
6. MDC 1869 Report J.F.Kearney

இம்முறையல்லவா!

பரிசுத்த நற்கருணை மாதமொருமுறை முதல் ஓய்வுநாளிலும், பரிசுத்தவான்களின் திருநாட்களிலும் மற்றத் திருநாட்களிலும் சாயர்புரம் ஆலயத்தில் பரிமாறப்பட்டது. கிராமங்களிலிருந்து நற்கருணைக்காரர் அவ்வாராதனைகளுக்கு வர வேண்டும். சனிக்கிழமை இரவுதோறும் நடத்தப்பட்ட நற்கருணை ஆயத்த ஆராதனைகள் நிறுத்தப்பட்டு, முதல் ஓய்வுநாளுக்கு முந்தின வெள்ளியிலும் சனியிலும் மலையாராதனைக்குப் பதிலாக நடத்தப்பட்டது. தவிரவும் நற்கருணைக்காரர் வகுப்பொன்றும் புதன்கிழமைகளிலுண்டு. அதற்கு செமினெரி மாணவர்களும் வருவார்கள்.

சேகரச் சபைச் சங்கம் நிறுத்தப்பட்டது. அதற்குப் பதிலாக பத்திலொன்று (தசமபாகம்) கொடுக்கும் வழக்கம் ஏற்பட்டது. இந்த முறை அதிக முன்னேற்றமானது என்பது சேகரச் சபைச் சங்கக் காணிக்கையை விட இருமடங்குத் தொகை தசமப்பாகக் காணிக்கையாக 1870-ல் படைக்கப்பட்டது. கிராமச் சபைச் சங்கமும் 1200-இலிருந்து ரூ.1500-ஆக உயர்ந்தது.

குருவானவர் (வேதமுத்து ஐயர்) காலை, மாலை தவறாமல் சாயர்புரத்திலும், தன் சேகரத்திலுள்ள சபைகளிலும் சபையாரை அவர்கள் வீடுகளில் சந்தித்து அவர்கள் சுகத் துக்கங்களையும், ஆத்மீக ஷேம லாபங்களையும் விசாரித்து, போதித்து, ஜெபித்து வருவது வழக்கம். விசேஷமாக வியாதியஸ்தர், சஞ்சலமடைந்தோர், தேவைப்பட்டோர், நிர்ப்பாக்கியர், ஓய்வுநாள் அசட்டைக்காரர், ஆராதனை ஒழுங்கினர், நிர்விசாரிகள் சபைக் கிராமத்துக்குக் கீழ்படியாதோர் முதலியவர்களை அடிக்கடிச் சந்தித்து ஜெபித்து, உற்சாகப்படுத்தவும் சீர்ப்படுத்தவும் முயன்று வந்தார்.[7]

கிழக்கு பாஸ்ற்றரேட்டான இடையர்காடு உபசேகரத்திலும் கனம் D. ஞானப்பிரகாசம் ஐயர் நாம் முன் சொன்னது போல் மிகுந்த உற்சாகமாயும், ஊக்கமாயும் ஊழியம் செய்து வந்தார். அவர் 1869-ம் வருஷம் எழுதிய ரிப்போர்ட்டில் கூறுவது:

இந்தப் பாஸ்ற்றரேற்றின் எல்லைகள், கிழக்கில் கடல், தெற்கில் நதி, மேற்கில் சாயர்புரம் பாஸ்ற்றரே, வடக்கில் சக்கம்மாள்புரம் பாஸ்ற்றரே [புதியம்புத்தூர் வட்டாரம்]. இங்குள்ள புற மதஸ்தர், மேற்குப் பாஸ்ற்றரேட்டிலுள்ள புற மதஸ்தரைக் காட்டிலும் அறிவில் குறையுள்ளவர்கள். கிறிஸ்தவர்களில் பெரும்பான்மையோர் புதிதாய்

மார்க்கத்துக்கு வந்தவர்கள். மூன்று கிராமங்களில் பிராமணர் மட்டும் வசிக்கிறார்கள். அவர்கள் தங்கள் கிராமங்களில் சுவிசேஷத்தைப் பிரசங்கிக்க அனுமதி கொடுக்கிறார்களில்லை. மிகுதியான ஜனங்கள் பள்ளர் குலத்தைச் சேர்ந்தவர்கள். இம்மட்டும் ஒரே ஒரு பள்ளர் குடும்பம் மட்டும் தான் மனதிரும்பியிருக்கிறார்கள்.

பொதுவாக இம்மக்கள் கல்வியை வெறுக்கிறவர்களாயிருந்தார்கள். இப்போது அக்கிறிஸ்தவப் பள்ளர் குடும்பத்தினர் தங்கள் குழந்தைகளைப் பள்ளிக்கூடத்துக்கு அனுப்புவது அவர்களுக்கு ஓர் சிறந்த முன்மாதிரி. ஆகவே எல்லாரும் தங்கள் பிள்ளைகளை கல்வி கற்பிக்க விரும்புகிறார்கள்.

மறவர் ஜாதியில் சிலர் கிறிஸ்தவர்களானார்கள். ஆனால் சீக்கிரமே மறுதலித்துவிட்டார்கள். ஜனங்கள் பொதுவாக மிகவும் ஏழைகள். அநேகர் கூலியாட்களாகவும், கடினமான வேலைகளைச் செய்து பிழைக்க வேண்டியவர்களாகவுமிருக்கிறார்கள். எனவே பகல் வேளைகளில் அவர்களைப் பார்ப்பதே சிரமம்.

கிறிஸ்தவர்கள் ஏழைகளாயிருப்பினும் காணிக்கை கொடுப்பதில் தாராளமுடையவர்கள். சேகரச் சங்கம், கிராமச் சங்கம் என்ற இருவகைச் சங்கக் காணிக்கைகளையும் ஜனங்கள் உதாரத்துவமாய் கொடுத்து வருகிறார்கள்.

அன்னமரியாள் நாடாத்தி என்ற ஒரு கிறிஸ்தவ மாது நாலரை மரக்கால் விதைப்பாடு நஞ்சை நிலமும் உம்மரிக்காடு ஆலயத்துக்கு ஒரு நகராவும் வாங்கித் தானமளித்திருக்கிறாள். (அக்காலத்தில் ஆலயங்களில் மணி கிடையாது. ஆராதனைகளுக்கு ஜனங்களை அழைப்பது நகராவை அடித்து எழும் ஓசையினால்தான்.)

செபத்தியாபுரம் சபையார் வருஷ முழுவதும் தங்கள் சபையில் நற்கருணைக்கான செலவுகளைத் தாங்களே கொடுத்திருக்கிறார்கள்.

இடையர்காடு சபையில் கல்வியறிவு வெகு குறைவு. எனவே குருவானவரும், விசாரணை உபாத்தியார் வேதமுத்து இஸ்ரவேலும் சேர்ந்து சில வாலிபப் பெண்களுக்கு வாசிக்கக் கற்பித்திருக்கிறார்கள். அப்பெண்கள் தான் இப்போது (1869 Dec) ஆராதனைகளில் சங்கீதங்கள் வாசிக்கிறார்கள். அவ்வண்ணமே ஜெபிக்கத் தெரியாதவர்களுக்கு ஜெபிக்கக் கற்பித்தார்கள். (கற்பிக்கப்படக் கூடாதவர்களுக்கு) கால்ட்வெல் ஐயர் (பின்னால் அத்தியஷர்) எழுதிக்கொடுத்த ஜெபம்

மனப்பாடமாகக் கற்பிக்கப்பட்டது. அது பின்வருமாறு:

'கர்த்தாவே, நான் ஒரு பாவி, கிறிஸ்துவுக்காக என் பாவங்களை மன்னியும். என்னில் நல்ல இருதயத்தைச் சிருஷ்டியும். உம் வெளிச்சம் என்னில் பிரகாசிப்பதாக. என்னை நல்ல பாதையில் நடத்தும் இயேசு கிறிஸ்துவின் நிமித்தமே. ஆமென்'.

குருவானவர் வீடு திருசெந்தூர் ரோட்டின் சமீபத்திலிருந்தது. அதினால் திருச்செந்தூருக்குப் போகும் யாத்திரிகருடன் பேசி, அவர்களுக்குச் சுவிசேஷத்தைப் பிரசங்கிக்கக் குருவானவருக்கு அதிகத் தருணங்கள் கிடைத்தன. அவர் அவற்றைப் பயன்படுத்திக் கொண்டார்.

பாஸ்ற்றரேட்டில் பள்ளிக்கூடங்கள் ஆறு உண்டு. சபை ஊழியத்தில் உதவிசெய்ய மூன்று உபதேசிமார் இருந்தார்கள். அவர்கள் சபை வேலை மட்டும் செய்து வந்தார்கள். பள்ளிக்கூட ஆசிரியர் தங்கள் வேலைகளுடன் சில சபைகளில் ஆராதனைகள் நடத்தியும் உதவி செய்தனர்.[8]

1871-ல் கனம் D. ஞானப்பிரகாசம் ஐயர் மரித்த பின் கனம் D. வேதமுத்து ஐயரே இரு பாஸ்ற்றரேட்களிலும் திவ்யப் பணிவிடை செய்யலானார். வேலை அதிகமானபடியாலும் இதுகாறும் அவர் செமினெரியிலும் செய்து வந்த வேலையை விட்டுவிட வேண்டியதாயிற்று.

இரண்டு பாஸ்ற்றரேட்களிலும் சபைகள் 20, ஞானஸ்நானம் பெற்ற கிறிஸ்தவர்கள் 1020. ஆயத்தக்காரர் 191 (1872-ம் வருஷக் கணக்கின்படி)

கிராமப் பள்ளிக்கூடச் சேவையில் வேதமுத்து ஐயர் அதிகக் கவனம் செலுத்தினார். 1871 வரை சுப்பிரமணியபுரம் பள்ளிக்கூடம் மட்டும் தான் சர்க்கார் அங்கீகாரத்துக்குள் விடப்பட்டு உதவித்தொகை பெற்று வந்தது. ஆனால் 1872- இலிருந்து ஐயர் தன் ஆதினத்திலுள்ள எல்லா ஆரம்பப் பள்ளிக்கூடங்களுக்கும் சர்க்கார் அங்கீகாரம் கிடைக்கச் செய்து, உதவித்தொகை பெறலானார் (Result - grant Systeam) மக்களும் வர வரக் கல்வியின் அவசியத்தையும் மேன்மையையும் பற்றி முன்னை விட அதிக அறிவு பெற்றவர்களாய்த் தங்கள் பிள்ளைகளைப் பள்ளிக்கு அனுப்புவதில் அதிகக் கஷ்டம் கொடாது, கூடிய அளவு ஒத்துழைக்கலானார்கள். வேதாகமம் முக்கியமான பாடமாய்க் கற்றுக் கொடுக்கப்பட்டது. புற மதஸ்தரின் பிள்ளைகளும் ஜெபங்களில் பங்கு

---

8. See pp 49-50 MDCReport 1869.

பெற்றனர். பெற்றோர் அதற்கு எவ்வித ஆஷேபனையும் சொல்லவில்லை. சில பெற்றோர் தங்கள் பிள்ளைகள் கிறிஸ்தவர்களாக மாறினாலும் தங்கள் ஆஷேபிப்பதில்லை என்றும் கூடச் சொன்னார்கள்.

சபை ஊழியம் முன்போலவே நடந்து வந்தது. ஓய்வுநாள் வகுப்புகள் மட்டும் சற்று மாற்றியமைக்கப்பட்டன. முன் போலல்லாது இப்போது குழந்தைகள் வகுப்பு, வாலிபர் வகுப்பு, பெரியோர் வகுப்பு, பெண்கள் வகுப்பு என்று நான்கு வகுப்புகள் நடந்தன. வேத சரித்திரப் போதனையும், அதில் மாதந்திரப் பரீட்சையும் வெகு சித்தியாய் நடைபெற்றன. பரி.நற்கருணை சாயர்புரத்திலும், இடையர்காட்டிலும் மாதந்தோறும் ஒவ்வொரு தடவையும், இடையில் கூடுமானால் மற்ற சபைகளிலும் கொடுக்கப்பட்டது. சபைச் சந்திப்பு, வீடு சந்திப்பு வெகு ஒழுங்கு. முன்னைவிட இப்போது அவ்விதச் சந்திப்புகளில் ஆவிக்குரிய விஷயங்களே அதிகமாய்ப் பேசப்பட்டு, ஏற்ற போதனைகளும் தரப்பட்டன.

சங்கக் காணிக்கை முதலிய காணிக்கைகள் திருப்திகரம், எதிர்கால நிதி இவ்வருஷம் ரூ.3000-த்திலிருந்து ரூ.3752-க்கு உயர்ந்து விட்டது. 1873-க்குள் இச்சேகரம் பூரண சுய ஆதரவுக்கு வந்து விடும் என்பது நம்பிக்கை.[9]

இனி சேகர மிஷனெரி கெர்ன்ஸ் ஐயர் இச்சேகர ஊழியத்தைப் பற்றிய குறிப்புகளிலிருந்து சிலவற்றை எழுதி, செமினெரி வேலையைப் பற்றிப் பேசப் புகுவொம்.

1869-ல் சேகரத்தில் ஒரு பெண்கள் போர்டிங் கலாசாலையும், பதினொரு ஆரம்ப கிராமப் பாடச்சாலைகளுமிருந்தன. பெண்கல்வி அபிவிருத்தியேயில்லை. புதியம்புத்தூர், புதுக்கோட்டை, சாயர்புரம் என்ற மூன்று சேகரங்களிலும் மிஷன் ஆதிக்கத்திலிருந்த நாற்பது பள்ளிக் கூடங்களில் 749 பையன்களும் 143 பெண்களுமே கல்வி கற்றனர்.[10]

1870-ம் ஆண்டு ரிப்போட்டில் பணஸ்திதியைப் பற்றிய சில குறிப்புகளுண்டு. சாயர்புரம் எதிர்கால நிதி ரூ.1400-க்கு உயர்ந்துள்ளது. 1870-ம் வருஷ வரவு ரூ.400. சேகர சங்கம் ஒழிக்கப்பட்டு இவ்வருஷம் தசமபாக முறை புகுத்தப்பட்டது. 1870-71-ம் ஆண்டு அறிக்கையில் ஊழியர் நிலை தெரிகிறது (Staff). அது வருமாறு

---

9. See MDC Report for 1871-1872
10. See MDC Report for 1869

மிஷெனரி -1 (புதியம் புத்தூரிலிருந்து கொண்டு மேற்பார்வை செய்தார். குருமார் - 2, உபதேசிமார் -5, ஆசிரியர் -2, ஆசிரியரும் உபதேசி குருமான ஊழியர் -6, பள்ளிக் கூடங்கள் - 6, பள்ளிப் பிள்ளைகள் - 231, சபைகள் -22, ஞானஸ்நானம் பெற்றவர்கள் -1159, ஞானஸ்நானம் ஆயத்தக்காரர் - 378, நற்கருணைகாரர் - 334 மேலும் சபையார் ஆலய விஷயமாய் ஏற்படும் செலவுகளுக்கு உதாரத்துவமாய் பொருளுதவி செய்வதை மிஷெனரி மெச்சிக் கொள்கிறார்.

"**ஆலயங்கள் பழுதுபார்க்கும் செலவுக்கும், பள்ளிக்கூடங்கள் முதலிய பொது நன்மைக்கான காரியங்களில் உதவுவதற்கும் சுதேச குருமார் சம்பள நிதிக்கும் ஜனங்கள் தாராளமாய்க் கொடுப்பது அவர்களுக்குக் கிறிஸ்து மார்க்கத்தின் மீதுண்டான பற்று வேர் கொண்டுவிட்டது என்பதைக் காட்டுகிறது.**" என்றெழுதுகிறார்.

அதற்கு உதாரணமாய் ஒரு கிறிஸ்தவன் உதாரத்துவமாய் ஆலயத்துக்கொரு நன்கொடை கொடுத்துத் தன் பெயரை ஒருவருக்கும் தெரிவிக்க வேண்டாமென்று கேட்டுக் கொண்டதைக் குறிப்பிடுகிறார். மேலும் திருச்சபை சிட்சை ஒழுங்குகளுக்கு மக்கள் கீழ்படிவதைப் பாராட்டுகிறார்.

1869-70-ல் திருநெல்வேலி திருச்சபை ஆலோசனை கழகத்தில் (The Tinnevelly Church Council-S.P.G) அத்தியச்ச அங்கத்தினர் (Lay Member) சேர்க்கப்பட்டார்கள். சாயர்புரம் சேகரத்தில் இவ்விஷயம் மக்களின் நன்மதிப்பையும் நல்லெண்ணத்தையும் சம்பாதித்தது. இதுபற்றி கெர்ன்ஸ், (S.P.G) சங்கத்தாரின் மிஷனைச் சேர்ந்த திருநெல்வேலி திருச்சபை ஆலோசனைக் கழகத்தில் அத்தியச்ச அங்கத்தினரைச் சேர்த்துக் கொண்டது. ஒரு ஞானமுள்ளதும் தாராள மனப்பான்மையுள்ளதுமான ஓர் ஏற்பாடு. "**நிச்சயமாகவே இதன் நன்மையான பயன்கள் அதிகமாகும். எவ்வளவு சீக்கிரம் அதீஷிதக் கிறிஸ்தவர்களின் அனுதாபத்தை மட்டுமல்ல, கிரியாம்ச ஒத்துழைப்பையும் சபைக் காரியங்களில் நாம் சம்பாதிக்கக் கூடுமோ அவ்வளவு சீக்கிரம் இந்தியாவில் மிஷெனரி ஊழியங்களைத் தாங்கும் பொறுப்பு நம்மைவிட்டு நீங்கும்**" என்றெழுதினார்.[11]

கெர்ன்ஸ் ஐயர் சாயர்புரம் மிஷெனரிப் பொறுப்பையும் ஏற்றுக்கொண்ட காலத்தில் திரு R.J .பிரெஞ்ச் செமினெரி தலைவராக (Principal) இருந்தார். ஆனால் அவ்வருஷமே அவர் வேலையை

---

11. See MDC Report 1870-71

விட்டு சுயதேசம் செல்லவே திரு J. கிரெய்ட்டன் (M.J. Creighton) என்பவர் தலைவரானார்.

இக்காலத்துக்குள் செமினெரி மாணவர் மெட்ரிக்குலேஷன் பரீட்சைக்கும் உபாத்திமைப் பயிற்சி பரீட்சைக்கும் கற்பிக்கப்படலானார்கள். எனவே ஒரு மாடல் ஸ்கூலும் அதனுடன் இணைக்கப்பட்டது. 1869-ம் வருஷ முடிவில் திரு J. கிரெய்ட்டன் எழுதிய வருஷாந்தர அறிக்கையில் நாம் அறிவது என்னவெனில்:

அவ்வருஷம் ஒரு மாணவன் மெட்ரிக்குலேஷன் பரீட்சையில் தேறினார். அவர் உடனேயே செமினெரியிலேயே ஆசிரியனாய் நியமிக்கப்பட்டார். சர்க்கார் நார்மல் பரீட்சையில் ஏழு மாணவர் தேறினார். அவர்களில் இவர் மிஷன் பள்ளிக்கூடங்களில் ஆசிரியராயினர். ஒருவர் இஞ்சினியரிங் காலேஜிலும் மற்றொருவர் உயர்தர வேத சாஸ்திர மாணவனாக சென்னை சல்லிவன் தோட்டத்திலுள்ள S.P.G. வேதசாஸ்திரக் கல்லூரியிலும் சேர்ந்தார்கள். அவ்வருஷம் செமினெரி மாணவர் தொகை 120. அவர்களில் 62 பேர் செமினெரி போர்டிங் மாணவர், 15 பேர் செமினெரி வெளி மாணவர் (day scholar) 42 பேர் மாடல் ஸ்கூல் பையன்கள். பள்ளிக்கூடக் கட்டட வசதி இத்தனை பேருக்குப் பற்றாததாயிருந்ததினால் புதுக் கட்டடத்திற்குகென்று அவ்வாண்டில் ரூ.60 சேர்க்கப்பட்டது. ஆண்டில் பள்ளிக்கூடக் கட்டண வசூல் ரூ.433-6-1.

மிஷன் ஆதரவுப் பையன்கள் (போர்டிங் பீஸ் உட்பட) மாதம் ரூ.1-0-
வெளி மாணவர் (மேல் வகுப்புகள்) ரூ.1-0-0
வெளி மாணவர் (கீழ் வகுப்புகள்) ரூ.1-0-0
மாடல் ஸ்கூல் பையன்கள் மாதம் ரூ.0-0-6.

செமினெரி வகுப்புகள் ஐந்து உண்டு. 5-ம் வகுப்பு தான் மெட்ரிக்குலேஷன் வகுப்பு எண்ணப்படும். இவ்வகுப்புகளில் கற்றுக் கொடுக்கப்பட்ட பாடங்களில் ஜாபிதா அனுபந்தத்தில் கொடுக்கப்பட்டிருக்கின்றன.[12]

மாடல் ஸ்கூலில் 4 வகுப்புகள். இதற்கு ஒரு ஆசிரியர் உண்டு. அவருக்கு உதவியாக வகுப்புக்கு ஒருவராக வாரந்தோறும் 3, 4 மாணவர் ஒவ்வொரு வகுப்புக்கும் ஆசிரியராயமைவர்.[13]

12. See Page . . . . P. 119 ff. MDC Report 1869,
13. P. 136 MDC Report 1869

1869-ம் ஆண்டில் செமினெரிக்குக் கிடைத்த சர்க்கார் உதவித்தொகை ரூ.2577-13-4. பீஸ் வசூல் ரூ.433-6-1, செலவு ரூ.6776-3-8[14]

செமினெரி ஆசிரியர்கள் - J. கிரெய்ட்டன்- தலைவர், தாமஸ் செபஸ்ட்டியன் - 1ம் ஆசிரியர், ஆபிரகாம் ஞானமுத்து, கோயில் பிள்ளை ஏசுவடியான், சேனாபதி சத்தியநாதன், யோசேப்பு ஞானஒளிவு, H.A. கிருஷ்ணப்பிள்ளை - தமிழ் வித்துவான், கனம் D.வேதமுத்து ஐயர் - ஆத்மீகப் போதகன், வேதமுத்து ஐயர் முதல் மூன்று வகுப்பு மாணவருக்கும் ஆத்மப் போதனை கொடுப்பதும் பிராமண, வெள்ளாள இந்து மாணவரிடம் ஆத்மக்காரியங்களைப் பற்றி பேசவும் கேட்டுக் கொள்ளப்பட்டார்.

கிரெய்ட்டன் 1871-ல் திருச்சிராப்பள்ளி S.P.G. கல்லூரியின் தலைவராக (1873-1877) மாற்றப்படவே அவருடைய ஸ்தானத்தில் கனம் தாமஸ் ஆதம்சன் (THOMAS ADAMSON 1833-1888) ஐயர் நியமிக்கப்பட்டார். ஆதம்சனுடன் கனம் ஜியார்ஜ் பில்லிங் ஐயரும் (GEROGE BILLING 1847-1907) செமினெரியில் ஒரு ஆசிரியராகவிருந்து ஒரு வருஷம் ஊழியம் செய்து, பின் நாசரேத்தில் ஒரு வருஷமும் ராமநாதபுரத்தில் 11 வருஷகளும் ஒப்பற்ற சேவை செய்தார்.

மேற்கண்ட செமினெரி ஆசிரியரில் சேனாபதி என்பவரும் யோசேப்பு ஞானஒளிவும் பிற்காலத்தில் குருப்பட்டம் பெற்றனர். இவர்களைப் பற்றிப் பின்னொரு பக்கத்தில் சில கூறுவோம்.

H.A. கிருஷ்ணப்பிள்ளை இவர்களெல்லாரிலும் மிகவும் பிரக்யாதி பெற்றவர். இவர் 1827-ம் வருஷம் ஒரு வைதீக இந்து வெள்ளாள வைஷ்ண குடும்பத்தில் பிறந்து, வைதீகத்தில் வளர்க்கப்பட்டார். இவரும் இவரது ஒரே தம்பி முத்தையா பிள்ளையும் தமிழில் பாண்டித்யம் பெற்றிருந்தனர். கனம் ஹக்ஸ்டரின் ஐயர் காலத்தில் கிருஷ்ணப் பிள்ளை சாயர்புரம் செமினெரி தமிழாசிரியராய்[15] நியமிக்கப்பட்டார். தன் வைதீகத்தின் காரணமாய் கிறிஸ்தவர்கள் தண்ணீர் எடுக்கும் கிணற்றுத் தண்ணீரை தானும் குடிக்கமாட்டார். ஹக்ஸ்டரின் ஐயர் அவர் படும்பாட்டைப் பார்த்து அவருக்கென்று ஒரு கிணறு வெட்டிக் கொடுத்தார். கிருஷ்ணப்பிள்ளை கிறிஸ்து மார்க்கத்தை அறவே வெறுத்தாரெனினும்

---

14. See Page . . . .P. 119 ff MDC Eeport 1869
15. Pp 510, 931 d Two Hundred years S.P.G. Pasco

கிறிஸ்தவக் கலாசாலையில் கிறித்தவ மாணவருக்குக் கற்றுக் கொடுக்க வேண்டியதான தன் கடமையை வெகுகிரமமாயும், ஊக்கத்துடனும், முழு மனதுடனும் நிறைவேற்றி வந்தார். ஹக்ஸ்டரின் ஐயருடைய குணசீலமும் பக்தியும் பிள்ளையினுடைய இருதயத்தை அடிக்கடி அசைத்தது. ஆனாலும் ஐயருடைய மார்க்கம் அவரால் கேவலமாகவும் இகழ்ச்சியாகவுமே கருதப்பட்டது. இடைக்கிடையே ஐயர் கிறிஸ்துவைப் பற்றி அவரிடம் சொன்னபோதிலும், அவ்வசனங்களெல்லாம் செவிடன் காதில் சங்கு ஊதினது போலவேயாயிற்று.

இப்படிப்பட ஒரு நாளில் 1857-ம் ஆண்டில் ஒரு தினம் காலையில் கிருஷ்ணப்பிள்ளை எண்ணெய் ஸ்நானம் எடுக்க வேண்டி தன் உடம்பில் எண்ணெய் பூசி நிற்கும்போது ஒருவன் ஓடோடியும் வந்து அவரிடம் அவருடைய தம்பி முத்தையாபிள்ளையும் பின்னும் உயர்குடில் பிறந்த வாலிபர் சிலரும் (தனுஷ்கோடி ராஜு, மனக்காவலம்பிள்ளை) பாளைங்கோட்டையில் கிறிஸ்தவர்களாகிவிட்டார்கள் என்று தெரிவிக்க, பிள்ளை தன் உடம்பிலுள்ள எண்ணெய் நீங்க ஸ்நானம் கூடச் செய்யாமல், துயரம் உந்தித் தள்ள கால்நடையாகவே பாளையங்கோட்டை சேர்ந்தார். தன் ஒரே தம்பி மதம் மாறினது கிருஷ்ணப்பிள்ளையால் தாங்கக்கூடாத வேதனை. பாளையங்கோட்டையில் சில நாள் பின்னிட்டுத் தன் தம்பியை மனம் மாரச் செய்யச் செய்த பிரயாசம் அனைத்தும் வியர்த்தமாகிவிடவே மிகுந்த மனவேதனையுடன் சாயர்புரம் திரும்பினார்.

ஒரு நாள் ஹக்டரின் ஐயர் கிருஷ்ணபிள்ளையைப் பார்த்து **"உம்தம்பியும் சிநேகிதர்களும் கிறிஸ்து மார்க்கத்தைச் சேர்ந்து கொண்டார்களே, இனி நீ சேரத் தடையென்ன?"** என்று கேட்ட கேள்வி அவரை வெகு கோபத்துக்குள்ளாக்கிற்று. வீட்டுக்கு வந்து உடனேயே வேலையை ராஜினாமாச் செய்தார். ஐயர் அதை ஏற்றுக்கொள்ளாமல் அவரைச் சமாதானம் செய்தனுப்பினார்.

இது முதல் பிள்ளையின் இருதயத்தில் இவரில் இரட்ஷிப்பின் கிரியை ஆரம்பமாயிற்று. கிறிஸ்தவ நூல்களை, விசேஷமாய் வேதாகமத்தையும், மோட்ஷப் பிரயாணம் என்ற நூலையும் அதிகமாய் வாசிக்கலானார். பாளைங்கோட்டைக்கு அடிக்கடி போய் தனுஷ்கோடி ராஜு என்ற தன் கிறிஸ்தவ நண்பனுடன் பேசி, தன் சந்தேகங்களை நிவிர்த்தி செய்யவும் ஜெபிக்கவுமானார். அந்நாளில் ஒர் நந்நாள் கிறிஸ்துவைத் தன் தேவனாகவும், ஆண்டவராகவும், இனத்தாராகவும்

ஏற்றுக் கொண்டார்.

இந்து மார்க்கச் சங்கத்தார் சாரங்களைக் கைவிட்டு அடிக்கடி அவர் மௌன ஜெபத்தீடுபடுவதைப் பற்றிச் சந்தேகித்த அவர் மனைவியிடம் ஒரு நாள் அவர் தம் தீர்மானத்தைக் கூறி, தான் கிறிஸ்தவராக ஞானஸ்நானம் பெறப்போவதைத் தெரிவிக்கவே அந்தம்மாள் உடனேதான் உயிரை மாய்த்துக் கொள்வேன் என்று அலறி அழுதார்கள். எனவே பிள்ளை குடும்பத்துடன் கிறிஸ்தவராவது கூடாத காரியம் என்று கண்டு மனைவியையும், பிள்ளைகளையும் திருச்செந்தூரில் மாமனார் வீட்டுக்கு அனுப்பிவிட்டு சென்னை நகர் சேர்ந்தார். (1857 செப்டம்பர்). அங்கு பிரசிடென்சி ஹைகூலில் தமிழ் ஆசிரியர் வேலையிலமர்ந்தார். கிறித்தவ மிஷனெரிகளிடம் பழகினார். விசேஷமாய் வேத சாஸ்திரக் கலாசாலைத் தலைவர் கனம் A.R. சிம்மண்ட்ஸ் ஐயருடன் சிநேகமாகி கிறிஸ்து மார்க்கத்தைப் பற்றிய நுண்ணறிவு பெற்று சல்லிவன் தோட்டத்திலுள்ள ஆலயத்தில் 1858 மார்ச் 29-ம் தேதியில் ஹென்றி ஆல்பிரட் என்ற பெயருடன் ஞானஸ்நானம் பெற்றார். இச்செய்தி வெகு விரைவில் பாளையங்கோட்டைக் கெட்டிற்று. பிள்ளையும் சில மாதங்களில் நெல்லை திரும்பினார். ஹக்ஸ்டரின் ஐயர் கிருஷ்ணப் பிள்ளைக்குத் தூதனுப்பி உடன் சாயர்புரம் வந்து தன் வேலையில் திரும்பவும் அமருமாறு வேண்டினார். அவரும் இசைந்து 1858 பின் பகுதியில் மறுபடியும் செமினெரியில் தமிழாசிரியத் தொண்டாற்றலானார். சின்னாட் கழித்து அவரது தாயாரும், மனைவியும் ஞானஸ்நானம் பெற்றார்கள்.[16]

கிருஷ்ணப்பிள்ளை தான் வெறுத்துத் தள்ளின கிறிஸ்துவுக்கு அடிமையாகி, இது முதல் தன் எஜமானைப் பற்றி மாணவர்களுக்கும் மற்றவர்களுக்கும் மாலை நேரங்களில் போதித்து அவர்களுடன் ஜெபிப்பதை ஒரு கடமையாகக் கொண்டார். இந்து மாணவரும் கூட இக்கூட்டங்களுக்கு வருவதுண்டு. கிறிஸ்தவ மாணவர் எழுப்புதலும் இந்து மாணவர் உணர்ச்சியும் கொண்டவர்களாய் அக்கூட்டங்களை விட்டேகுவதுண்டு. சுமார் 15 உயர்குல மாணவர் இக்கூட்டங்களுக்குப் போவதுமன்றி, கூட்டம் முடிந்தபின் பிள்ளையிடம் வெகு நேரம் கிறிஸ்துவைப் பற்றிப் பேசிக் கொண்டிருப்பர். அம்மாணவரில் கிருஷ்ண அய்யர் என்பவருடைய சரித்திரம் விசேஷமானது.

பாளையங்கோட்டைக்குச் சுமார் 15 மைல் தூரத்திலுள்ள அரியநாயகபுரம் என்ற கிராமத்தில் ஸ்ரீனிவாச அய்யருடைய மகன்

---

16. See pops 1-40, set H.A. krishnapillai 1942

கிருஷ்ணன். அவன் 1852-ம் வருஷம் பிறந்தவன். தன் பிள்ளையைப் படிக்க வைத்து உத்தியோகத்துக்கனுப்ப வேண்டுமென்று ஆவல் கொண்ட ஸ்ரீனிவாச அய்யர் அவனைப் பாளைங்கோட்டையிலுள்ள C.M.S. வடக்குப் பள்ளிக்கூடத்துக்கு அனுப்பினர். (தற்காலம் பரி. யோவான் உயர்நிலைப்பள்ளி)

அக்காலத்தில் இரண்டு கண்ணும் தெரியாத பக்தனான குருக்ஷாங்க்ஸ் அதன் தலைமையாசிரியர். அக்கலாசாலையில் கற்கும்கால் கிருஷ்ணன் கிறிஸ்துவைப் பற்றியறியலானான். வகுப்பில் கிறிஸ்தவ ஆசிரியர் போதனையைத் தவிர தானே மத்தேயு சுவிசேஷத்தைக் கருத்துடன் வாஞ்சையுடன் வாசித்து, விளங்காதவைகளைக் கேட்டுத் தெரிந்து, கொள்வான். வேறொரு பிராமணச் சிறுவனும் கிருஷ்ணன் போன்றே அருள்நாதனை அறிய அவாவுடையவனாயிருந்து கிருஷ்ணனுடன் நட்பு கொண்டான். இருவரும் ரஜாக் காலங்களில் தங்கள் பெற்றோரிடமும் இனத்தவருடனும் இயேசுவைப் பற்றி பேசி இயேசுவைப் பிரஸ்தாபிக்க ஆரம்பித்தார்கள். பலன் அடியும், உதையும், ஏச்சுப் பேச்சும் தான். எனவே இருவரும் தாங்கள் மட்டும் இந்து மார்க்க ஆசாரங்களையும், அனுசாரங்களையும் தவிர்த்து விலகி வாழ ஆரம்பித்தார்கள்.

கிருஷ்ணனுக்குப் பாளைங்கோட்டையில் ஒரு பெரிய தகப்பனார் இருந்தார். அவர் ஜில்லாக் கோட்டு வக்கீல். அண்ணாசாமி அய்யர் என்பது அவர் பெயர். இவர் கிருஷ்ணப்பிள்ளையின் நண்பன். கிருஷ்ணனைப் பற்றிய செய்தி கேள்விப்பட்டதும் அண்ணாசாமி ஐயர் கிருஷ்னனை, கிருஷ்ணப்பிள்ளையிடம் அனுப்பினால் அவர் அவன் கிறிஸ்தவனாகிவிடாதபடி காத்துக்கொள்வதுடன் இங்கிலிஷ் கல்வியும் சாயர்புரம் கலாசாலையில் கற்றுக்கொள்வது கூடியதாகும் என்றெண்ணி அவனை அங்கு அனுப்ப உபதேசித்தார். பையன் முதலில் விரும்பவில்லை. ஆயினும் சாயர்புரத்தில் கிறிஸ்து மார்க்கத்தைப் பற்றி அதிகமறிய வாய்ப்புகள் கிட்டும் என்று கேள்வியுள்ளத்தை சம்மதித்து, சாயர்புரம் வந்து சேர்ந்தான்.

நாம் முன் கண்டபடி பிள்ளையவர்களின் வீட்டில் கூடி மார்க்கப் போதனை கேட்ட பிராமண வாலிபர் குழாத்தில் கிருஷ்ணனும் ஒருவன். அவனுடன் அரியநாயகபுரத்திலிருந்த அவனுடைய நண்பனும் சாயர்புரம் கலாசாலையில் சேர்ந்திருந்தாரை கையினால் பதினைவரில் அவனும் ஒருவன்.

இருவரும் வந்து நான்கே நாட்கள் தானாகிருந்தன. நான்காம் நாளில் கிருஷ்ணனின் சிநேகிதனுடைய பெற்றோர் சாயர்புரம் வந்து, அச்சிறுவன் கிறிஸ்தவனாகிவிடுவான் என்ற அச்சத்தின் காரணமாய் அவனை அழைத்துச் சென்றுவிட்டனர். கிருஷ்ணனும் அவனுடன் போய்விடத்தானென்னினான். ஆனால் கிருஷ்ணப்பிள்ளை அவனுக்குப் புத்திமதி கூறி அதைத் தடுத்தார்.

சில நாட்களில் சாயர்புரம் செமினெரிக் கலாச்சாலை கிருஷ்ணனுக்கு மிகவும் பிடித்துவிட்டது. மாலைதோறும் பிள்ளையவர்களின் வீட்டில் கூடும் பிராமணச் சிறுவர் கூட்டம் எப்போது கூடும் என்றாவலோடு காத்திருப்பான். அங்குபெறும் போதனையும், செய்யும் ஜெபமும் அவனைக் கிறிஸ்தவ விசுவாசத்தில் உறுதியுள்ளவனாக்கிற்று. ஒருநாள் அவன் பிள்ளையினிடம் வந்து தான் ஞானஸ்நானம் பெற விரும்புவதாகக் கூறினான். அவரோ 'இல்லை, இன்னும் சில காலம் பொறு. சென்னை கனம் சிம்மண்ட்ஸ் ஐயர் சின்னாளில் இந்நகர் வருவார். அப்போது கவனிக்கலாம்' என்று கூறி விட்டார்.

கிருஷ்ணனுடன் புன்னைவனம், ஆவுடையப்பன், சங்கரசுப்பு என்ற பெயருடைய மூன்று வேளாள குல வாலிபரும் படித்து வந்தார்கள். இவர்களுடன் நம் கிருஷ்ணன் சிநேகம் செய்து கர்த்தரைப் பற்றிப் போதிக்க ஆரம்பித்தான். முதலில் அவர்கள் அவனை இகழ்ந்து உதாசீனம் செய்தார்கலெனினும் பின்னால் அவன் தாங்கள் கேட்ட கடின கேள்விகளுக்கெல்லாம் நியாமானதும் எதிர்பேசக் கூடாததுமான விடைகளாயிறுப்பது கண்டு, ஆண்டவரைப் பற்றி ஆராய்ந்து ஞானஸ்நானம் பெற விரும்பினார்கள். இச்செய்தி கிருஷ்ணப்பிள்ளைக்கு கெட்டினதும் அவர் வெகு மகிழ்ச்சி கொண்டார். அவரும் அவர்களை அழைத்து ஆலோசனை பல கொடுத்தனுப்பினார். இது முதல் இந்நான்கு இளம் வாலிபர்களும் தங்கள் அறைகளில் ஒன்று கூடி வேதம் வாசிப்பது ஜெபிப்பதும் வழக்கமாயிற்று. அவர்கள் கிறிஸ்தவர்களாகப் போகிறார்கள் என்ற செய்தி எங்கும் பரவிற்று. பெற்றோருக்கும் எட்டிற்று.

கிருஷ்ணனுக்கு அவன் தந்தையினிடமிருந்து ஒரு கடிதம் வந்தது. அதில் யாரோ இனத்தவளாருவருக்கு மனச் சடங்கெனவும் அதற்குக் கிருஷ்ணன் வர வேண்டும் என்றும் கண்டிருந்தது. பையன் இக்கடிதத்தின் உண்மையை நம்பவில்லை. சூழ்ச்சி ஏதோ உண்டென்று எண்ணினான். ஆனாலும் கிருஷ்ணப்பிள்ளையின் ஆலோசனையின்

பேரில் அரியநாயகபுரம் சென்று அங்கு பத்துத் தினங்களிருந்தான். அத்தினங்களில் அவனுடைய கிறிஸ்தவம் வெளியாயிற்று. சுற்றத்தினரும், மற்றவர்களும் கிருஷ்ணை சாயர்புரத்துக்குக்கனுப்பக் கூடாதென்று தந்தையிடம் புத்தி கூறினர். தகப்பனாரும் தமையனைப் பார்த்து **"அப்பனே, ஒரு பிராமண இந்துவுடைய கண்யத்தைக் காத்துக்கொள். சாயர்புரம் வேதக்காரன் நிறைந்த இடம். நீ இங்கிலீஷ் படிக்க இனி திருவனந்தபுரம் போ. சாயர்புரம் போக வேண்டாம்!"** என்றார். கிருஷ்ணனுடைய மறுத்துரையாடல்கள் ஒன்றும் ஸ்ரீனிவாசய்யரின் காதுகளில் ஏறவில்லை. எனவே வேறு வழியில்லாமல் ஒப்புக்கொண்டு சேர நாடு சேரலானான். அங்குப் போகப் புறப்படுமுன் கிருஷ்ணப்பிள்ளைக்கு ஒருகடிதம் வரைந்தான். அதில்தான் திருவனந்தபுரம் போகக் கட்டாயப்படுத்தப் படுவதாகவும், அங்குப் போனாலும் பிள்ளையவர்களின் வார்த்தைகளை மறப்பதில்லையென்றும், கிறிஸ்தவனாகி ஞானஸ்நானம் பெறப் பூரண தீர்மானத்துடனிருப்பதாகவும், அவர் தனக்காக ஜெபிக்க வேண்டும் என்றும் எழுதினான். ஆனால் அக்கடிதத்தைத் தபாலில் போட மறந்து தந்தையின் மேஜையறையில் வைத்து விட்டுப் போய் விட்டான்.

போய் பத்து நாட்களில் திரும்பி விட்டான். திருவனந்தபுரத்திலிருக்க மனங்கொள்ளவில்லை. ஆனால் கிருஷ்ணன் திரும்பிவிட்டது தகப்பனாருக்கு இஷ்டமில்லை. திரும்பவும் திருவனந்தபுரம் போ என்று கட்டளையிட்ட தந்தையிடம் பையன், **"நான் சாயர்புரம் தான் போகிறேன். அந்த ஊர் என்னைக் கிறிஸ்தவனாக்கிவிடும் என்று எண்ணுகிறீர்கள். ஒருக்காலும் அப்படி நடக்காது. எனக்கே இஷ்டமிருந்தாலன்றி எதுவும் என்னைக் கிறிஸ்தவனாக்க முடியாது. ஆனால் நானே கிறிஸ்தவனாக வேண்டும் என்று தீர்மானித்துவிட்டால் ஒருவரும் என்னைத் தடுக்கவும் முடியாது. எனக்குலமானதை நான் செய்வேன்"** என்று கூறி விட்டுச் சாயர்புரமே வந்து சேர்ந்தான். கிருஷ்ணப்பிள்ளை அவனுடைய கதைகளையெல்லாம் அவன் சொல்லக் கேட்டு **"இனி நீ கொஞ்சம் ஜாக்கிரதையாக இருக்க வேண்டும்"** என்று சொல்லி அவனைத் தன் வீட்டில் வைத்து விட்டு, ஓடோடியும் போய், கலாசாலைத் தலைவர் ஆதாம்சன் ஐயரிடம் கிருஷ்ணனும் மூன்று வேளாள வாலிபரும் கொண்டுள்ள தீர்மானத்தை அவரிடம் கூறவே ஐயர் தான் அவ்வாலிபருக்குச் சகல பாதுகாப்புகளாலும் கொடுப்பதாக வாக்களித்தார்.

அன்றிரவே அரியநாயகபுரத்திலிருந்து கிருஷ்ணனின் சகோதரர்களும், வேறு இரண்டு பிராமண வாலிபரும் சாயர்புரம்

வந்து, கிருஷ்ணைப் பார்த்து ஏதோ ஒரு முக்கியமான அவசரக் காரியம் ஒன்று நடைபெற வேண்டியதிருப்பதாகவும் கிருஷ்ணன் தங்களுடன் அரியநாயகபுரத்துக்கு உடனே வர வேண்டும் என்றும் ஆறுமுகமங்கலத்திலுள்ள சொந்தக்காரர் சிலர் வீட்டுக்குச் சென்று, அங்குபோகும் வழியில் ஆறுமுகமங்கலத்தில் வைத்துத்தான் விஷயத்தைக் கூறுவோம் என்றும் சொல்லித் துரிதப்படுத்தவே, கிருஷ்ணனும் எவ்விதச் சந்தேகமும் கொள்ளாது அவர்களுடன் நடந்தான். ஆறுமுகமங்கலமும் சேர்ந்ததும் அங்கே தன் வீட்டாரனைவரும் கூடியிருக்கக்கண்டான். அவனைக் கண்டதும் பெண்கள் உரத்த சத்தமாய் அழுதார்கள். அவன் அவர்களைப் பார்த்து, **"ஏனிப்படிச் செய்கிறீர்கள்? நான் ஒன்றும் செய்துவிடவில்லையே,"** என்க, அவர்கள் அவன் கிருஷ்ணப்பிள்ளைக்கு எழுதித் தன் தகப்பனார் மேஜையின் அறையில் வைத்துவிட்டு மறந்து போன கடிதம் அன்று தான் அவர்கள் கையில் சிக்கினதாகவும் சொன்னார்கள். கிருஷ்ணன் மறு வார்த்தை சொல்லாமல் அவர்கள் கொடுத்த ஆகாரத்தை அருந்திவிட்டு, பேசாமல் அங்கேயே படுத்து நித்திரை போனான்.

எல்லாரும் அயர்ந்த நித்திரை செய்கையில் சுமார் 2 மணிக்கு அவன் எழுந்து செல்ல வெளியே வந்து, கதவைச் சாத்திவிட்டு ஓட்டமாகச் சாயர்புரம் சேர்ந்து கிருஷ்ணப் பிள்ளையிடம் நடந்த சமாச்சாரத்தைக் கூறினான். ஆதாம்சன் ஐயருக்கும் செய்தி எட்டியது. அவர் கிருஷ்ணைத் தன் பங்களாவில் ஒரு அறையில் வைத்து அவனுடன் அவனுடைய மூன்று சிநேகிதரில் ஒருவனையும் படுக்க வைத்தார். காலையிலேயே கிருஷ்ணனுடைய சகோதரும் மற்ற பிராமணரும் கலாசாலைக்கு வந்து கிருஷ்ணப் பிள்ளையின் வீட்டில் அவனைக் கண்டு தங்களுடன் வந்து விட வேண்டும் என்று பிடிவாதம் செய்தார்கள்.

அச்சமயத்தில் ஆதம்சன் அங்கு வந்து, "உங்களுக்கு என்ன வேண்டும்?" என்று கேட்டார். அவர்கள் "கிருஷ்ணன் எங்களுடன் வர வேண்டும்" என்றார்கள். "அவன் வந்தால் கூட்டிக்கொண்டுபோங்கள்"என்று மிஷெனெரி சொல்ல, அவர்கள்" அவன் வந்தால் கூட்டிக்கொண்டு போவோம். வராவிட்டால் நீரே அவனை வைத்துக் கொள்ளும். எங்களுக்கோ அவன் செத்துத்தான் போனான்" என்றார்கள். கிருஷ்ணனும் அவர்களுடன் போக மறுத்து விட்டான். அவர் உடனே பாளைங்கோட்டைக்குப் போய் வக்கீல் அண்ணாச்சாமி அய்யரிடம் நடந்தவற்றைக் கூறினார்கள்.

வக்கீல் மறுநாள் பெருங்குளத்துக்கு வந்து அங்கிருந்து 15 பிராமணர்களையும் 20 தேவமார்களையும் கூட்டிக்கொண்டு, வண்டியுடன் சாயர்புரத்துக்கு வந்து கிருஷ்ணப்பிள்ளையின் வீட்டுக் கதவைத் தட்டினார். அம்மத்தியான நேரத்தில் முன் கூடத்தில் படுத்திருந்த கிருஷ்ணன் யாரோ தன் குருநாதரைத் தேடி வந்திருக்கிறார்கள் என்றெண்ணிக் கொண்டு கதவைத் திறந்துப் பார்த்தான். ''ஏறடா வண்டியில் என்றார். கிருஷ்ணன் சற்றும் எதிர்பாராத இக்குரல் அவனைச் சக்தியற்றவனாகிற்று. மறு பேச்சின்றி வண்டியில் ஏறினான். வண்டி பெருங்குளம் திரும்பியது. ஆறுமுக மங்கலத்திலிருந்து இனத்தவர் பெருங்குளம் போய் காத்துக் கொண்டிருந்தார்கள். பெண்கள் இவர்களைக் கண்டதும் ஓலமிட்டழுதார்கள். பிராமணர் கூடி மந்திரங்களோதி கிருஷ்ணனுக்குச் சுத்திகரிப்புச் சடங்குகளை நிறைவேற்றினார்கள். அதன்பின், இரு பிராமண வாலிபரை அவனுக்குக் காவலாக ஏற்படுத்தினார்கள்.

மாலையில் கிருஷ்ணனும், அவன் காவலாளர்களும் பண்ணைவிளைப் பக்கமாய் உலாவச் சென்றார்கள். அங்கு கிருஷ்ணன் சங்கரச் சுப்புவைக் கண்டான். உடனே சுப்புவைக் கூப்பிட்டுத் தன் நிலைமையை அவனிடம் தெரிவித்து, விஷயங்களையும் கிருஷ்ணப் பிள்ளைக்கு அறிவித்து விட வேண்டும் என்று கேட்டான். சுப்புவும் சரி என்று சம்மதித்தான். கிருஷ்ணன் பெருங்குளம் திரும்பி, இரவு வந்ததும் மெள்ளவே வெளியில் வந்து பண்ணைவிளை சேர்ந்து, அவ்வூர் குருவானவராகிய பக்தன் கனம் ஈசாக்கு ஆபிரகாம் ஐயரவர்களிடம் தஞ்சம் புகுந்தான். கனம் ஐயர் வீட்டில் இரவு போஜனம் அருந்தி இவ்விதமாய்த் தன் ஜாதிக்கட்டை தகர்த்து, பூணூலையும் பிய்த்தெறிந்தான். பின் சங்கரசுப்புக்கு ஆளனுப்பி அவன் வந்ததும், அவனிடம் ''சுப்பு நீ பெருங்குளம் போய், என் பெரியப்பாவும் ஆட்களும் பாளைங்கோட்டைக்குப் போய் விட்டர்களா என்று பார்த்து வா'' என்று கேட்க அவன் போய், பார்த்துவிட்டு வந்து இல்லை, போகவில்லை என்று பதிலுரைத்துவிட்டுத் தன் வீட்டுக்குச் சென்றான். வழியில் அண்ணாசாமி அய்யரும் அவர் ஆட்களும் கிருஷ்ணனைத் தேடி வந்தவர்கள். சங்கரசுப்புவைப் பார்த்ததும், மாலையில் அவனைப் பார்த்த பிராமண வாலிபர் மூலம் அவனைத் தெரிந்து கொண்டு, பணம் கொடுத்து அவனைத் தம் பக்கமாக்கிக் கொண்டார்கள். சுப்புவும் அண்ணாசாமி அய்யரும் ஏதோ பேசி ஓர் முடிவுக்கு வந்தார்கள்.

இரவு இரண்டு மணிக்கு சுப்பு ஈசாக்கு ஐயரவர்கள் வீட்டை நாடிச் சென்று கிருஷ்ணனை எழுப்பி ''அண்ணாசாமி அய்யரும்

ஆட்களும் பாளையம்கோட்டைக்குப் போய்விட்டார்கள் வா; சாயர்புரம் போய் விடலாம் என்று கூப்பிட்டான். கிருஷ்ணனும் உடனே புறப்பட, இருவரும் வழி நடந்தார்கள். பாதையில் நடுக்காட்டில், யாரோ சிலர் படுத்து தூங்குவது தெரிந்தது. கிருஷ்ணன் பயந்தான். சுப்புவோ, **'அவர்கள் யாரோ வழிப் போக்கராயிருக்கலாம். நீ வா, பயப்படாதே'** என்று கூறி, அவனைத் தைரியப்படுத்திக் கூட்டிக்கொண்டு போனான். தூங்குபவர்கள் கிட்டப்போனதும், சுப்பு, முன்னேற்பாட்டின்படி, தும்மினான்; உடனே அவ்வாட்கள் விழித்து எழுந்து கிருஷ்ணனைப் பிடித்துக்கொண்டார்கள். கிருஷ்ணன் சங்கரசுப்புவைச் சந்தேகித்து விடக்கூடாதென்று, முன்னேற்பாட்டின்படியே, சுப்புவையும் வாயில் வந்தபடி வைதார்கள். கிருஷ்ணன் ஒன்றும் அறியாதவனாதலால் சுப்புவுக்காக வருந்தினான். தன்னால்தானே சுப்புவுக்கும் இந்த ஏக்கங்களெல்லாம் என்று துயருற்றான். பிடித்தவர்கள் தங்கள் கைதியை ஏசி, அடித்து, முகத்தில் துப்பி, கைகளையும் கால்களையும் கட்டி வண்டியில் தூக்கிப் போட்டுப் பாளைங்கோட்டைக்குக் கொண்டு போனார்கள். சுப்புவும் கூடவே போனான்.

பாளைங்கோட்டையில் கிருஷ்ணன் தப்பி, கனம் சார்ஜன்ட் ஐயரிடம் போக எண்ணினான். ஆனால், அது முடியாது போயிற்று. அண்ணாசாமி அய்யரிடம் போய்ச் சேர்ந்ததும் [அவர் முன்பே பாளைங்கோட்டைக்கு போயிருந்தான்] அவர் சங்கர சுப்புவுக்கு வெற்றிலைபாக்கு வைத்து, நன்றி சொல்லி ரூ.15-ம் இனாமளித்து, அவனைப் பெருங்குளத்துக்கனுப்பினார். போகும்போது சுப்பு கிருஷ்ணனிடம் கிருஷ்ணப்பிள்ளைக்கு ஏதாயினும் செய்தி சொல்ல வேண்டுமா என்று கேட்க, கிருஷ்ணரே அந்த யூதாசிடம் என்னபேச்சு என்று வாளாவிருந்துவிட்டார்.

அண்ணாசாமி அய்யர் கிருஷ்ணனை திருவனந்தபுரத்துக் கனுப்பினார். அவனுடன் வேறு சில பிராமண வாலிபரும் போனார்கள். போய்ச் சேர்ந்த சில நாட்களுக்கெல்லாம் கிருஷ்ணன் நோயுற்று, ஊருக்குத்திரும்ப வேண்டும். அதற்கு அனுமதி கொடுங்கள் என்று கேட்டு அய்யருக்குக் கடிதம் எழுதினான். அய்யர் மறுத்து விட்டார். சில நாட்களுங்குள் திருவனந்தபுரத்தில் காலரா நோய் நடமாடிற்று. எனவே பள்ளிக்கூடங்களுக்கெல்லாம் ஒரு மாதம் ரஜாக் கொடுக்கப்பட்டது. கிருஷ்ணன் பாளைங்கோட்டைக்கு அனுப்பப்பட்டான். அங்கு மூன்று நாள் கடுங்காவலிலிருந்துவிட்டு அரியநாயகபுரம் சென்றான். வீட்டுக்குப் போனதும் பெண்களெல்லாரும் ஓவென்றழுதார்கள். எம்மனமும்

கரைந்துருகத்தக்க விதமாக பெற்றோரும் மற்றோரும் கரைந்தார்கள். கிருஷ்ணன் ஒன்றும் பேசாமல் அமைதியாயிருந்தான். நாட்கள் செல்லச் செல்ல அவனைப் பற்றிய சந்தேகங்கள் குறைந்தன. காவல்கள் தளர்ந்தன.

ஆனால் நம் இளம் கிறிஸ்த வீரன் சும்மாயிருக்கவில்லை. தன்னைச் சுற்றிலும் காணப்பட்டவர்களில் மூன்று பிராமணச் சிநேகிதரைத் தெரிந்துகொண்டு அவர்களுக்குக் கொஞ்சங் கொஞ்சமாய்ச் சுவிசேஷச் சத்தியங்களைக் கூறவாரம்பித்தான். சில நாட்களில் அம்மூன்று வாலிபரும் கிறிஸ்தவர்களாக வேண்டும் என்று தீர்மானம் செய்தார்கள். **'நாம் இதற்காக தூரமான இடங்களுக்குப் போய் விடுவது நல்லது'** என்று நால்வரும் நினைத்து, திருச்சிராப்பள்ளிக்குப் போக உத்தேசித்து, கால்நடையாகவே பிரயாணத்தை ஆரம்பித்தார்கள். கங்கை கொண்டானில் சற்று இளைப்பாறி, கோவில்பட்டி வரையும் போய்ச் சேர்ந்தார்கள். அதற்குமேல் நடப்பது சாத்தியப்படாது என்று கண்டு அரியநாயகபுரத்துக்குத் திரும்பிவிட்டார்கள். நாலு பேரும் திரும்பி வந்ததைக்கண்டதும் அவர்களுடைய பெற்றோருக்குச் சந்தோஷமேயெனினும் அவர்களுக்கு வசையும், வயச் சொற்களுந்தான் கிடைத்தது. சிநேகிதர் மூவரும் இனி கிருஷ்ணனுடன் எவ்வித நட்பும் கொள்ளக்கூடாது என்று கண்டிப்புப் பண்ணப்பட்டார்கள். கிருஷ்ணனுக்கோ மறுபடியும் கடுங்காவல்.

கடுங்காவலுடனேயே கிருஷ்ணன் பாளைங்கோட்டைக்கு அனுப்பப்பட்டான். **"அண்ணாசாமி அய்யர் அவனைக் கோபித்து உன் விஷயத்தில் நான் இது வரையும் ரூ.2000 செலவு செய்திருக்கிறேன். இனிமேலாவது ஜாக்கிரதையாயிரு"** என்று எச்சரித்து கலாசாலைக்குத் திருவனந்தபுரம் போக அனுப்பினார்.

கலாசாலை சேர்ந்ததும் அங்கிருந்து கிருஷ்ணப் பிள்ளைக்கு ஒரு கடிதம் எழுதினான். அதற்குப் பதிலாக அவர் இன்னும் 15 நாட்களில் உன்னை இங்கே கூட்டிக்கொண்டு வர ஓர் ஆளை அனுப்புவேன் என்றெழுதி கையெழுத்திடாமலே அக்கடிதத்தை அனுப்பினார். அவ் வண்ணமே 15 நாட்களுக்குப்பின் ஒரு ஆண் ஆதம்சன் ஐயர் கொடுத்த கொஞ்சம் பணத்துடன் கிருஷ்ணனைத் தேடி வந்தார். இரண்டு நாள் கழித்துப் இருவரும் புறப்பட்டு, திருவனந்தபுரத்திலிருந்த மிஷனெரி கனம் லீ ஐயரைப் பார்த்து, அவருடைய ஆலோசனையின்படி, அவர் கொடுத்த கடிதத்துடன் நாகர்கோவிலுள்ள பெரிய ஆலயத்தின் குருவானவரிடம்

வந்து சேர்ந்தனர். அவர் ஒரு பிராமண கிறிஸ்தவனாகையினால் அவர்களை மிகுந்த பட்சமாய் ஏற்று உபசரித்து அனுப்பினார். பின் கூடங்குளம் சேர்ந்து அங்கு கனம் D. சாமுவேல் B.D. ஐயரிடம் தங்கி, பின்னர் இடையன்குடி, முதலூர், நாசரேத் மார்க்கமாய் சாயர்புரம் சேர்ந்தார்கள். அவர்களைக் கண்டதும் கிருஷ்ணப் பிள்ளையின் மகிழ்ச்சி எல்லையற்றதாயிற்று.

அவர்கள் வந்ததிலிருந்து சுமார் பதினைந்து நாட்களில் சென்னை கனம் சிம்மண்ட்ஸ் ஐயர் சாயர்புரம் வந்தார். அவர் 1870 செப்டம்பர் 17-ம் தேதி கிருஷ்ணனுக்கு தாமஸ் ஆல்பிரட் என்ற பெயருடன் ஞானஸ்நானம் கொடுத்து சென்னைக்குக் கூட்டிக்கொண்டு போய் சல்லியன்ஸ் தோட்டம் வேதசாஸ்திரக் கலாசாலையில் படிக்க வைத்தார்.

கிருஷ்ணனின் சிநேகிதரில் ஆவுடையப்பன் என்பவன் அவனுடைய பெற்றோருக்கு ஒரே பிள்ளை. ஆனாலும் அவரும் புன்னை வனமும் வெகு உறுதியாய் நின்றார்கள். அவர்கள் விசுவாசத்தின் உறுதியைப் பார்த்த மிஷனெரி கனம் கெர்ன்ஸ் ஐயர் அவர்களிருவருக்கும் 1870 மே மாதம் 13-ம் தேதி ஞானஸ்நானம் கொடுத்தார். அப்போது ஆவுடையப்பனுக்கு ஆல்பிரட் தாமஸ் ஞானதேசிகன் என்றும் புன்னைவனத்துக்கு ஆல்பிரட் தாமஸ் வரதராஜூ என்று பெயர்கள் கொடுக்கப்பட்டன. ஆதம்சன் ஐயரும், வேதமுத்து ஐயரும், கிருஷ்ணப்பிள்ளையும் இவர்களுக்கு ஞானப்பெற்றோரானார்கள். ஆனால் ஆவுடையப்பன் அதன்பின் தன் வீட்டுக்குச் சென்று, கொஞ்சங் கொஞ்சமாய்ப் பின்வாங்கிப் போனான்.

புன்னைவனம் மட்டும் எதுவரினும் என் இயேசுவை விடமாட்டேன் என்று உறுதியாய் நின்றார். பிற்காலத்தில் இவர் கிருஷ்ணப்பிள்ளையின் இரண்டாவது குமாரத்தியை விவாகம் செய்தார்.

சங்கர சுப்புவின் சரித்திரத்தை நாம் ஏற்கனவே பார்த்துள்ளோம்.

கிருஷ்ணன் முதலானவர்களின் ஞானஸ்நானம் பெருத்த பரபரப்பை உண்டாக்கிற்று. செமினெரிக் கலாசாலையில் மாணவரில் பிராமணரும், வெள்ளாளரும் உடனே விலகிவிட்டார்கள். ஜூலையில் மாணவர் தொகை 130. அதில் 105 கிறிஸ்தவர்கள். 25 மட்டும் இந்துக்கள். பிந்தின வருஷங்களில் இதிலும் குறைவாகவே மாணவரின் தொகை காணப்பட்டது. அதற்கு காரணம் உயர் ஜாதி இந்துக்களின் பீதியைத் தவிர செமினெரி பீஸ் உயர்வுமாகும். பீஸ் ரூ.1 இலிருந்து

1871 ஜூலையிலிருந்து ரூ.2½ ஆக உயர்த்தப்பட்டது. எனினும் சர்க்கார் கிரான்று தொகை முந்திய வருஷத்தை விட உயர்ந்தது.

1872-ம் வருஷ செமினெரி ரிப்போர்ட் நமக்குக் கிடைத்துள்ளது.[17] அதில் நாம் வாசிப்பது:

மாணவர் செமினெரி- 86
(போர்டிங்) 19 (வெளி)
மாடல் ஸ்கூல்-44
இவ்வருஷம் கலாசாலையை விட்டு நீங்கினவர்கள்-32,

அவர்களில்

5	பேர் இடையன்குடி சேகரத்திலும்
3	பேர் நாசரேத் சேகரத்திலும்
1	பேர் கிறிஸ்தியா நகரம் சேகரத்திலும்
5	பேர் புதியம் புத்தூர் சேகரத்திலும்
3	பேர் தள்ளப்பட்டார்கள்.
4	பேர் தற்காலீகமாக நீக்கப்பட்டவர்கள்.
1	பேர் தானே விலகிக்கொண்டது.
8	பேர் பேரெடுக்கப்பட்டது.
2	பேர் ஆளையே காணோம்.
	மெட்ரிக்குலேஷன் பரீட்சை எழுதியவர்கள்-8, தேறியவர்கள்- 2

நார்மல் பரீட்சை

4-ம் கிரேட் பாஸ் 4
5-ம் கிரேட் பாஸ் 17.

ஆசிரியர்கள்:

கனம் ஆதம்சன் ஐயர் - பிரின்சிபல்
திரு T. செபஸ்தியான்
திரு A. ஞானமுத்து
திரு J. ஞானஒளிவு

17. Pp 183 ff MDC Report 1870-1871 July1871

திரு K. ஏசுவடியான்
திரு S. சத்தியநாதன்
திரு Y. ஞானமுத்து
திரு H.A. கிருஷ்ணப்பிள்ளை

புது அம்சங்கள்

ஓய்வுநாள்தோறும் சுவிசேஷ ஊழியம் சங்கீதப் பயிற்சி வகுப்புகள் புதிதாய் ஆரம்பித்திருக்கிறது.[18]

1873-ம் ஆண்டில் கனம் J. F. கெர்ன்ஸ் ஐயர் தஞ்சாவூர்க்கு மிஷெனெரியாக மாற்றப்பட்டார். அது முதல் கனம் தாமஸ் ஆடம்சன் ஐயரே புதியம்புத்தூர், புதுக்கோட்டை, சாயர்புரம் இம்மூன்றையும் கண்காணிக்கும் பொறுப்பை ஏற்றார்.

---

18. P 147 MDC REPORT 1871-72

09

களம் T. ஆடம்சன் ஐயர்

(THOMAS ADAMSON 1873- 1881)

ஆடம்சன் சாயர்புரம் மிஷனெரி வேலையை நிர்வகிக்க ஆரம்பிக்கும் முன்பே செமினெரிப் பிரின்சிபாலானார் என்று நாம் பார்த்தோம். எனவே இவர் சுமார் 17 வருஷங்கள் சாயர்புரத்தில் ஊழியம் செய்தார் என்றறியலாம். இங்குவரும் முன்னால் திருச்சிராப்பள்ளி S. P. G. கல்லூரியின் (Later Bishop Heber College, Trichy) தலைவராக 1864 முதல் 1866 வரை உத்தியோகம் பார்த்தார்.

இம்மிஷனெரியின் காலத்தில் D. வேதமுத்து ஐயர் சாயர்புரம் சேகரத்தில் குருத்துவப் பணிவிடை செய்தார். வேதமுத்து ஐயர் தன் காலத்தில் நடந்த சபைப் பணிவிடையைப்பற்றி வருஷந்தோறும் அறிக்கைகள் கொடுத்துள்ளார். அவற்றினின்று அக்காலச் சாயர்புரம் ஊழியத்தைப் பற்றி நாம் பலவறியக் கூடியதாயிருக்கிறது.

1874-ல் சேகர நிலை பின்வருமாறு:

மிஷனெரி: T. ஆடம்சன் ஐயர், சபைக்குரு: D. வேதமுத்து ஐயர், M. D. C. உபதேசியார்: V. சாமுவேல் உபதேசியார், சபை ஊழியர்: ஏழு பேர், கிராம உபாத்திமார்: ஏழு பேர், கிராமப் பள்ளிக் கூடங்கள்: 8, பள்ளிச் சிறுவர்: 363, சபைகள்: 20, கிறிஸ்தவர் தொகை :1113, ஆராய்ச்சியாளர்: 257, நற்கருணைக்காரர்: 320, எழுத வாசிக்கத் தெரிந்தவர்கள் : 335, சபை வருமானம்: ரூ. 953-9-6.

ஆராய்ச்சிக்காரரில் சிலர் பின்வாங்கிப் போயினர். சிற்சில கிராமங்களில் புதுக் கிறிஸ்தவர்களுக்குத் துன்பமுண்டாயிருந்தது. குருவானவரும், சபை ஊழியரும் அச்சபைகளைச் சந்தித்து உபத்திரவத்தில் பொறுமையாயிருக்கவும், ஒருவருக்கொருவர் உதவி செய்து புத்தி சொல்லி இவ்விதமாய் விசுவாசத்தில் வளரவும் புத்தி சொல்லி வந்தனர். துன்ப காலங்களில் சபைகள் மறுதலித்துப் போகாவண்ணம்

வேத அறிவிலும், ரஷிட்டைப் பற்றிய வாஞ்சையிலும் உறுதிப்படுவதாக சபைகளில் வாசிப்புக் கூட்டங்கள் ஏற்படுத்தி அவற்றில் உபதேசிமார் துண்டுப் பிரதிகளை வாசித்து வியாக்கியானம் செய்து ஜனங்களுக்கு கற்பிக்க வேண்டும் என்று ஒழுங்கு செய்யப்பட்டது. புற மதஸ்தரும் இக்கூட்டங்களுக்கு வர அழைக்கப்பட்டனர். இங்கொருவரும், அங்கொருவருமாகச் சிலர் புதிதாகச் சபையில் சேரலாயினர்.

ஓய்வுநாள் ஆசரிப்பு விஷயத்தில் வெகு கண்டிப்பு காணப்பட்டது. ஒழுங்கினமானவர்களை அவர்கள் வீடுகளில் சந்தித்து அவர்களுடைய நிர்விசாரத்தின் தண்டனை எடுத்துக் காட்டப்பட்டது.

வியாதியஸ்தர் சந்திப்பு, அவர்களோடு ஜெபிப்பது முதலிய சத்திய காரீயங்களின் மூலம் சபையாருக்கும் ஊழியர்களுக்கும் ஒருவித பரஸ்பர அன்பும் நல்லெண்ணமும் வளர்ந்து வந்தது. எனவே ஓய்வுநாள் வகுப்புகள், ஜெபக்கூட்டங்கள் முதலியவற்றிக்கு ஜனங்கள் ஒழுங்காய் வரவும் ஆவிக்குரிய அறிவு தங்களுக்கு வேண்டுமேயென்று ஆவல் கொள்ளவுமாயினர். ஆவிக்குரிய விஷயங்களைப் பற்றி மக்கள் சம்பாஷிக்கவும், ஆத்மீகக் காரியங்களைக் கவனித்து வரும் சபை ஊழியத்துக்கும், ஊழியத்திலும் தங்கள் உதவி செய்வது தங்கள் கடமை என்று உணருமாயினர்.

சேகரச் சபைகளில் எல்லாக் கிராமங்களிலும் தினசரி காலை, மாலை ஆராதனைகள் நடைபெறலாயின. ஒவ்வொரு ஆராதனையிலும் சிறு பிரசங்கங்கள் செய்யப்பட்டன. வேதாகமப் பாகங்களைச் சபையின் பிள்ளைகள் ஒவ்வொருவரும் பாராயணம் செய்யும்படி ஏற்பாடிருந்தது. இதற்குதவியாக ஒவ்வொரு சபையிலும் ஆண், பெண், வாலிபர், குழந்தைகளுக்கான ஓய்வுநாள் பாடசாலைகள் நடத்தப்பட்டன. அவ்வண்ணமே 1874- ம் ஆண்டிலிருந்து வீடுகளில் ஜெபக்கூட்டங்களும் நடத்த ஒழுங்கு செய்யப்பட்டிருந்தது.

சாயர்புரத்தில் புதன், வெள்ளிகளில் சபை ஊழியத்திற்காக மத்தியான மன்றாட்டுக் கூட்டங்களும் ஆரம்பமாயின. கஸ்பா ஆலயத்தில் ஓய்வுநாட்களில் மூன்று ஆராதனைகள் நடைபெறும். சுற்றிலுமுள்ள ஆறு சபைகளிலிருந்து மக்கள் அவ்வாராதனைகளுக்கும் விசேஷமாய் மத்திய ஆராதனைக்கும் வருவார்கள். மாதவிருமுறை பரிசுத்த நற்கருணை ஆராதனை சாயர்புரத்திலும் மாதமொருமுறை இடையர்காட்டிலும் நடத்தப்படும். தவிர விசேஷ நாட்களிலும், பண்டிகை திருநாட்களிலும் அப்பந்தி பரிமாறப்பட்டு வந்தது. நற்கருணைக்குத் தகுந்த ஆயத்தம்

கொடுக்கப்பட்டது. வாரந்தோறும் நற்கருணைக்காரருக்கென்று ஆயத்த ஆராதனைகளும் அவற்றில் விசேஷித்த பிரசங்கங்களும் இருக்கும்.

வீடு சந்திப்பும் கனம் வேதமுத்து ஐயரால் முக்கியப்படுத்தப்பட்டது. சபையாரை வீடுகளில் சந்திக்கும்போது, அவ்வீட்டாருக்கு அவசியமானதும், அவர்களுடைய நிலைமைகேற்றதுமான பிரசங்கங்களும் செய்யப்பட்டன. அச்சமயங்களில் தனித்தனி நபர்களில் காணப்பட்ட குற்றங் குறைகள் கண்டிக்கப்பட்டு, ஏற்ற புத்திமதி கூறப்பட்டதால் ''ஒவ்வொரு ஆத்துமாக்களாக கிறிஸ்துவண்டை வழி நடத்தப்பட்டார்கள்''.

ஆராய்ச்சிக்காரர் விஷயத்தில் ஐயர் விசேஷித்த கவனம் செலுத்தலானார். 1874-ல் 257 ஆயத்தக்காரரிருந்தார்கள். அவர்களுக்குத் திட்டவட்டமானதும், கிரமப்படி ஆயத்தப்படுத்தப்பட்ட பாடத்திட்டத்திற்குப்பட்டதான வகுப்புகள் நடத்தப்பட்டன. அவ்வருஷம் மட்டும் 14 குடும்பங்கள் புதிதாக ஆயத்தக்காரராகச் சேர்க்கப்பட்டன.

1854-ம் ஆண்டில் ஹக்ஸ்டரின் ஐயர் ஸ்தாபித்த **ரபாயேல்** வைத்தியசாலையின் சரித்திரம் நமக்குத் தெரியவில்லை. அது சில காலம் நடைபெற்றுப் பின் மூடப்பட்டிருக்கலாம்; அல்லது அதன் வேலை திறமையாக நடத்தப்படாதிருக்கலாம். எதுவானாலும் அது பற்றிய தகவல் யாதொன்றும் நமக்குக் கிடைக்கவில்லை. ஆனால் 1874-ல் அது மறுபடியும் புதுப்பிக்கப்பட்டதாக மட்டும் நமக்குத் தெரிய வருகிறது. அக்காலங்களில் மருத்துவம் தேர்ந்த டாக்டர்கள் கிடையாததால் டிரசர்கள் என்றழைக்கப்படும் குறைந்த அறிவுடைய வைத்தியர்களே நியமிக்கப்பட்டனர். நம் ஆஸ்பத்திரி புத்துயிர் பெற்ற அவ்வாண்டில் (1874) கிறிஸ்தியா நகரத்திலும், நாகலாபுரத்திலும் ஆஸ்பத்திரிகள் திறக்கப்பட்டன.

பள்ளிக்கூடங்கள் 8, அவற்றில் ஆறு பகல்

பள்ளிக்கூடங்களும், இரண்டு இராப்பள்ளிக் கூடங்களுமாயிருந்தன. அவற்றில் கல்வி கற்ற சிறுவர்களில் 290 ஆண்கள், 78 பெண்கள். பள்ளிக் கூடங்களெல்லாம் சர்க்கார் உதவித்தொகை பெற்றன. வேத பாடம் கட்டாயமாகப் போதிக்கப்பட்டது. மாதமொருமுறை சேகரப்பள்ளிக்கூடப் பிள்ளைகள் அனைவரும் சாயர்புரத்தில் கூட்டுவிக்கப்படுவர். அவர்களுடைய வேதபாட அறிவையும், மற்றப் பாடங்களில் தேர்ச்சியையும் மிஷனெரி ஆதம்சன் ஐயரும் வேதமுத்து ஐயரும் பரீட்ஷை செய்வார்கள்.

சேகரத்தில் இரு நிதிகள் உண்டு. அவற்றில் ஒன்று சுதேசக் குரு சம்பள நிதி. மற்றொன்று உபதேசிமார் நிதி. பின்னது 1874-ல் தான் ஆரம்பிக்கப்பட்டது. இதின் நோக்கம் M.D.C. உபதேசியாருக்கு இனிச் சபையாரே சம்பளம் கொடுக்கக்கூடியவர்களாக வேண்டும் என்பது தான்.[1]

1876-ம் ஆண்டுக்கணக்கின்படி தென் இந்தியாவிலுள்ள S.P.G. மிஷன் சபைகளில் நான்கு பாஸ்ற்றரேட்களில் மட்டும் குருமாருடைய சம்பளத்தைப் பாஸ்ற்றரேட் கிறிஸ்தவர்களே கொடுத்து வந்தார்கள். அவற்றில் சாயர்புரமும் ஒன்று. மற்றொன்று புதியம்புத்தூர்.[2] திருநெல்வேலியில் நாசரேத், முதலூர், இடையன்குடி, ராதாபுரம் சேகரங்கள் தங்கள் குருமாரின் சம்பளத்தில் பாதியை மட்டுமே கொடுத்தன.

1876-ம் வருஷ ரிப்போர்ட்டில் சேகர நிலையில் பல முன்னேற்றங்கள் ஏற்பட்டதாக கூறப்படுகிறது. சேகரச் சபைகளின் தொகை 21. சுப்பிரமணியபுரம், குமாரபுரம், கட்ட அகரம், செபத்தியாபுரம், இடையர்காடு முதலிய கிராமங்களில் பலர் கிறிஸ்து மார்க்கத்தைச் சேர்ந்தார்கள். இப்புதிய கிறிஸ்தவர்கள் அதிகமாகச் சுப்பிமணியபுரம், செபத்தியாபுரம், இடையர்காடு சபைகளின் பிள்ளைகள் எடுத்துக் கொண்ட சுவிசேஷப் படை முயற்சியின் பலன்களாகும். இத்துடன்

1875 முன்பாகத்தில் டாக்டர் கனம் ராபர்ட் கால்டுவெல் ஐயர் (Later Bishop) இப்பிராந்தியத்தில் ஒரு விசேஷித்த சுவிசேஷப் பிரபல்ய முயற்சி எடுத்தார். ஆறுமுக மங்கலம், கொற்கை, உமரிக்காடு, மரமங்கலம் என்ற கிராமங்களைத் தெரிந்து கொண்டு, அவைகளில் கூடாரமைத்துப் பல நாட்கள் தங்கி, ஊழியம்

---

1. P 25 ff. M.D.C.Records 1876
2. P XIV MDC 1875-76

செய்தார். இவ்வூழியத்தில் அவர் ஒரு புதுமுறையைக் கையாடினார். என்னவெனில் தனது கூடாரங்களில் விசேஷித்த ஆராதனைகள் நடத்தி, அவ்வாராதனைகளில் இந்துக்கள் பங்குபெறச் செய்வதுதான். கிறிஸ்தவர்களும் இந்துக்களுமாகக் கூடாரத்தில் கூடினபின் ஆராதனை நடத்தி அதில் இவர்களுக்குப் பிரயோஜனமான பிரசங்கங்கள் செய்வார்.

கனம் வேதமுத்து ஐயரும் இம்முறையை கையாடவாரம்பித்தார். பல கிராமங்களில் இம்முறையில் ஊழியம் ஒழுங்காய் நடைபெற்றதெனினும் இரண்டு ஊர்களில் பலத்த எதிர்ப்பு உண்டாயிற்று. ஆறுமுக மங்கலத்தார் கிறிஸ்துவைத் தங்கள் ஊரில் வைத்து வணங்கக் கூடாது என்று பிடிவாதமாய்க் கூறி ஆராதனை நடக்க விடாது செய்தனர். ஆனாலும் ஐயர் வெகுப் பிரயாசப்பட்டு அதிகக் கஷ்டங்களுக்குப் பின் ஒரு அறையை அமர்த்தி ஆராதனையை நடத்தினதுமல்லாமல் வெகு சீக்கிரத்தில் ஜெப அறையொன்று கட்ட ஒரு நிலம் வாங்கி ஜெபாலயத்தையும் கட்டி முடித்தார். ஆனால் சில நாட்களுக்குள் புற மதஸ்தர் அதைத் தீக்கிரையாக்கினார்கள். கொஞ்சமும் பின் வாங்காத ஐயர் உடனே அவ்விடத்தில் உறுதியான காரைக் கோவில் ஒன்று அமைத்து முடித்தார்.

இவ்விஷயங்களைக் கேள்விப்பட்ட கால்டுவெல் ஐயர் பின் இச்சேகரத்துக்கு வந்து இடையர்காட்டில் ஒரு மாதம் தங்கி கிறிஸ்தவர்களை உற்சாகப்படுத்தி ஊக்கமூட்டி, புற மதஸ்தர் மத்தியில் இடைவிடாது, உழைத்தார். ஆறுமுக மங்கலத்தில் இந்துக்களுகென்று வேதாகம வகுப்புகள் நடத்தினார். முதலில் எதிர்ப்பு இருந்ததெனினும் வருஷக் கடைசிக்குள் (1875) 45 ஆத்துமாக்கள் அவ்வூரில் முதல் முதலாகக் கிறிஸ்தவர்களானார்கள்.[3]

இக்காலங்களிலுண்டான பிற புதுச்சபைகள் சவரிமங்கலம் (முதல் ஞானஸ்நானம் 1874 டிச 6.) மணக்காடு (முதல் ஞானஸ்நானம் 1876 செப் 1.) முதலியவை. சபைகள் விருத்தியடையவே ஊழியர் தொகையும் அதிகரித்தது. 1877 ல் 14 உபதேசியார் சேகரத்திலிருந்தனர். ஞானஸ்நானம் பெற்ற கிறிஸ்தவர்கள் 1264 ஆராய்ச்சிக்காரர் 382. சபை வருமானம் ரூ.1053-7-1. 1877 மார்ச் மாதம் 11-ம் தேதி கனம் கால்டுவெல் ஐயர் கனம் எட்வர்ட் சார்ஜன்ட் ஐயருடன், கல்கத்தா பரி. பவுல் கதீட்ரலில் (S.P.G. சபைகளின்) அத்தியஷகாரர் அபிஷேகம் பெற்ற பின், நாசரேத், சாயர்புரம் சேகரங்களில் சுவிசேஷ வேலை

---

3. Pp 38-40 MDC Report 1875-1876.

முன்னிலும் அதிகமாகச் செய்யப்பட வேண்டும் என்று தீர்மானம் செய்து அதற்காக முயற்சிகளில் ஈடுபடலானார். அம்முயற்சியில் அவர் அதிகமாய்ச் சித்திபெற்றார். நம் சேகரத்தில் அவர் தானே வந்து தங்கி, பத்துக் கிராமங்களைத் தெரிந்துகொண்டு முதலில் கிறிஸ்தவர்களிடை ஊக்கமும் உற்சாகமுமுண்டாகுமாறு செய்தார். சபைகள் புற மதஸ்தருக்குத் தாங்கள் செய்ய வேண்டிய கடமைகளைப் பற்றி நன்கு அறிவு புகட்டப்பெற்று, தங்கள் கடனைத் தீர்க்க முன் வந்தார்கள். சேகரமெங்கும் சுயாதீனப் பிரசங்கக் கூட்டங்கள் தோன்றின.

வேதமுத்து ஐயர் அவற்றை ஊழியத்தில் பயன்படுத்த முன் வந்தார். இக்கூட்டார்களெல்லாம் ஒன்று சேர்க்கப்பட்டுப் பின் ஐந்து தனிக்கூட்டங்களாகப் பிரிக்கப்பட்டன. ஒவ்வொரு தனிக்கூட்டத்துக்கும் சேகரத்தில் ஒரு பாகம் கொடுக்கப்பட்டது. இக்கூட்டங்கள் ஓய்வுநாள் மாலைதோறும் புற மதஸ்தர் மத்தியில் சுவிசேஷ ஊழியம் செய்ய வேண்டும். மாதமொருமுறை எல்லாக் கூட்டங்களும் சாயர்புரத்தில் கூடித் தங்கள் தங்கள் அனுபவங்களை மற்றவர்களுக்கு எடுத்துக் கூறி ஒருவருக்காக ஒருவர் ஜெபிக்க ஏற்பாடு செய்யப்பட்டது. இச்சமயங்களில் மிஷனெரியும், குருவானவரும் பிரசன்னராகி பிரசங்கிமாருக்கு வேண்டிய புத்திமதிகளும், ஆலோசனைகளும் கொடுப்பார்கள். பெண்களுக்குள்ளும் இவ்வித உற்சாகமுண்டாயிற்று. விசேஷமாய் பன்னிரண்டு பெண்கள் தங்களை இவ்வூழியத்துக்குச் கென்று தத்தம் செய்தனர். அவர்களனைவரும் சபையின் பிள்ளைகளே. அவர்களும் ஞாயிறுதோறும் மாலையில் ஒவ்வொரு கிராமத்துக்குச் செல்ல, அக்கிராம ஊழியரின் மனைவி அவர்களுக்குத் தலைமை தாங்கி புற மதஸ்தர் தெருக்களுக்கு அழைத்துச் செல்ல, அங்கு சுவிசேஷத்தைப் பிரசங்கித்துத் தங்கள் வீடுகளுக்கு திரும்புவார்கள். இவர்களும் மாதமொருமுறை, ஆண்களைப் போலவே சாயர்புரத்தில் கூடி ஜெபித்துத் தங்கள் பணிவிடையைக் கர்த்தருக்குக் காணிக்கையாகப் படைத்துச் செல்வார்கள். இப்பணிவிடைகளின் பயனும் சுமார் 400 பேர் ஆராய்ச்சிக்காரராய்ச் சேர்ந்தார்கள்.[4]

1877 முதல் 1879 வரை இந்தியாவில் ஒரு கொடிய பஞ்சம் உண்டாயிற்று. லக்ஷக் கணக்கானவர்கள் பசியினால் மடிந்தார்கள். தென்னாட்டிலும் பஞ்சத்தினால் மாண்டவர்கள் ஏராளம். ஆயிரமாயிரமாக ஏழை மக்கள் மரித்தார்கள். பசி, பட்டினியினால் வாடிய மக்களுக்கு அன்னமளித்து உயிரைக் காக்க கிறிஸ்தவ மிஷன்களையும் சுதேச

4. P 144. MDC Report 1876-77

கிறிஸ்தவ சங்கங்களையும் தவிர யாரும் முன் வரவில்லை. பிணியால் வதங்கிய ஏழை நோயாளிகளுக்குச் சிகிச்சை செய்ய மிஷன் ஆஸ்பத்திரிகளைத் தவிர வேறு ஏற்பாடுகள் கிடையா. பெற்றோரை இழந்த எண்ணிறந்த அனாதைக் குழந்தைகளுக்குக் கஞ்சி வார்க்க **"மிஷனெரித் தாய்மாரை"** யன்றி, வேறு யாருண்டு? சர்க்காரும், அங்கங்கே ஏற்பட்ட சில கழகங்களும் முன் வந்தும், அவர்களது ஒத்தாசைகளும் மிஷனெரியாரின் வழியாகவே செல்லக்கூடியவாயின. இதுபற்றிக் கனம் கால்டுவெல், அத்தியஷர், 'இங்கிலாந்திலும், இந்தியாவிலும் கிறிஸ்தவர்கள் தங்கள் பணத்தாலும், உதாரத்துவ ஈகையினாலும் இரக்கம் காண்பித்து, தங்கள் சுயஜாதியாராலும், மதத்தினராலும் புறக்கணிக்கப்பட்ட ஏழை மக்களுக்கு ஒத்தாசை செய்தார்கள்' என்றெழுதினார்.

பஞ்சத்துடன் காலராவும் கூடிக்கொண்டது. மற்றெங்கும் போலவே நம் சேகரத்திலும் கிறிஸ்தவ சபை ஜாதி மத பேதமின்றி நலிந்தோர்க்கு நன்கொடை செய்ய முன்வந்தது. கிறிஸ்தவ சபையார் தங்களாலியன்ற அளவு பொருளும் பொன்னும் கொடுத்தனர். ஆடைகளும் உணர்வும் மக்கள் தாராளமாய் தானமளித்தனர். சாயர்புரம் ஒரு கிராமம். எனவே கிடைத்த தொகை ஏராளமல்ல. தினந்தோறும் இருபது ஏழைகளுக்குச் சுமார் மூன்று மாதங்களாக ஆகாரம் அளிக்க மட்டும் கூடியதாயிருந்தது. அற்பமெனினும் ஆண்டவர் ஆசீர்வதித்தார்.

கிறிஸ்தவ சபை துன்பப்பட்ட மக்களுக்கு ஆபத்தில் உதவியது கண்ட ஜனங்கள் பெருங்கூட்டங் கூட்டமாக கிறிஸ்து நாதரைத் தங்கள் தேவனாகவும், ஆண்டவராகவும் ஏற்றுக்கொள்ள முன் வந்தனர். ஆயிரமாயிரமாய், S.P.G. சபைகளில் தொகை பெருகிற்று. சாயர்புரம் சேகரத்திலும் சுமார் 400 பேர் ஞானஸ்நானம் பெற்றார்கள்.

1876-ல் மணக்காட்டில் 8 பேருக்கும் 1878 ஜனவரி 3-ம் தேதி சாயர்புரத்தில் 239 பேருக்கும் ஜூன் 16-ம் தேதி 23 பேருக்கும் ஜூலை 7-தேதி சுப்பிரமணியபுரத்தில் 23 பேருக்கும் கனம் ஆதம்சன் ஐயர் ஞானதிஷ்டை கொடுத்தார். 1878 டிசம்பர் 1-ல் கனம் வேதமுத்து ஐயர் மாயக் கூத்தாப்புரத்தைச் சேர்ந்த இருவரைச் சபையில் சேர்த்தார். இவைத் தவிர ஒன்றிரண்டு பேராய் அநேகர் பல தடவைகளிலும் மார்க்கத்தில் சேர்ந்தனர்.[5]

முன்சொன்ன 239 பேர்களில் குளத்தினர் 53, குமாரபுரம்

---

5. P 117 A History Nazareth Mission   P 57 MDC Report 1877

ஊரார் 28, செபத்தியாபுரம் கிராமத்தார் 24, நடுவக்குறிச்சிக்காரர் 13, சுப்பிரமணியபுரத்தார் 27, பட்டாணி விளையினர் 7 பேர். மீதிபேர் புத்தூர், கோவன்காடு, செந்தியம்பலம், மணல்காடு, புளியங்காடு, இருவப்பபுரம், நயினாபுரம், நிலமாலைபுரம் என்றஊர்களிருந்து வந்தார்கள். ஜூலை மாதத்தில் சுப்பிரமணியபுரத்தில் ஞானஸ்நானம் பெற்றவர்கனைவரும் அவ்வூராரே. இப்பெருங்கூட்டதினரில் பலர் சாயர்புரம் சேகர சுவிசேஷப் படையினரின் ஊழியத்தின் பயனுமாவர்கள்.

பஞ்சகாலப் பசியும் பட்டினியும் இந்துக்களுக்கு மட்டும் தான் என்றெண்ணுவது கூடாது. கிறிஸ்தவர்களிலும் பலர் பஞ்சத்தால் வாடினார்கள். அக்காலத்தில் ரோமனித்தர் பணங்கொடுத்து நம்மில் சிலரைத் தம் மார்க்கத்தில் சேர்த்தனர். இவ்விதம் இழுப்புண்டவர்களில் சிலர் சிலநாட்கள் கழித்து நம் சபையில் திரும்பவும் சேர்ந்தார்கள்.[6]

பள்ளிக்கூட வேலையில் சிற்சில முன்னேற்றங்களையும் நாம் 1877-ம் ஆண்டறிக்கையில் காணலாம். சில முதியோர் கல்விச்சாலைகள் நிறுவப்பட்டு, இவைகளில் ஆசிரியப் பணியாற்றும் கடமை அக்கிராம உபதேசிமாரின் மனைவியரிடை ஒப்படைக்கப்பட்டது. இவை ஒவ்வொரு நாள் காலையிலும் காலை ஆராதனைக்குப் பின் நடைபெற்றன. இக்கலாசாலைகளில் வேதபாடமும், உலகப் பிரகாரமான கல்வியும் கற்பிக்கப்பட்டன. இக்கலாசாலைகள் சேகரத்தில் ஆறு உண்டு. மிகுதியான ஸ்திரீகளோ இப்பள்ளிகளின் மாணவிகள். சர்க்கார் இவற்றை அங்கீகரித்தார்கள். பரீட்ஷாதிகாரியினை அனுப்பிப் பரிஷித்து, காணப்பட்ட தேர்ச்சியைப் பாராட்டினார்கள்.

சாயர்புரம் கிராமப் பள்ளிக்கூடம் ஆங்கிலோ-வெர்னாக்குல பாடசாலையாக உயர்த்தப்பட்டது. இதுவே இப்போதுள்ள போப் மெமோரியல் உயர்நிலைப் பள்ளியின் ஆரம்பம். இக்கலாசாலைக்காக ஒரு உறுதியான கட்டிட கூட்டமுமாயிற்று.

இவ்வாண்டில் நடந்த வேறொரு விசேஷமுமுண்டு. அது சாயர்புரம் சேகர சபைக் கழகம் (Sawyerpuram District Church Council) ஆரம்பமானதே. இப்படிப்பட்ட ஒரு ஆலோசனைக் கழகம் அவசியம் என்று சில காலமாய் ஒப்புக்கொள்ளப்பட்டு ஆலோசிக்கப்பட்ட விஷயம். இப்போது தான் (1877) இது கைக்கூடிற்று. இது பற்றி கனம் வேதமுத்து ஐயர் ஒரு சேகர சபைக் கவுண்சில் சமீபத்தில் நிறுவப்பட்டது. கடந்த சில காலங்களாக இதன் அவசியம்

____
6.P 57 M D E Report 1877

உணரப்பட்ட போதிலும் இப்போது தான் இது சாத்தியமாயிற்று. பண விஷயமான எக்காரியங்களிலும், சேகர ஊழியத்தின் மற்றெந்த விஷயங்களிலும் கவுண்சில் விசேஷித்த அக்கரை கொள்கிறது. கடவுளுடைய கிருபையினால் இக்கவுண்சில் சேகர ஊழியத்துக்கு மிகுந்த ஆசீர்வாதமாயிருக்கும் என்று நம்புகிறோம்''[7]என்றெழுதினார். இக்கழகமே தற்கால சர்க்கிள் கமிற்றியின் தந்தை என்று சொல்லலாம்.

இக்கவுண்சில் ஏற்படுத்தப்பட்ட பின் முன்னிலும் அதிகமாகச் சுவிசேஷ வாஞ்சை சேகரத்தில் அதிகரித்தது. இவையெல்லாவற்றிலும் கனம் வேதமுத்து ஐயர் எடுத்துக் கொண்ட சிரத்தை அளவிடப்படாதது. பஞ்சகாலத்தில் மற்றெங்கும் போலிங்கும் அநேக மக்கள் கிறிஸ்து சபையைச் சேர்ந்தனர். அவர்களை ஊன்றக் கட்டுவதிலும், இன்னும் அதிகமான பேருக்குக் கிறிஸ்தவ நற்செய்தியை அறிவித்து அநேகரை ரட்ஷிப்பின் பாதைக்குக் கொண்டு வரவும் ஐயர் ஊர் ஊராய் அலைந்து ஏற்கனவே ஏற்பட்டிருந்த சுவிசேஷச் சங்கங்களை உற்சாகப்படுத்திப் புதுப் புதுச் சங்கங்களை நிறுவினார். கவுண்சில் அங்கத்தினர் கூட்டங்களுக்கு வந்து பண விஷயங்களையும், மற்ற காரியங்களையும் குறித்துத் தர்க்கிப்பது மட்டும் தங்கள் கடமை என்றெண்ணாமல் சுவிசேஷப் பிரபல்யமும் தங்கள் பொறுப்பு என்றுணர்ந்தாவராகி இக்கைங்காரியத்தில் ஐயருக்குப் பக்கப் பலனாய் நின்றனர். 1878-ல் மட்டும் 27 ஆண்களும் 22 பெண்களும் இவ்வூழியத்தை இடைவிடாது நடத்தி 103 ஆத்துமாக்கள் கொண்ட 20 குடும்பத்தார் ஞானஸ்நானம் பெற காரணமாயிருந்தனர். இந்த 49 சுவிசேஷகரில் ஒருவர் கூட மிஷன் ஊழியருமல்ல, அவர் தம் மனைவியருமல்ல.

ஊழியம் விரிவடைந்து சபைகள் தோன்றினதினால் திருச்சபையின் நல்வாழ்வுக்காக மனைகளும், புஞ்சை, நன்சை நிலங்களும் கொள்ளப்பட்டன. கீழ ஈராவில் மனைகளும் இருவபுரத்தில் புஞ்சை நிலங்களும், கட்டையாலங்குளத்தில் புஞ்சைகளும், கல்லறைத் தோட்ட நிலமும் சேவல்காட்டில் சில நிலங்களும் திருப்பணிச் செட்டிகுளத்தில் புஞ்சை நிலமும், செபத்தியாபுரத்தில் வீட்டுமனையும், சிறுத் தொண்டலூர் ஜெபவீடும், மொட்டத்தான்விளை வீட்டுமனையும், சம்பாடி பழைய கோயில் மனையும் மற்றும் பல ஆஸ்திகளும் 1876 முதல் 1879-க்குள் கொள்ளப்பட்டன வென்றறியலாம்.[8]

1877-ம் வருஷ இறுதியில் உண்டான ஒரு துயரச் செய்தியை

7. P 58 MDC Report 1877

8. Mission Filed 1878 – Report P 523-524

இவ்விடம் எழுதாது விடுவது தகுதியல்ல. அது கனம் கெர்ன்ஸ் ஐயரின் மரணமே. கனம் ஐயர் 1873-ல் தஞ்சாவூருக்கு மாற்றப்பட்டார் என்று பார்த்தோம். அங்கு மிஷெனரியாக ஐந்து வருஷங்கள் உத்தம ஊழியம் நிறைவேற்றினார். சில காலங்களாக அவருக்குச் சுகவீனம் ஏற்பட்டது. டிசம்பர் மாதம் 9-ம் தேதி இரவு ஆகாரம் புசிக்க மேஜையில் அமர்ந்தார். ஆனால் ஏதோ அன்று சாப்பிட மனமில்லாமல் நித்திரைக்குச் சென்றார். நித்திரை வரவில்லை. உடல் சௌகரியம் குறைவுபட்டது. பெலன் நீங்கிற்று. 10-ம் தேதி காலையில் கர்த்தருடைய ராஜ்யம் சேர்ந்தார்.

கெர்ன்ஸ் ஐயர் ஓர் உத்தம ஊழியன். கர்த்தருக்காக வைராக்கியத்துடன் இடைவிடாமலும் உழைத்தவர். எல்லாராலும் நேசிக்கப்பட்டவர். சமுதாயத்தில் தாழ்ந்தவர் முதல் உயர்ந்தவர் வரை அனைவரும் அவரைத் தந்தை என மதித்து வந்தார்கள். அவர் மரித்த துயரச் செய்தியைக் கேட்டதும் தஞ்சாவூர் இளவரசி கெர்ன்ஸ் அம்மையாருக்கு ஒரு கடிதம் எழுதித் தன் துக்கத்தைத் தெரிவித்துக் கொண்டார். அக்கடிதத்தில் ஐயர் தான் உத்தம நண்பனும், ஆலோசனைகாராகவுமிருந்தார் என்று குறிப்பிட்டார். மேலும் ஐயருடைய அடக்கச் செலவனைத்தும் இளவரசியே கொடுத்ததுமன்றி ஆலயத்தில் கெர்ன்ஸ் ஒரு ஞாபகக்கல் பதிப்பித்தார். அதில் "திருநெல்வேலியிலும் தஞ்சாவூரிலும் S.P.G. மிஷெனரியாக 27 வருஷங்களாக உழைத்த கனம் J. F. கெர்ன்ஸ் ஐயருக்கு ஞாபகார்த்தமாகவும் தேவனுக்கு மகிமையாகவும் இக்கல் வைக்கப்பட்டிருக்கிறது. தன் எஜமானின் சேவகத்தில் குன்றா சக்தியுடன் போர் புரிந்து, வருஷா வருஷம் செய்த உழைப்பினால் தேய்வுற்றதினால் அவருடைய ஆவி 1877-ம் வருஷம் டிசம்பர் 9-ம் தேதி அட்வெந்து இரண்டாம் ஞாயிறன்று நீங்கிற்று. **"பரலோகத்திலிருந்து ஒரு சத்தமுண்டாகக் கேட்டேன். கர்த்தருக்குள் மரிக்கிறவர்கள் இது முதல் பாக்கியவான்கள் என்று எழுது; அவர்கள் தங்கள் பிரயாசங்களை விட்டொழிந்து இளைப்பாறுவார்கள்".** இந்தத் தஞ்சாவூர் இளவரசி உயர்திரு (Her Highness) பேய்ன் சாகேப் அம்மையாரால் பதிப்பிக்கப்பட்டது" என்ற வாசகம் ஆங்கிலத்தில் பொறிக்கப்பட்டது.9 (இவ்விளவரசி கீர்த்திபெற்ற செர்போஜி மகா ராஜாவின் பேத்தி.) ஏராளமான ஜனங்கள் அடக்க ஆராதனையில் பங்கு பெற்றார்கள். கும்பகோணம் மிஷெனரி கனம் W. H. கே ஐயர் ஆராதனையை நடத்தினார்.

கெர்ன்ஸ் ஐயர் ஐயர்லாந்து தேசத்தவர். 1825-ம் ஆண்டு

9. Mission Record 1878

அத்தேசத்தில் பிறந்து மிஷெனெரியாக 1854-ல் சென்னைக்கு வந்து, சென்னை அத்தியாஷரிடத்தில் 1854-ல் உதவிக் குருப்பட்டமும் 1856-ல் குருப்பட்டமும் பெற்றார். முதலூர் (1854-1856) சாயர்புரம் (1856) புதியம்புத்தூர் (1856-1875) தஞ்சாவூர் (1873-77) என்ற இடங்களில் மிஷெனெரியாயுழைத்தார். அவர் மரிக்கும்போது அவருக்கு வயது 52 தான்.

இனி நமது சரித்திரத்தைத் தொடர்வோம். 1879-80 -ம் வருஷ ரிப்போர்ட்டில் மகாகனம் கால்டுவெல் அத்தியஷரின் விஜயம் குறிப்பிடப்பட்டிருக்கிறது. அத்தியஷர் வந்த சமயத்தில் சபையில் ஒரு பிளவு காணப்பட்டது. இதற்குச் **'சிலுவைக் குழப்பம்'** என்றும் ஒரு பெயருண்டு[10]. கனம் ஆதம்சன் ஐயர் ஒரு உயர்முறை வணக்க வதிபாடு கொண்டவர். இதுசாரும் S.P.G. பாகங்களிலும் C.M.S. ஆலயங்களில் போன்றே ஆராதனைகள் நடைபெற்று வந்தன. ஆதி S.P.G. மிஷெனெரிமார் லுத்தரன் சபையைச் சேர்ந்தவர்கள். பின் வந்த போப் ஐயர் முதலில் மெதொடிஸ்ட் சபையைச் சேர்ந்தவராயிருந்து பின் ஆங்கிலிக்கன் முறையை ஏற்றுக்கொண்டவர். ஏர்ண்ஷா, பிரதர்ட்டன் முதலானோர் வணக்கத்தைப் பிரமாதப்படுத்தாமல் சுவிசேஷ ஊழியத்தையே முக்கியப்படுத்தினர். கெர்ன்ஸ் எக் கொள்கையுடையவரா யிருந்தாலும், அவர் புதியம்புத்தூரிலே இருந்தவராதலால் வணக்க விஷயங்களில் கருத்துச் செலுத்தவில்லை. ஆனால் ஆதம்சன், அவருடைய சிநேகிதரான நாசரேத் மர்காஷிஸ், ராமநாதபுரம் பில்லிங் ஐயர்மார் உயர்முறை வணக்க முறையை விரும்புகிறவர்கள். எனவே மர்காஷிஸிசும், ஆதம்சனும் அம்முறையைத் தங்கள் சேகரங்களில் 1879-ல் புகுத்தலாயினர். அதற்கொப்பத் திருமேஜையில் சிலுவை வைக்கப்பட்டது. உடனே குழப்பம் ஏற்பட்டது. அச்சமயத்தில் தான் மகா கனம் கால்டுவெல் அத்தியஷர் வந்தது. (October 21-27, 1879) அவர் இருதிறத்தாரையும் சமாதானப்படுத்தி ஐக்கியமுண்டாகுமாறு செய்தார். அது முதல் சாயர்புரம் உயர் முறையை ஒப்புக்கொண்டது. பின் இம்முறை நாசரேத்திலும் இடையன்குடி, முதலூர் முதலிய S.P.G. ஸ்தானங்களிலும் வழக்கத்திலாயிற்று.

அடுத்த வருஷம் ஏப்ரலில் 9 முதல் 13 வரை மகாகனம் அத்தியஷர் சாயர்புரம் வந்து 11-ம் தேதி ஞாயிறு மத்தியானம் ஒரு திடப்படுத்தல் ஆராதனை நடத்தினார். அச்சமயம் 30 ஆண்களும் 43 பெண்களும் திருச்சபையின் பூரண அங்கங்களாயினர். அவ்வாராதனையில்

10. P150 A History of nazareth mission sariththiram

ஆலயத்தில் கூடியிருந்த கிறிஸ்தவர்கள் தொகை 1060 (ஆண்கள் 364, பெண்கள் 279 பிள்ளைகள் 417). பின் இரண்டு நாட்கள் அத்தியஷர் தங்கி பல ஸ்தாபனங்களைப் பார்வையிட்டு கவுண்சில் நடத்தி சுவிசேஷ சுயாதீனப் பிரசங்கியார் கூட்டங்களிலும் கலந்து உற்சாகப்படுத்தினார். இந்நாட்கள் சேகர ஊழியத்திற்கு வெகு உற்சாகமூட்டும் தினங்களாயின.

மகாகனம் அத்தியஷர் தம் குறிப்பில் எழுதிய வசனங்களில் சில வருமாறு:-

"கூட்டங்கூட்டமாய் மக்கள் மந்தையில் சேரவாரம்பித்த காலத்திலிருந்து சாயர்புரம் சேகரத்தில் காணப்படும் சுவிசேஷ ஊழிய வாஞ்சை குன்றாதிருப்பதைக் கண்டு மகிழ்ச்சியடைந்தேன். சபையாரும் சபை ஊழியரும் என்னைச் சந்திக்க வந்தபோது அந்தக் கூட்டத்தில் 17 ஆண்களும் 26 பெண்களுமான சுயாதீன சுவிசேஷகர்களும் இருந்தனர். மற்றவர்கள் தூரமான இடங்களிலிருந்து வர வேண்டியதிருந்ததினால் வரவில்லை. சுவிசேஷக் கழகங்களும், திருச்சபை ஆலோசனை கழகங்களும் ஒழுங்காகக் கூடுவதற்கு அவற்றின் அங்கத்தினர் அக்கூட்டங்களுக்குத் தவறாமல் விஜயம் செய்வதற்கும் சாயர்புரம் சேகரம் பேர் போனது" என்பதாம்.[11]

1880-ல் சபைகள் தொகை-32, ஞானஸ்நானம் பெற்றவர்கள்-1875, ஆயத்தக்காரர்- 1303, நற்கருணைகாரர் -389, சபை வருமானம்-ரூ.1925 -15-9[12]

சபைகள் பெருகப் பெருக ஊழியமும் பெருகிற்று. அதிக மதிகமாக சுயாதீன ஊழியர் தொகை வளர்ந்தது. அவர்கள் மாதமொருமுறை சாயர்புரத்தில் கூடுவது நின்று இப்போது இரு கூட்டங்களாக ஒன்று சாயர்புரத்திலும் மற்றது இடையர்காட்டிலும் கூடி ஜெபிப்பாராயினர். எனவே சபையில் புதிதாய்ச் சேருவோரின் தொகையும் அதிகரித்தது. இது கண்டு புற மதத்தினரான மிராசுதார்கள் ஆங்காங்கே புதுக் கிறிஸ்தவர்களுக்குத் துன்பமிழைத்து வந்தார்கள். எனினும் ஊழியர் அவர்களை அடிக்கடி சந்தித்து உபதேசித்து உற்சாகப்படுத்தி உறுதிகுலையாது நிற்க உதவி செய்யவே சபை விருத்தியடைந்தது.[13]

சேகரச் சபை அங்கத்தினரின் ஒத்தாசை போற்றத்தக்கது. வேதமுத்து ஐயர் அது பற்றி **"சேகரச் சபைக் கழகம் நல்ல வேலை செய்து**

---

11. P 33 MDC Report 1879-80
12. P 43 MDC Report 1879-80
13. P 108, 109 MDC Report 1879, 1878

வருகிறது. அங்கத்தினர் ஒழுங்காய்க் கூடி வருகிறார்கள். சேகரத்தின் லௌகீக விஷயங்களிலும், ஆவிக்குரிய விஷயங்களிலும் அதிக கவனம் செலுத்துகிறார்கள். அவர்கள் ஆலோசனைப்படியே வருஷாந்தரப் பணக் கணக்கைப் பற்றிய அறிக்கை அச்சிட்டிருக்கிறேன்".[14] என்றெழுதினார். இவ்வறிக்கைப்படியே முதல் சங்க ரிப்போர்ட் என்றெண்ணெலாம்.

மேலும்அவர் எழுதுவது:

"சபை வருமானம் வெகு திருப்தி வருஷாந்தரக் காணிக்கை கர்த்தர் உயிர்த்தெழுந்தத் திருநாளுக்குப் பின் படைக்கப்படுகிறது. ஒவ்வொரு சபையும் ஈஸ்டருக்குப் பின்வரும் நாட்களில் ஒன்றைக் குறித்துக்கொண்டு அந்நாளில் ஆலயத்தில் கூடுகிறார்கள். ஒரு கீர்த்தனைபாடி ஜெபங்கள் ஏறெடுத்தபின் சபையாரில் ஒருவர் ஒரு உபன்னியாசம் அல்லது புத்தி போதனை செய்வர். அப்புறம் காணிக்கை வாங்கி படைக்கப்படும். அதன்பின் ஒரு பாட்டுப் பாடி ஜெபித்து ஆசீர்வாதம் கூற கூட்டம் முடியும்." (இதுவே சங்கக் காணிக்கை படைக்கும் நாள்).

1880-ம் வருஷச் சங்கக் காணிக்கை ரூ.1318-12-2 அவ்வருஷத்தில் மற்ற நிதிகளிருந்தவாறு:

சுதேசக் குருமார் என்டொளமென்று பண்டு ரூ 1395-9-11 ½, ஆலயக் கட்டுமானப் பண்டு ரூ 108-13-6, ஓய்வுநாட் காணிக்கையும் ஏழைகள் தர்மப்பண்டு 181-2-3 ½, ஆலயத் தீபநிதி- ரூ.240-6-0.

வேதமுத்து ஐயர் தன் உடனுழியரான உபதேசிமார், உபாத்திமார், உபாத்திமாருடைய வேத அறிவு வளர்ச்சியைப் பற்றியும் அதிகச் சினத்தை எடுத்துக்கொண்டார். ஏனெனில் இவ்வூழியர் எவ்வளவுக்கெவ்வளவு இனவழிக்கேற்ற ஞானம் உடையவர்களாயிருக்கிறார்களோ அவ்வளவுக்களவே சபையாரின் ஆத்மிக நலனும் இருக்கும் என்பதைத் திட்டமாக அவர் அறிந்திருந்தார். எனவே அக்காலம் நடைபெற்ற ஆசாமிகள் பரீட்ஷைக்குத் தன் சேகரத்திலும் ஊழியரும் ஆஜராகி உயர்ந்த சதவிகித மார்க்குகள் எடுக்க வேண்டும் என்று அக்கரை கொண்டு நினைவுக்காக அவர்களை ஆயத்தமும் செய்தார். அவருடைய பிரயாசம் வீண்போகவில்லை. 1880 வருஷப்ப நினைவில் மூன்று பிரைஸ்கள் நம் சேகரத்துக்குக் கிட்டியது.

உபாத்திமார் பிரைஸ் -G. ஏசுவடியான் -11 பிரைஸ் 78½ மார்க்- 16, மெட்ரிக்குலேஷன் பாஸ் பண்ணின சபை ஊழியர் பிரைஸ் -

---

14. Pp 1087 109 MDC Report 1879-80

Y. மனுவேல் 1 பிரைஸ் 88 ½ ரூ.15, உபாத்தினிமார் பிரைஸ் -
A. சுவாமியடியாள் - 11 பிரைஸ் 60½ மார்க் - ரூ. 5, ஆற்றுக்கு வடபுறத்திலுள்ளவர்கள் பிரைஸ் எடுத்தது இதுவே முதல் தடவையாதலால் மிகுந்த சந்தோஷத்துடன் இவ்விஷயம் மாகாண சபைக் கழகத்தாரால் (Perusal Church Committee ரெக்காடு செய்யப்பட்டது.[15]

(G. ஏசுவடியான் சில காலம் சங்கீத ஆசானாயிருந்து பின்னால் குருப்பட்டம் பெற்று மேலச்செய்த்தலை (1900-1907) வேப்பலோடை (1907-1912) எதிரனைப்பட்டி (1912-13) கடையனோடை (1913-15) பிள்ளையன்மனை (1912-23) முதலியவிடங்களில் திருப்பணிவிடை செய்து 1923 நவம்பரில்)

D. வேதமுத்து ஐயர் செய்த ஒப்பற்ற ஊழியத்தின் ஒரு விசேஷம் அவர் ஒன்றையும் தற்காலிகமாகச் செய்கிறதில்லை. நிரந்தரப் பலனையே எதிர்பார்ப்பதுண்டு. அவ்வண்ணமாய்ச் சாயர்புரம் சேகர பணிவிடை நிலைத்திருப்பதற்கு லெளகீகச் செல்வாக்கும் வருமானமும் அதற்குத் தேவை என்பதை அவர் அங்கீகரித்து சேகரத்துக்கு ஆங்காங்கு அவ்வப்போது சில சொத்துக்களும் வாங்கி வைத்தார். அவருடைய காலத்துக்கு முன்னமேயே நம் சேகரத்துக்குச் சில ஆஸ்திகள் உண்டு. அவற்றில் அநேகம் வாங்கப்பட்ட காலங்கள் தெரியவில்லை. மற்றவற்றில் நாம் முன் பார்த்ததுபோல ஆறுமுகமங்கலத்தின் ஆலயத்துக்கும் பள்ளிக் கூடத்துக்குமாக பூமி வாங்கப்பட்டது. இருவப்புரத்தில் 1869,73,79-ம் வருஷங்களில் தோட்டங்கள், வீட்டுமனைகள் முதலியன கிரயத்துக்கும் சில இனமாகவும் வாங்கப்பட்டன.

காட்டல்ங்குளத்தில் 1873-ல் ஒரு நிலம் ரூ. 2-6-கும் 1872-ல் செபத்தியாபுரத்தில் ஒரு புஞ்சை நிலமும், 1875-ல் குருமனைக்காக ஒரு மனையும், கல்லறைத் தோட்டுக்காக நத்தல்களும் 1875-ல் வேறொரு வீட்டுமனையும் குறைந்த விலையில் வாங்கினர். சிறுத்தொண்ட நல்லூரில் ஜெப வீடு ஒன்று 1879-ல் அமைந்தது. மொட்டத்தான விளையில் ஒரு வீட்டுமனை அதே வருஷம் டிசம்பரில் சபை உண்டானதும் 1878-ல் ஒரு ஆலயக்கட்ட பூமியும் மாரமங்கலத்தில் 1880 ஜூலையில் ஒரு புஞ்சை நிலம் இனாமாகவும், கோவங்காட்டில் சபை உண்டானபோது 1878, 79, 80-ல் சில நிலங்களும், திருப்பணிச் செட்டிகுளத்திலும் ஒரு சிறு நிலம் 1878-லும் வாங்கினர். இவைகளைப் பற்றி முன் ஒரு பக்கத்திலும் சுருக்கமாக எழுதியுள்ளோம்.[16] தவிர

15. P 214. MDC Report 1879-1880
16. Diocesan magazine report, Pp 38-40 MDC Report 1875-76

தூத்துக்குடியில் 1875 செப்டம்பர் மாதத்தில் மேற்குப் பேட்டையையும், நவம்பரில் கிழக்குப் பேட்டையையும் வாங்கி அவற்றில் கடைகளைக் கட்டி வாடகை வருமானம் வரும்படி செய்தார். 1875-ம் ஆண்டிலேயே வாடகை வருமானம் ரூ. 293-10-2.

இனி கனம் ஆதம்சன் ஐயர் காலத்தில் செமினெரிச் சரித்திரம் இருந்தவாறெனென்னவென்று ஆராய்வம். 1875-ம் 76-ம் 77-ம் வருஷங்களில் செமினெரி ஆசிரியர் கனம் T. ஆதம்சன் ஐயர் - பிரின்ஸிபால், திரு A. ஞானக்கண் B.A. தலைமையாசிரியர், திரு M. M. வேத மாணிக்கம் - ஆசிரியர், திரு மாணிக்கம் ஞானக்கண் - ஆசிரியர், திரு சேனாதிபதி சத்தியநாதன் - ஆசிரியர், திரு சண்முக சுந்தரம்பிள்ளை - தமிழ் ஆசிரியர், மாணவர் 110. இதில் 102 போர்டிங் மாணவரும், 8 பேர் சாயர்புரம், சுப்பிரமணியபுரம், முடிவைத்தானேந்தலிலிருந்து தினம் வந்து படிக்கும் மாணவர். போர்டிங் பையன்களில் 22 பேர் இடையர்காடு உபசேகரத்திலும், 6 பேர் கிறிஸ்தியானகரம், 23 பேர் நாசரேத், 29 பேர் புதியம்புத்தூர், 3 பேர் ராதாபுரம், 5 பேர் முதலூர் சேகரங்கலிலிருந்தும், ஒருவர் திருச்சி ஜில்லா இருங்கனூரிலிருந்தும் வந்தவர்கள்.

1876-ல் நடந்த சர்க்கார் வருஷாந்தரம் பரீட்ஷையின் ரிசல்ட்டும் மிகவும் திருப்திகரமாயிருந்தது. பத்துப்பேர் மெட்ரிக்குலேஷன் பரீஷை எழுதினார்கள். அப்பதின்மரும் தேறினார்கள். 4-ம் கிரேட் நார்மலில் 9-க்கு 9-ம், 5-ம் கிரேடில் 22-க்கு 17 பேரும் சித்திப் பெற்றார்கள். வருஷாந்தர சர்க்கார் கிரான்றுப் பரீட்ஷை 1877 மார்ச் 24-ம் தேதி நடந்தது. 5-ம் டிவிஷன் இன்ஸ்பெக்டர் ஸ்ரீ R. கெர்ஷா துரை அன்று செமினெரியைப் பரீஷித்து விட்டு எழுதிப்போன ரிப்போர்ட்டில் ஒரு விசேஷம் காணப்படுகிறது. அதை அங்ஙனமே மொழிபெயர்த்தெழுதுவோம்:

"(இக்கலாசாலைத்) தலைவர் எப். ஏ வகுப்புகள் திறக்க வேண்டும் என்று ஆசிக்கிறார். எப். ஏ வகுப்புகள் வரை கற்பிக்கிற கல்லூரி ஒன்றும் திருநெல்வேலி ஜில்லாவிலில்லையாதலால், இந்நடபடிக்கு என ஆதரவைக் கொடுக்கிறேன். ஆனால் இப்பள்ளிக்கூடம் இருக்கிற இவ்விடம் முக்கியமான பட்டணங்கள் ஒன்றிற்கும் சமீபத்தில்லாமல் அவற்றினின்று தூரமாயிருக்கிற காரணத்தாலும், இது ஒரு கிறிஸ்தவ போர்டிங் பாடசாலையாக அமைந்திருப்பதாலும், சர்க்கார் இந்நிலையிலும் இக்கலாசாலையின் அந்தஸ்தை உயர்த்துவதினால் ஏற்படும் பணச் செலவுக்கு உடன்படலாமா என்பது எனக்குச் சந்தேகத்தை உண்டு

பண்ணுகிறது. (எப். ஏ வகுப்புகள் வைப்பதால்) உண்டாகும் பிரயோஜனங்கள் வருஷாவருஷம் இப்பாடசாலையில் மெட்ரிக்குலேஷன் தேறும் ஒரு சிலருக்குத்தான். திருநெல்வேலி, பாளையங்கோட்டை, அல்லது தூத்துக்குடியிலிருந்து ஒரு ஹிந்துவும் தன் பையனை சாயர்புரம் போய் படிக்க அனுமதிக்கப்போவதில்லை என்றே எண்ணுகிறேன். மெட்ரிக்குலேஷன் வகுப்பில் பிசிக்ஸ் (Physics) பாடத்துக்கு ஏற்ற உபகரணங்கள் இத்தாபனத்துக்குக் கொடுக்கப்படவில்லை.[17]

இந்த ரிப்போர்ட்டிலிருந்து சாயர்புரம் செமினெரி ஒரு காலேஜ் ஆக உயர்த்தப்படவேண்டும் என்று ஆதம்சன் ஐயர் ஆசைப்பட்டார் என்றும், சர்க்கார் அதிகாரிகள் அதற்கு இணங்காதிருந்தார்கள் என்றும் அறிகிறோம்.

ஆனால் ஆதம்சன் ஐயர் உடனே இளங்கரித்துப் போய்விடவில்லை. அவர் மேலும் மேலும் பிரயாசப்பட்டுத் தன் பிரயத்தனத்தில் சித்திப்பெற்று, 1880-ம் வருஷத் துவக்கத்தில் செமினெரியைக் காலேஜ் அந்தஸ்துக்கு உயர்த்தினார்.

காலேஜ் இவ்வித்தியாலயத்தில் 7 வகுப்புகளிருந்தன. அவை:

8-ம் வகுப்பு - F.A	
7-ம் வகுப்பு - F.A. ஆயத்த வகுப்பு	
6-ம் வகுப்பு - மெட்ரிக்குலேஷன் வகுப்பு	
5-ம் வகுப்பு - மெட்ரிக்குலேஷன் ஆயத்த வகுப்பு	
4-ம் வகுப்பு அப்பர் - மிடில் ஸ்கூல்	
4-ம் வகுப்பு லோயர் - மிடில் ஸ்கூல்	
3-ம் வகுப்பு பிரைமரி ஸ்கூல்	

அம்முதல் வருஷத்தில் மாணவர் தொகை 168. இதில் 132 போர்டர்கள். 36 டேஸ்காலர்கள். இம்முப்பத்தறுவரில் 10 பேர்கள் இந்துக்கள். அவர்களில் நால்வர் ஆறுமுகமங்கலத்தைச் சேர்ந்த பிராமணச் சிறுவர். இந்நூற்றிருபத்தெட்டு மாணவரில் 41 பேர் பிரைமரி ஸ்கூல் வகுப்பிலும் 60 பேர் மிடில் ஸ்கூல் வகுப்புகளிலும் 33 பேர் மெட்ரிக்குலேஷன் வகுப்புகளிலும் மீதி பேர் எப். ஏ. வகுப்புகளிலும் படித்தார்கள். மெட்ரிக்குலேஷன் வகுப்புகளுக்கும் அதற்குக் கீழான

17. P143 MDC Report 1876 – 1877

வகுப்புகளுக்கும் தலைமை ஆசிரியர் ஸ்ரீ அருமைநாயகம் B.A. என்பவர்.[18] அவ்வருஷம் கல்லூரிச் செலவுக் கணக்கும் நமக்குக் கிடைத்துள்ளது.

அது வருமாறு

ஆசிரியர் சம்பளம்	ரூ. 3000 - 0-0
பிரின்ஸிபால் குதிரை அலவன்ஸ்	ரூ. 132-00
மாணவர் ஸ்டைப் பெண்டு	ரூ. 2560-00
போர்டிங் செலவுகள்	ரூ. 1092-00
புதுக்கட்டடம், ரிப்பேர்	ரூ. 1000-00
பலவிதச் செலவுகள்	ரூ. 732-00
பிரைஸ்கள்	ரூ. 100-00
மொத்தம்	ரூ. 8616-8-00
வரவு பீஸ்	ரூ. 625.4-4.
M.D.C.பொதுப்பண்டு என்று	ரூ. 7991-4-6
மொத்தம்	ரூ. 8616-8-10

செமினெரி காலேஜ் அந்தஸ்துக்கு உயர்த்தப்பட்டதும் கனம் ஆதம்சன் ஐயர் தலைவர் பதவியை விட்டுவிட்டார். கனம் J. A. ஷாரக் ஐயர் அதன் தலைவரானார். பின்னும் சில மாதங்களுக்குள் ஆதம்சன் மிஷனெரி வேலையையும் விட்டு நீங்கி மங்களூரில் ஊழியம் செய்யலானார்.

ஆதம்சன் ஐயர் ஒரு உண்மையுள்ள ஊழியன். திடகாத்திரமுள்ளவராதலால் எவ்வளவு கஷ்டமான வேலையையும் மனங்கோனாது ஏற்று நடத்தி முடிப்பார். உயர்ந்து வளர்ந்து அதற்கேற்ற பருமனுமான திரேசம் உடையவர். கொப்புள் வரை வளர்ந்த தாடியும், அடர்ந்த மீசையுமுடையவராய் பார்ப்பதற்குப் பயங்கரமாயிருப்பார். இவர் 1833-ம் ஆண்டில் சென்னைப் பட்டணத்தில் பிறந்து, இங்கிலாந்தில் கல்வி கற்றார். பின் மிஷனெரி ஊழியத்துக்கு ஒப்புக்கொடுத்து, கான்றர்பரி பரிசுத்த அகுஸ்தீன் கல்லூரியில் படித்துத் தேறி 1871-ல் சாயர்புரத்துக்கு வந்தார். அவ்வருஷம் பாளைங்கோட்டையில் உதவிக் குருப்பட்டமும் 1873-ல் குருப்பட்டமும் பெற்றார்.

இவர் சாயர்புரம் சேகரத்தில் பணிவிடை செய்த காலத்தில்

18. Pp 45-48 MDC. Report 1879-1880

பலவித முன்னேற்றத்திற்கு காரணமாயினவென்று பார்த்தோம்; அதற்கு இவருடைய இடைவிடா உழைப்பு தவிர வேறு அநேகக் காரணங்களுமிருந்தன. அவற்றில் முக்கியமான இவருக்கு ஊழியத்தில் கிடைத்த உத்தம உதவியாளர்களாம். சபை ஊழியத்தில் கனம் D. வேதமுத்து ஐயரும் செமினெரியில் A. ஞானக்கண், ஜோசப் ஞானஒளிவு, சேனாபதி, கிருஷ்ணப்பிள்ளை முதலியோரும் இவர்களில் முக்கியமானோராவர்.

கனம் ஐயர் மங்களூரில் பணியாற்றி வரும் சாலை வைசூரி கண்டு 1888-ம் வருஷம் செப்டம்பர் மாதம் 1-ம் தேதி கர்த்தருக்குள் நித்திரயடைந்தார்.

ஆதம்சன் வேலையைவிட்ட அதே வருஷம் வேதமுத்து ஐயரும் மாற்றப்பட்டு இடையன்குடிக்குச் சென்றார். அங்கு நான்கு வருஷங்களும் (1881-85) கிறிஸ்தியா நகரத்தில் ஒரு வருஷமும் ஊழியம் செய்தபின் நாகலாபுரம் சூப்பரின்றென்டிங் மிஷனெரியாக 16 வருஷங்கள் (1886-1902) ஒப்பற்ற சேவை செய்தார். நாகலாபுரம் சேகரச் சரித்திரத்தில் இம்மகத்தான ஊழியம் அழியாப் புகழ் பெற்றது. கனம் ஐயர் ஒரு சிறந்த கல்விமானும் வியாக்கியானியுமாவார். அவர் எழுதிய **"ரோமர் நிருப வியாக்கியானம்"** அக்காலத்தில் ஒரு நிகரற்ற நூலாக எண்ணப்பட்டது.

மகா கனம் திருநெல்வேலி அத்தியஷர் (BISHOP S. Morley) வேதமுத்து ஐயரை பற்றிய வசனங்களை இவ்விடம் மொழி பெயர்த்தெழுதி இவ்வத்தியாத்தை முடிப்போம். அவர் எழுதியது:

"(S.P.G) சங்கத்தாரின் நெல்லை இந்திய குருக்களில் முதியவரான நாகலாபுரம் கனம் வேதமுத்து ஐயர் இவ்வருஷத்தில் (1902) மரித்தார். அவர் நாசரேத்தைச் சேர்ந்தவர். 1866-இலேயே குருப்பட்டம் பெற்றவர். கனம் டாக்டர் போப் ஐயரிடம் சாயர்புரத்தில் பயிற்சி பெற்றவர்களிலெல்லாம் ஒருவேளை மிகவும் சிறந்தவரும் அதிகச் சித்தி பெற்றவரும் இவர்தான் என்று சொல்லலாம். அவருடைய விசேஷத்துவம் சுய ஆதரவுக்காக ஜனங்களிடையிருந்தே பணங்களை வாங்கி நிதிகள் ஏற்படுத்துவதில் காணப்பட்டது தனக்கு எஞ்ஞான்றுமிருக்கும் ஞாபகச்சின்னமாக அவர் வைத்துப் போயிருப்பது சாயர்புரம் அந்நிய நாட்டுப் பணத்தைச் சாவாமல் முழுவதும் சுய ஆதரவுடையதாயிருப்பற்காக நிலங்கள் வாங்கி, கட்டடங்கள் கட்டி, இவ்விதமாக அவர் சேமித்து வைத்திருக்கும் நிதிகளாம்.

திருநெல்வேலியில் S.P.G. சங்கத்தார் சார்பில் உழைக்க ஐரோப்பிய மிஷெனெரிமார் குறைந்து போன காலத்தில் உண்டான ஒழுங்கின்படி 1886-ல் நியமிக்கப்பட்ட மூன்று[19] இந்திய சூப்பிரன்டெ ன்டிங் மிஷெனெரி ஒருவர்.[20] இவர் 15 வருஷங்கள் அப்பதவியில் ஊழியம் செய்தார். வேத முத்து ஐயர் அநேக வருஷங்கள் சென்னை, நெல்லை அத்தியஷமாருக்கு கௌரவ சாப்பிளனாவுமிருந்தார்'' என்பது.

கனம் ஐயர் 1902 ஜூன் 13-ம் தேதி நாகலாபுரத்தில் மரித்து அங்கே அடக்கம் பண்ணப்பட்டிருக்கிறார். அவருடைய புத்திரன் கனம் V. D. வேதமுத்து ஐயர் குருப்பட்டம் பெற்று கடயனோடை, புதுக்கோட்டை, நாகலாபுரம், ராமநாதபுரம், முதலூர் முதலியவிடங்களில் திருப்பணிவிடை செய்து, ஓய்வெடுத்து சாயர்புரத்தில் வசித்துச் சமீபத்தில் (1952) கர்த்தருடைய ராஜ்யம் சேர்ந்தார்கள்.

---

19. மற்ற இருவர் கனம் D. சாமுவேல் BD, கனம் S.G. ஏசுவடியான்
20. P 192 S.P.G Report 1902

10

கனம் J. A ஷாராக் ஐயர்

(JOHN ALFRED SHARROCK 1881-1892)

ஜான் ஆல்பிரட் ஷாராக் ஐயர் ரெவ் ஜேம்ஸ் ஷராக்கின் மூன்று மகன்களில் இளையவர். 1854-ம் வருஷத்தில் பிறந்து கேம்பிரிட்ஜ் சர்வ கலாசாலையில் கற்று M.A. பட்டம் பெற்றவர். கேம்பிரிட்ஜ், ஜீசஸ் கல்லூரியில் ருஸ்டாட் அறிஞர் (ஹான் மேத்ஸ் டிரிபோஸ்) 1873-77 டிசம்பர் 1877-ல் இந்தியாவுக்கு வந்து சேர்ந்து பாஷை கற்றுப் பின் 1879-ல் கால்டுவெல் அத்தியஷரிடத்தில் டீக்கன் பட்டம் பெற்று இடையன்குடியில் உதவி மிஷெனெரியாக ஒரு வருஷம் ஊழியம் செய்த பின் இங்கிலாந்து சென்று யார்க் மாகாண (ENGLAND YORK CITY BISH-OP) சிரேஷ்ச் அத்தியஷரால் குருவாக அபிஷேகம் பண்ணப்பட்டு திரும்பி வந்து 1881 முதல் சாயர்புரம் பிரின்சிபாலனார். அஃதுடன் சாயர்புரம், புதுக்கோட்டை, புதியம்புத்தூர், தூத்துக்குடி சேகரங்களின் மிஷெனெரி ஊழியமும் அவருக்கு கொடுக்கப்பட்டது. சபை ஊழியத்தில் அக்காலம் அவருக்கு உதவிக் குருப்பட்டம் பெற்ற கனம் P. சாலமோன் ஐயர் மட்டும் (PAKKIANATHAN SOLOMON -1879-1898) அவருகுதவியாக அனுப்பப்பட்டார். இவர் கிறிஸ்தியா நகரம் ஊரைச் சேர்ந்தவர். ஷாராக்குடன் 1879-ல் உதவிக் குருப்பட்டம் பெற்றபின் இரண்டு வருஷங்கள் மேலச் செயித்தலையில் ஊழியம் செய்து, 1881-ல் சாயர்புரத்துக்கு மாற்றப்பட்டார். அடுத்த வருஷம் தான் அவருக்குக் கனம் கால்டுவெல் அத்தியஷரால் குருப்பட்டம் கொடுக்கப்பட்டது. அதுமுதல் 1896 வரை சாயர்புரத்திலேயே பணிவிடை செய்தார். 1893 முதல் சூப்பிரிண்டென்டிங் மிஷெனெரியாகவும் உயர்த்தப்பட்டார். 1896-ல் ஓய்வெடுத்து சாயர்புரத்திலேயே இரண்டு வருஷங்கள் வசித்து 1898

ஜனவரி 14-ல் மரித்தார்.

நாம் முந்திய அத்தியாயத்தில் பார்த்தபடி எவ்வளவோ கருத்துடனும் விடா முயற்சியுடனும் வேதமுத்து ஐயர் சபை ஊழியத்தை நிறைவேற்ற வந்தார். எனினும் சபைகளில் குறைபாடுகள் இல்லாதிருந்ததில்லை. களைகள் வளர்ந்து பயிரை நெருக்கிப் பலனைக் குறைக்கத்தான் செய்தன. கனம் ஐயருக்குத் தெரிந்தும் தெரியாமலும் ஆங்காங்கே ஒழுங்கீனங்களும் தாறுமாறுகளும் காணப்படவே செய்தன.

கனம் P. சாலமோன் ஐயர் சாயர்புரம் சபைப் பொறுப்பை மேற்கொண்டவுடன் ஞானஸ்நானம் பெற்ற கிறிஸ்தவர்களில் ஆண், பெண் பாலாரான 680 பேர் ஆலயத்துக்குப் போவதில்லை என்று கண்டுபிடித்தார். இவ்வாறு நூற்றெண்பதின்மரில் மிகுதியானவர்கள் 1877-ம் வருஷப் பஞ்ச காலத்தில் கிறிஸ்து மார்க்கத்தைச் சேர்ந்தவர்கள். அவர்களில் ஒரு கூட்டத்தாரிடம் ஷாராக் ஐயர் நீங்கள் ஏன் தேவாலயத்துக்குப் போவதில்லை? என்று கேட்டதற்கு, கூட்டத்தில் ஒருவன் கொடுத்த பதில், ''நீங்கள் (அதாவது திருச்சபை அதிகாரிகள்) எங்களுக்கு உதவி செய்து மூன்று வருஷங்களாகின்றன. இதற்குப் (ப்பிரயுத்திரமாக) நாங்கள் இவ்வளவு காலமும் (ஆலயத்தில்) முட்டும் போட்டது போதாதா?'' என்றாள்[1]! சாலமோன் ஐயர் முதலாவது செய்த வேலை இந்த 680 பேரையும் சபையினின்று புறம்பாக்கி அவர்கள் பெயர்களைச் சபையினின்று நீக்கி விட்டதாகும்.

கனம் ஷாராக் ஐயர் சபையின் நிலைமையைப் பற்றிச் சில ஆவிலாதிகள் எழுதினார். அவர் கூறும் குறைகளில் சில ஊழியர் சபை சந்திப்புச் செய்யவில்லை என்பதும் சபையார் சங்கக் காணிக்கை ஒழுங்காகக் கொடுப்பதில்லை என்பனவாகும். பின்னதான குறைவு நீக்கப்பட்ட ஷாராக் கொடுத்த ஆலோசனை சபையார் தங்கள் சங்கக் காணிக்கைகளைக் கொஞ்சங் கொஞ்சமாக வாரந்தோறும் செலுத்திவிட வேண்டும் என்பது.

மேலும் மிஷனெரி தன் அறிக்கையில் சாயர்புரம் சேகர ஊழியத்தைத் தாங்கப் போதிய அளவு இந்திய குருமார் (கனம் P. சாலமோன் ஐயரைத் தவிர வேறு ஒருவருமில்லை.) இல்லையென்றும் அளவுக்கு மிஞ்சி உபதேசிமாரின் தொகையிருக்கிறதென்றும், உபதேசிமாரின் எண்ணிக்கையும் மிகவும் குறைவு என்றும் சொல்லுகிறார். இஃதுடன் காலேஜில் பயின்ற மாணவரும் 150 பேர் தான் என்பதும்

---

1. Pp 56,-58 MDC Report 1881 - 82

அவர்களில் வெகு சிலரே கிறிஸ்தவ வாலிபர் என்பதும் அவருக்கு வெகு விசனம் தந்த விஷயங்கள்.[2]

1882 ஜுன் மாதம் சேகர சபை ஊழிய நிலைமை வருமாறு:

சபைகள்-33, கிறிஸ்தவர்கள் -2040, ஆராய்ச்சிக்காரர் -1020, நற்கருணைக்காரர்-446, எழுத வாசிக்கத் தெரிந்தவர்கள் ஆண்கள் - 415, பெண்கள்-185, சபை வருமானம் ரூ. 1390-11- 7, பள்ளிக்கூடங்கள்-14. இவற்றில் கற்ற பிள்ளைகள் கிறிஸ்தவ ஆண்கள்-253, கிறிஸ்தவ பெண்கள்- 265, இந்து ஆண்கள் -145, இந்து பெண்கள்-26,[3]

ஊழியர் மிஷெனெரி -1, இந்திய குருமார் - 1, MDC உபதேசியார் - 1, விசாரணை உபாத்தியாயர் - 1, தனி உபதேசிமார் - 10, உபாத்தி உபதேசிமார் - 14, தனி உபாத்தியாயர் & உபாத்தினிமார் - 8.

1881 - 1882 வருஷ அறிக்கை உற்சாகங்குன்றியதாயிருந்த போதிலும் அடுத்த ஆண்டில் சாலமோன் ஐயர் சந்தோஷத்துடன் எழுதக்கூடிய சில விஷயங்களிருந்தன. சேகரச் சபைகளில் 160 பேர் புதிதாக மார்க்கத்தில் சேர்ந்தனர். 111 பேர் திடப்படுத்தல் பெற்று பூரண அங்கங்களாயினர். மணலூர் என்ற இடத்தில் 50 பேர் கொண்ட ஓர் சபை புதிதாகத் தோன்றினது. மணலூர், மொட்டாதான்விளை, வாழவல்லான் என்ற மூன்று இடங்களிலும் ஆலயங்கள் கட்டுவதற்குப் பூமி வாங்கப்பட்டது. வாழவல்லானில் சபை இல்லாதபோதிலும் கூடிய சீக்கிரம் ஓர் சபை உண்டாகும் என்ற நம்பிக்கைக்கிடமிருந்தது. கிராமத்தின் மத்தியில் ஒரு வீடு வாடகைக்கெடுத்து அதில் இந்நம்பிக்கையைச் சாத்தியமாக்குவதற்காக ஓர் ஊழியன் வைக்கப்பட்டார்.

நற்கருணைக்காரர் தொகை அதிகமானபடியால் புதிதாக செபத்தியாப்புரத்திலும் அத்திருவிருந்து பரிமாறப்படலாயிற்று. இதற்கு முன்னால் நாம் முன் கண்டது போல் சாயர்புரத்திலும் இடையர்காட்டிலும் மட்டுமே இராப்போஜன ஆராதனை நடத்தப்படும்.[4]

ஊழியம் ஊக்கமாய் நடந்தேறியதின் பலனாய் சாலமோன் ஐயர் 1884 ஜுன் மாதம் 2335 கிறிஸ்தவர்களும் 695 ஆராய்ச்சிக்காரரும் 575 நற்கருணைக்காரரும் தன் சேகரச் சபைகளில் உண்டு என்று கணக்குக் காட்டக்கூடியவரானார்.[5]

---

2. Pp 56 -58 MDC Reports 1881 82

3. Pp 56 -58 MDC Report 1881 – 82 of Pp 129 – 135

4. Pp. 13 f. MDC Report 1882 -1883.

5. P 35 MDC Report 1884

சாயர்புரம் புதிய ஆலயத்துக்குக் கனம் H.C. ஹக்ஸ்டபின் ஐயர் காலத்திலேயே அஸ்திபாரமிடப்பட்டது என்று முன் சொன்னோம். அது கொஞ்சம் கட்டப்பட்டபின் ஆனால் வெகுகாலம் கட்டப்பட்ட வேலை நடைபெறவில்லை. ஷாராக் ஐயர் இது விஷயத்தில் சிரத்தை எடுத்து மீதிக் கட்டுமானத்தை ஆரம்பித்தார். இதற்காக இன்னமும் வேண்டியிருந்த தொகை ரூ. 10,000. இது பற்றி அவர், ''முப்பது வருஷத்துக்கு முன் H.C.ஹக்ஸ்டபின் ஐயர் அஸ்திபாரம் போட்ட ஆலயத்தைக் கட்டி முடிக்கப் பிரயாசப்பட்டுக் கொண்டிருக்கிறோம். இத்தகைய வேண்டிய தொகை சுமார் டாலர் 1000 வேண்டும். இத்தொகை இங்கிலாந்தில் ஒரு பெருந்தொகையல்ல. ஆனால் மிஷன் ஊழியத்தில் அனுதாபம் காட்டும் ஆங்கிலேய மக்களில்லா இவ்விடத்தில் இது எண்ணுதற்கியலா விஷயம். எனக்கு இதற்காக நன்கொடையனுப்பிய ஒரு சுதேசக் கிறிஸ்தவன் **'திருநெல்வேலி ஜில்லாவில் கிறிஸ்தவ திருச்சபையின் வளர்ச்சியைக் குறித்து நாங்கள் அதிகமாய்க் கேள்விப்படுகிறோம். ஆனால் இவ்வாலயம் முப்பது வருஷங்களுக்கு மேலாக அறைகுறையாயிருப்பது ஜில்லாவுக்கே அவ கீர்த்தி'** என்றெழுதினார். கடவுள் உதாரத்துவமுள்ள இருதயத்தையுடைய மக்களைத் தூண்டிவிடவேண்டுமென்றும் இதை வாசிக்கிறவர்ளைனைவரும் இந்த நிந்தையைத் திருநெல்வேலியை விட்டு நீக்க உதவி செய்ய முன் வர வேண்டும் என்றும் விரும்புகிறோம் என்று வரைகிறார்.[6]

நன்கொடைகள் பலவிடங்களிலுமிருந்து வந்தன. கட்டுமான வேலை துரிதமாய் நடந்தேறி, 1887-ம் வருஷம் நவம்பர் மாதம் 11-ம் தேதி பரிசுத்த திரித்துவ ஆலயம் என்றும் நாமத்துடன் கல்கத்தா மேற்றிராணியார் மகாகனம் ஜான்சன் அத்தியஷரவர்களால் பிரதிஷ்டை செய்யப்பட்டது. அவ்வராதனையில் 753 பேர் திருவருந்தினர். அச்சமயம் வேலை பூரணமாய் முடியவில்லை. எனவே கொஞ்சங் கொஞ்சமாக குறைகள் நிவிர்த்தியாக்கப்பட்டுக் கொண்டே வந்தன. பின் வந்த கனம் சுவிடன் ஐயர் ஆலயத்தை பூரணமாய்க் கட்டி முடித்தார்.

ஷாராக் ஐயர் சாயர்புரம் வைத்தியசாலை மானேஜராகவுமிருந்தார். அக்காலம் டாக்டர் இல்லை. ஜோசப் என்ற ஒரு டிரசர் வைத்திய வேலையைக் கவனித்து வந்தார். தினந்தோறும் 40 முதல் 50 வியாதியஸ்தர் வந்து சிகிச்சை பெற்றுப்போவர். சிகிச்சைக்கு வரும் மக்களுக்குச் சரீர சுகம் மட்டுமளிப்பது கிறிஸ்தவ வைத்திய சாலைகளின் நோக்கமல்ல. ஆத்மரோகப் பரிகாரியாக பரம வைத்தியரிடம் அவர்களை

---

6. Page 5 Quanterly Report No 7, dates march 10, 1884 –MDC R 1885

அழைத்துக் கொண்டு வருவதே முக்கியமானதும், மேலானதுமான நோக்கமாகும். ஜோசப் டிரசர் இக்கடமையை நன்றாய் உணர்ந்தவர். அவர் அவ்வியாதியஸ்தர்க்குத் துண்டுத்தாள் பிரசுரங்களை வாசித்து விளக்குவதும், சுருக்கமான பிரசங்கங்கள் செய்வதும் வழக்கம். இவ்விதமாக ஏராளமான புறமதஸ்தர் கிறிஸ்துவைப் பற்றிக் கேள்விப்படக் கூடியதாயிற்று.[7]

சேகரத்தின் பண நிலைமையிலும் வளர்ச்சி காணப்பட்டது. கீழ்க்கண்ட கணக்கு அதைக் காண்பிக்கும்[8]

	1881	1882	1883	1884
சங்கம் - சபை	606-15-2 ½	641-6-4	648-9-8	708-11-9
சங்கம் - ஊழியர்	638-10-9	387-11-0	597-1-2 ½	486-0-0
சேகரளவில் காணிக்கை	203-11-2	164-13-11	192-14-8	217-11-10½
பள்ளிக்கூட பீஸ்	62-5-0	51-0-0	80-14-0	119-1-0

(இந்த வருஷம் கல்லூரி தூத்துக்குடிக்கு மாற்றப்பட்டதினால் 2,3,4-ல் குறைவு காணப்படுகிறது.)

M.D.C. சங்கத்தார் (S.P.G.வேலைகளைக் கண்காணிக்கும் கமிற்றி) வருஷந்தோறும் தாங்கள் கொடுத்து வந்த உபகாரத் தொகையைக் குறைத்துக் கொண்டு வந்தார்கள். எனவே சேகர வருமானத்தை அதிகரிக்கச் செய்ய வேண்டியது அவசியமாயிற்று. இதற்காக கனம் சாலமோன் ஐயர் பேட்டை வருமானத்தையும், சபை வருமானத்தையும் கடைகள் வாடகையையும், நஞ்சை, புஞ்சை நிலங்களின் வருமானத்தையும், சபை வருமானத்தையும் பெருக்கத் தன்னாலான அளவு பாடுபட்டார். சேகரச் சபையார் என்டௌமென்ற் பண்டையும் பெருக்க ஆசித்து 1885-ல் எப்படியும் அதற்கு ரூ.1000 கொடுத்துவிடத் தீர்மானித்தார்கள்.

இவ்வண்ணம் பணநிலை திருப்திகரமாயிருந்தபடியால் ஐயர் சபை ஊழியருக்கு உயர்ந்த தசமபாகம் கொடுக்கவும், அதினால் ஊழியர் வேறு கவலைகளில்லாதவர்களாய் தங்கள் கடமைகளைச் சரிவரச் செய்யவும் ஊக்கத்துடன் சேவை புரியவும் கூடியதாயிற்று. பழுதுபார்க்கப்பட வேண்டிய கட்டடங்கள் உடனுக்குடன் ரிப்பேர் செய்யப்பட்டு நல்ல நிலைமையில் வைக்கப்பட்டன. எங்கெங்கே புதுக்கட்டடங்கள் அவசியமோ

அங்கங்கே அவை கட்டப்படலாயின.[9]

சேகரச் சபைக் கவுண்சில் ஒழுங்காய் கூடிற்று. மிஷனெரி கனம் ஷாராக் ஐயர் தூத்துக்குடியில் இருந்தபோதிலும் தவறாமல் விஜயம் செய்து தலைமை தாங்கி அதை நடத்தினார்.

சுவிசேஷ ஊழியம் கனம் வேதமுத்து ஐயர் காலத்தில் போலவே இக்காலத்திலும் அதிகக் கவனம் செலுத்தப்படலாயிற்று. சுயாதீனப் பிரசங்கிமார் கூட்டத்தில் 75 ஆண்களும், 51 பெண்களுமிருந்தனர். அவர்கள் இந்துக்களுக்கு ஒழுங்காகச் சுவிசேஷத்தைப் பிரசங்கித்து வந்ததுமல்லாமல், சபை ஊழியத்திலும் சிரத்தையுள்ளவர்களாகி நிர்விசாரிகளையும், அசட்டைக்காரரையும், ஒழுங்கீனரையும் சந்தித்து, மறுதலித்துப் போனவர்களையும், புறம்பாக்கப்பட்டவர்களையும் தேடிக் கண்டுபிடித்து புத்திசொல்லி, போதித்து, உபதேசித்து வந்தனர். இது ஊழியருக்குப் பெரிய உதவியாயிருந்ததுடன் சபை பெலனடைவதற்கும் அனுகூலமாயிற்று. சாலமோன் ஐயர் இக்கூட்டத்தாரை அதிகமதிகமாய் உற்சாகப்படுத்தி இவர்கள் மூலமாய் அதி உன்னத ஊழியம் நிறைவேற உதவி செய்தார்.[10] மகாகனம் கால்டுவெல் அத்தியஷர் இக்காலம் தூத்துக்குடியில் வாசம் பண்ணினமையால் இக்கூட்டத்தாரை அடிக்கடி சந்தித்து வேண்டிய ஆலோசனைகள் கொடுத்து ஊக்கப்படுத்துவதுண்டு.

இவ்வித ஊழியம் நடைபெற்றால் சபை வளராது என்ன செய்யும்? பழைய சபைகள் விரிவடைந்தன. புதிய சபைகள் சில தோன்றின. மணலூரில் தங்கம்மை என்ற 36 வயதுடைய பெண் 1882 டிசம்பர் 17-ல் சாலமோன் ஐயரால் இடையர்காட்டு ஆலயத்தில் ஞானதீட்ஷை மூலம் கிறிஸ்துவின் அங்கமாகச் சேர்க்கப்பட்டார். செவல்பட்டியிலும் வள்ளி என்ற ஒரு வாலிப ஸ்திரீ 1883 மார்ச் 25-ல் கனம் ஐயரிடம் ராகேல் என்ற பெயருடன் ஞானஸ்நானம் பெற்றதின் மூலமாய் சபை உண்டாயிற்று. புளியநகர் என்ற பெயர் அவ்வூர் பிரமு பேரின்பமான 23-8-1883-இலிருந்து ரிக்கார்டுகளில் தோன்றுகிறது. முக்காணியில் 22 வயதுள்ள ஐயம் பெருமாளும் அவர் மனைவி வெள்ளம்மையும் (17 வயது) முறையே அருமைநாயகம், அன்னம்மை என்ற பெயர்களுடன் தீட்ஷை பெற்றதிலிருந்து அவ்வூரில் சபை பிறந்தது (13-9-1886). பின் 1887 மார்ச் 1-ல் வேறு 25 பேர் மார்க்கத்தில் மைந்தார்கள். இவை தவிர வருஷந்தோறும் பலர் ரட்ஷகரின் மந்தையில் சேர்ந்து கொண்டேயிருந்தனர்.

9. P 36, Qry Report No 8 – 1885
10. Op Cit

கீழ்க்கண்ட கணக்கு ஷாராக் ஐயர் காலத்தின் முதல் வருஷத்தையும் கடைசி வருஷத்தையும் ஒப்பிட்டுக்காட்டும்.[11]

வருடம்	1882	1892
மிஷனெரி	1	1
குருமார்	1	3
MDC உபதேசியார்	1	2
தனி உபதேசிமார்	10	2
உபாத்தி - உபதேசிமார்	8	16
உபாத்தி - உபாத்தினிமார்	14	10
பள்ளிக் கூடங்கள்	14	19
பிள்ளைகள்	689	784
சபைகள்	33	33
கிறிஸ்தவர்கள்	2040	2542
ஆராய்ச்சிக்காரர்	1020	622
சபை வருமானம்	Rs 1744-15-5.	--
வாசிக்கத் தெரிந்தவர்கள்	600	821

ஆலயங்களில் சில புதிதாகக் கட்டப்பட்டன. சில பழுது பார்க்கப்பட்டன. அவற்றில் முக்கியமானது சுப்பிரமணியபுரம் ஆலயம். இக்கோவில் வெகுகாலமாக மோசமான நிலைமையில் இருந்தது. 1884-ல் இது பற்றி சேகரச் சபைக் கவுண்சில் ஆலோசித்து, அக்கவுண்சிலார் ரூ.200 கிரான்று கொடுத்தார்கள். சபையார் ரூ.400 சவதரித்து ஷாராக் ஐயரிடம் தங்கள் ஆலயம் புதுப்பிக்க உத்தரவு கேட்க அவர் ஒரு பிளான் கொடுத்தார். அதை ஒப்புக்கொண்டு வேலையை ஆரம்பித்து இப்போதுள்ளபடி அதை எடுத்துக் கட்டிப் பிரதிஷ்டை பண்ணி மகிழ்ந்தார்கள்.

சாயர்புரம் சேகர மத்திய ஸ்தாபனமாயும், கல்விக்கோர் மைய ஸ்தலமாகவுமிருந்த போதிலும் 1885 வரை அது ஒரு கிராமமாகவேயிருந்தது. 1885 தில் 20 குடும்பங்களே வாழ்ந்து வந்தனர். மக்களின் தொகை 100-க்கும் குறைவே. அவ்வருஷமே மாதம் 16 நெசவுத் தொழிலாளர் குடும்பங்கள் கிராமத்தின் வடபாகத்தில் குடியேறினர். அவர்களுக்கு வீடு

கட்ட நிலங்கள் கொடுக்கப்பட்டு, உண்டான தெருவுக்கு ஷாராக் தெரு என்ற பெயர் வழங்கலாயிற்று.

இனி செமினெரியைப் பற்றிப் சில கூறுவோம்.

செமினெரி கல்லூரியாக மாறினதென்று பார்த்தோம். அக்காலம் அது S.P.G. காலேஜ் என்றழைக்கப்பட்டது. மகாகனம் கால்டுவெல் அத்தியஷர் இக்கல்லூரி விஷயத்தில் விசேஷ பிரியம் கொண்டிருந்தார். இது அதிகப் பிரயோஜனம் கொடுக்கக்கூடியதாயிருக்க வேண்டுமானால் குக்கிராமமான சாயர்புரத்திலிருந்து தூத்துக்குடி போன்ற பட்டணத்துக்கு மாற்றப்படுவதன்றி வேறொரு வழியுமில்லையென்பது அவர் கொண்ட திண்ணமான எண்ணம். மேலும் C.M.S. சங்கத்தார் பாளைங்கோட்டையென்ற ஒரு நகரத்தைத் தெரிந்து கொண்டு அதைப் பலவிதத்திலும் முன்னேற்றமடையச் செய்தது போல S.P.G. சங்கத்தார் தூத்துக்குடியைத் தெரிந்துகொள்ள வேண்டும் என்று கருதினார்.[12]

கல்கத்தா மேற்றிராணியாரும் கால்டுவெல் அத்தியஷர் தூத்துக்குடியையே தன் தலைமை ஸ்தானமாக்க வேண்டும் என்று ஆலோசனை கொடுத்திருந்தார். அவ்விதம் தூத்துக்குடி S.P.G. ஊழியத்துக்கு மத்திய ஸ்தானமாக வேண்டுமானால் சாயர்புரம் S.P.G. காலேஜ் அந்நகருக்கு மாற்றப்படுவது நலம் என்று கண்டு 1882-ம் வருஷத்தில் ''சாயர்புரம் வித்தியாலயத்தில் காலேஜ் இலக்கா தூத்துக்குடிக்கு மாற்றப்படவேண்டியதிருக்கிறது. அப்படியானால் தூத்துக்குடியிலும் அதைச் சுற்றிலும் உள்ள கிராமங்களிலுமுள்ள முன்னேற்றமடைய கூடியவர்களளான வாலிபர் உயர்தரக் கல்வியினாலுண்டாகும் பலாபலன்களை இலகுவில் அடைந்து கொள்ளக்கூடும். சாயர்புரத்தில் காலேஜ் இருந்தால் அவர்களுக்கு இது சாத்தியப்படாது. காலேஜை இங்கு மாற்றும்போது சாயர்புரம் ஸ்தாபனம் புறக்கணிக்கப்பட்டு போய்விடாது. அது முன்னிருந்தது போல கிராம உபதேசிமாரையும் உபாத்திமாரையும் பயிற்றுவிக்கும் போதனா முறைக் கல்விச்சாலையாகவே விளங்கும். தூத்துக்குடிக் காலேஜோ தன் மாணவரை F.A. வரைக்கும், சில காலம் கழித்து B.A. வரைக்கும் பயிற்றுவிக்கும் அப்போது மிஷனுக்கு உயர்ந்தரகமான உபதேசிமாரும், உபாத்திமாரும் கிடைப்பர். காலா காலத்தில் அவர்களில் சிலர் குருத்துவப் பணிக்கும் பயிற்சி அளிக்கப்படக் கூடும். கேம்பிரிட்ஜ் சர்வ கலாசாலையில் ஆனர்ஸ் பட்டம் பெற்றவரான ஷாராக் ஐயரின்

12.Reminiscences of Bishop Caldwell P 120 Waytt

அரவணைப்பில் காலேஜுக்கு நகரத்திலுள்ள அநேக மாணவர் கல்வி கற்க டேஸ்காலர்களாக வருவார்கள் என்பது பற்றியும், நகரிலுள்ள அநேக இந்துக் கலாசாலையில் கல்லூரியின் கிளை ஸ்தாபனங்களாக அதனுடன் இணைக்கப்பட சம்மதிப்பர் என்பது பற்றியும் எனக்குச் சந்தேகமில்லை. சாயர்புரம் ஒரு முக்கியமற்ற கிராமமாயிருப்பதினால் கல்லூரி அதன் சுற்றுப்புறங்களில் செலுத்தும் செல்வாக்கும் பிரயோஜனமானதும், என்னும் அதிகரித்துக் கொண்டேயிருப்பதும், புத்தி திஷண்யமுள்ளதுமான தூத்துக்குடி நகர சமுதாயத்தில் மிகுதியான நற்பயன்களையாற்றக்கூடியதாக இக்கல்லூரி விளங்கக்கூடும் என்று எதிர்பார்க்குதலுடன் நம்புகிறேன்''[13] என்றெழுதினார். கால்டுவெல் அத்தியஷருடன் பிரின்சிப்பால் ஷாராக் ஐயரும் சேர்ந்து கொண்டார். எனவே கல்லூரியைத் தூத்துக்குடிக்கு மாற்றுவதற்கான காரியங்களில் இருவரும் முனைந்தார்கள்.

இது நிற்க, கல்லூரி சாயர்புரத்தில் நன்றாகவே நடந்து வந்தது. அதற்கு விசேஷித்த வரங்கள் பெற்ற பல ஆசிரியர்கள் தங்கள் சுயநலமற்ற ஊழியத்தையும் சேவையையும் நல்கி வந்தனர்.

1881-ல் ஆசிரியராயிருந்தவர்கள்:

திரு. G. அருமைநாயகம் B.A - ஆசிரியர், திரு. C.P. ஞானக்கண் B.A - ஆசிரியர், திரு. G. மாணிக்கம் F.A., திரு. S.Y. ஆபிரகாம் F.A., S. சேனாபதி, S. பரஞ்சோதி F.A., S. ஏசுவடியான், ,E.ஸ்டிபன் - ஆசிரியர், E. ராசப்ப பிள்ளை - முன்ஷி, A. ஞானரசம் செட்டியார் - முன்ஷி, Late Rw G.Y G. ஏசுவடியான் - சங்கீத ஆசிரியர்கள்.

முதல் வருஷத்தில் (1881) F.A. பரீட்ஷைக்குப் போன 9 பேரில் 6 பேர் தேறினார்கள். அவர்களில் ஒருவர் முதல் வகுப்பில் தேறினார். காலேஜ் வகுப்புகளாகிய மெட்ரிக்குலேஷன் F.A. வகுப்புகளில் மாணவர் சங்கியைக் கீழ்க்கண்டவாறு:

F.A. சீனியர்-8, F.A. ஜூனியர்-10, மெட்ரிக்குலேஷன்-29, மெட்ரிக்குலேஷன் ஆரம்ப வகுப்பு 37 மெட்ரிக்குலேஷன் ரிசல்ற்று அவ்வருஷத்தில் மிகவும் கேவலமாயிருந்தது. அனுப்பப்பட்ட 16 பேரில் 2 பேர் மட்டும் தேறினார்கள்.

இவ்வித கேவலமான ரிசல்ற்றுக்குக் காரணம் பரீட்ஷை

---

13. P. 18 f. MCD Report. 1881 -1882

காலத்தில் சாயர்புரத்தில் உண்டான காலரா நோயும், அதில் பரீட்ஷை மாணவரிலேயே இருவர் மரித்து விட்டதும், அறை குறையாய் பரீட்ஷை எழுதிவிட்டு மீதிபேரில் அநேகர் தங்கள் ஊர்களுக்குச் சென்றுவிட்டதுமே செமினெரி கல்லூரியாக மாறினதும் போதனா பயிற்சி வகுப்புகள் எடுத்து விடப்பட்டன. அதினால் உண்டான கெடுதி அதிகாரிகளால் உடனேயே கண்டுபிடிக்கப்பட்டது. ஆகையால் ஷாராக் ஐயர் மறுபடியும் அவ்வகுப்புகளைத் திரும்பவும் ஆரம்பிக்க வேண்டும் என்று MDC கமிற்றிமாருக்கு எழுதினார்.

மகாகனம் கால்டுவெல் அத்தியஷர் கல்லூரியின் விசிற்றராக விஜயம் செய்து அதன் மேம்பாடுகளைப் பற்றி உயரிய அறிக்கையொன்று தந்து போனார்.

1882-ம் ஆண்டில் கல்லூரி வகுப்புகள் தூத்துக்குடிக்கு மாற்றப்பட்டு, அதற்காக அதிகப் பிரயாசம் எடுத்த மகாகனம் கால்டுவெல் அத்தியஷர் பெயரால் **"கால்டுவெல் காலேஜ்"** என்று அழைக்கப்பட்டது. ஷாராக் ஐயரும் காலேஜ் பிரின்சிபாலாகத் தூத்துக்குடிக்குச் சென்றார். எனினும் அங்கிருந்து கொண்டே புதுக்கோட்டை புதியம்புத்தூர், சாயர்புரம் சேகரங்களின் மிஷனெரியாகவும் தன் பணியை செவ்வனே ஆற்றலானார். ஐயர் கேட்டுக்கொண்டபடி ஒரு நார்மல் ஸ்கூல் ஸ்தாபிக்கப்பட்டு திரு. C.P. ஞானக்கண் BA அதன் தலைவராக நியமிக்கப்பட்டார். அவருக்கு உதவியாக திரு. சேனாபதி, திரு. பரஞ்சோதி F.A, திரு.A. ஞானக்கண் F.A., திரு. J.. ராஜேந்திரம் என்பவர்கள் ஆசிரியராய் ஏற்பட்டார்கள். ஆங்கிலோ வெர்னாக்குலர் பாடசாலையிலிருந்து 5-ம் வகுப்பு இந்த நார்மல் ஸ்கூலுடன் இணைக்கப்பட்டது. ஷாராக் ஐயர் புதுக்கோட்டை சபை, சாயர்புரம், புதியம்புத்தூர் தூத்துக்குடி சேகரங்களுக்கு மத்திப ஸ்தாபனமாயிருந்தபடியால் அங்கு ஒரு பெண்கள் போர்டிங் பாடசாலையை 1883-ல் நிறுவினார்.

ஆனால் 1883-இலேயே நார்மல் ஸ்கூலும் தூத்துக்குடிக்கு மாற்றப்பட்டு, அதனிடத்தில் ஒரு ஆண்கள், போர்டிங் பிரைமரி ஸ்கூல் ஸ்தாபிக்கப்பட்டது. ஆங்கிலோ வெர்னாக்குலர் பிரைமரி ஸ்கூலின் 5- வகுப்பே இந்த பிரைமரி ஸ்கூலின் முதல் ஸ்தாபனம் எனலாம். இதற்கு ஆங்கிலோ வெர்னாக்குலர் போர்டிங் கலாசாலை என்ற பெயர் கொடுக்கப்பட்டது. புதுக்கோட்டை பெண்கள் போர்டிங் பாடசாலை 1887-88-ல் சாயர்புரத்துக்கு மாற்றப்பட்டது. இப்பாடசாலை ஸ்திரமாக நிறுவப்படுவதற்குப் பணவுதவி அவசியமாயிற்று. அதற்காக பலரிடத்திலும்

பணச் சகாயம் கோரப்பட்டது. 1889-ல் சென்னை அத்தியஷர் ரூ.50-ம், SPCK சங்கத்தார் ரூ.72-ம் கனம் ஷாராக் ஐயர் ரூ.36-ம், கால்டுவெல் அம்மையார் ரூ.50-ம் ஸ்ரீமதி ஸ்ட்ரெச் ரூ.73-ம், கனம் F.அஷ் பிட்டல் ஐயர் ரூ.36-ம் கொடுத்துதவினர். 1892-ம் வருஷம் வரை இப்படிப் பிறர் தந்த பெயருள் சகாயத்தை நாடியே நம் பெண்கள் கலாசாலை நின்றதாகத் தெரிகிறது.

1892-ல் நமது ஆண்கள் போர்டிங் பிரைமரிப் பாடசாலை முதலாம், இரண்டாம், மூன்றாம் படிவங்களுடன் லோயர் செக்கண்டரி கலாசாலையாக (Lower Secontary School) மாறினது. தூத்துக்குடி கால்டுவெல் காலேஜின் கீழ்தர வகுப்புகளும் இதனுடன் இணைக்கப்பட்ட படியால் இக்கலாசாலை அக்கல்லூரியின் பாகமாகக் கருதப்பட்டது.

1892 ஜூனில் இப்பாடசாலையின் மாணவர் தொகை

Form III	A	29
	B	26
Form II		39
Form I		39
		133

அக்காலம் 3-ம் படிவ மாணவர் சர்க்கார் லோயர் செக்கண்டரிப் பரீட்ஷை எழுத வேண்டும். நமது பாடசாலை மாணவர் தங்கள் பாடங்களில் முதல் பாஷையாக ஆங்கிலத்தில் கற்பிக்கப்பட்டனர். அக்காலம் திருநெல்வேலி ஜில்லாவிலேயே லோயர் செக்கண்டரி கவர்ன்மென்ட் பரீட்ஷைக்கு இங்கிலீஷை முதல் பாஷையாகத் தெரிந்து கொண்ட ஒரே பள்ளிக்கூடம் நமது கலாசாலையேயாகும்.[14]

இனி செமினெரி தூத்துக்குடிக்கு மாற்றப்படுமுன்னால் அதில் ஊழியம் செய்த பெரியார் சிலரைப் பற்றிச் சில கூறி இவ்வத்தியாயத்தை முடிப்போம்.

G. அருமைநாயகம் என்பவர் 1864-ம் வருஷத்தில் நம் செமினெரியிலிருந்து முதல் முதலாக மெட்ரிக்குலேஷனில் தேறினவர். பின் அவர் சென்னை சலிவன் தோட்டத்திலுள்ள வேதசாஸ்திரக் கலாசாலையில் படித்து 1866-ல் F.A. பரீட்ஷை தேறி அங்கேயே

____

a

A.R. சிம்மண்ட்ஸ் ஐயரிடம் வேதசாஸ்திரம் கற்று, சென்னை வெப்பேரி S.P.G. ஹைஸ்கூலில் வேத சாஸ்திர உபாத்தியராக 1868 முதல் வேலை செய்தார். பின் தஞ்சாவூர் பரி.பேதுரு உயர்தரக் கலாசாலையிலும் திருச்சி S.P.G. கல்லூரியிலும் உபாத்தியைத் தொழில் செய்து 1873-ல் சுதாவில் B.A பட்டம் பரீட்ஷை எழுதி தேறினார். இரு வருஷங் கழித்து சாயர்புரம் செமினெரி தலைமையாசிரியராய் நியமிக்கப்பட்டு (1875-82) கல்லூரி தூத்துக்குடிக்கு மாற்றப்பட்டபோது அதில் கணித ஆசிரியராய் அமர்ந்தார். (1882-1892) 1886-ல் உதவிக் குருப்பட்டமும் 1890-ல் குருபட்டமும் பெற்றார். சாயர்புரத்திலிருக்கும் போது 1875-ம் வருஷம் டிசம்பர் மாதம் 10-ம் தேதி காலஞ்சென்ற ஏழாம் எட்வர்ட் சக்கரவர்த்தி ரூவல்ஸ் இளவரசனாக நம் தேசத்தைச் சுற்றிப் பார்த்தபோது திருநெல்வேலிக் கிறிஸ்தவர்கள் மணியாச்சி புகைவண்டி நிலையத்தில் அவரைச் சந்தித்த காலை, இவர் சாயர்புரம் சபையார் மாணவர் அடங்கிய ஒரு கூட்டத்தாரை அங்கு அழைத்துக் கொண்டுபோய், இளவரசருக்கு ஒரு தமிழ் ஜெப புஸ்தகத்தை நெல்லைக் கிறிஸ்தவர்கள் சார்பில் அன்பளிப்பாய்க் கொடுக்கும் சிலாக்கியம் பெற்றார்.

சாயர்புரத்திலிருக்கும் போது சர்க்கார் பள்ளிக்கூடப் பரீட்ஷை உத்தியோகத்தை அவருக்களித்தபோது அதை மறுத்துவிட்டார். 1892-க்குப் பின் ராமநாதபுரம் கலாசாலை, வேப்பேரி கலாசாலை, வெப்பேரி, கடலூர் சபைகள் முதலியவற்றில் தலைமையாசிரியராயும், சபைக் குருவாயும் பல வருஷங்கள் உத்தம ஊழியம் செய்து 1918-ம் ஆண்டில் கடலூரில் மரித்தார். இவரைக் குறித்து நாம் அதிகம் கூறவேண்டியதில்லை. இவரது குணத்தைக் குறிப்பிட ஒரு வசனம் போதும். அவர் **"ஒரு கபடற்ற உத்தம இஸ்ரவேலன்"**.[15]

சத்தியநாதன் சேனாபதி கனம் போப் ஐயரிடம் கல்வி கற்று 1869-இலிருந்து செமினெரியில் ஆசிரிய ஊழியம் செய்தார். 1887-ல் கால்டுவெல் அத்தியஷர் அவருக்கு உதவிக் குருப்பட்டம் கொடுத்தார். பின்னும் ஒரு வருஷம் சாயர்புரம் கலாசாலையிலேயே வேலை செய்து, பின்னால் 1888-ல் நாகலாபுரத்துக்கு மாற்றப்பட்டார். 1892-ல் குருப்பட்டம் பெற்ற பின் தஞ்சாவூர் வேதியர்புரத்துக்கு அனுப்பப்பட்டு 1898 வரை அங்குள்ள செமினெரியில் வேலை பார்த்து, 1898-ல் வெல்லூர் குருவாக நியமுகம் பெற்று அங்கு பணியாற்றி வரும் காலை (1898 டிசம்பர் 10-ம் தேதி) மரித்தார். இவர் ஒரு சாது. தன் கடமையில் தவறாது உழைக்கும் தன்மையுடையவர்.

15. P 146, 147 MDC Report 1978

ஜோசப் ஞானஒளிவு ஐயர் 1846-ம் வருஷம் போலையர் புரத்தில் பிறந்தவர். சாயர்புரம் செமினெரியில் கல்வி கற்று 1870-ல் அங்கு ஆசானாக நியமிக்கப்பட்டார். ஆதம்சன் ஐயர் அவருடைய திறமையை மெச்சி வெகு விரைவில் அவரை உயர்த்தினார். 1875-ல் அவர் வேத சாஸ்திரம் கற்று 1876-ல் குருவாகி புதியம்புத்தூர் ராமநாதபுரம் சேகரங்களில் சுமார் 17 வருஷங்கள் ஊழியம் செய்தபின் சென்னை வேப்பேரி பவுல் ஆலயக் குருவாக மாற்றப்பட்டார். வெகு சமர்த்தன். புத்திசாலி. ஆங்கில ஞானம் படைத்தவர். இந்திய கிறிஸ்தவர்களுக்குள் மிகவும் பெரும் புகழ்பெற்றவர். சபைகளை ஒழுங்குபடுத்துவதிலும் ஆளுவதிலும் திறமையுள்ளவர். பிரசங்க சமர்த்தனாதலால், அவர் பணிவிடைசெய்ய சபைகளில் ஆலயம் நிரம்ப மக்கள் கூடுவார்கள். அவருக்குச் சென்னையில் சில பகைவர் இருந்தார்கள். 1897-ம் வருஷம் ஏப்ரல் 4-ம் தேதி இரவு 8 மணிக்கு அவர்கள் அவரைக் கல்லாலடிக்க, அவர் காயப்பட்டு 29-ம் தேதி மரித்தார். S.P.G. 200 வருஷ சரித்திர நூலில் S.P.G சங்கச் சபைகளின் ஒரே இந்திய ரத்தச் சாஷியாக அவர் குறிப்பிடப்பட்டிருக்கிறார்.[16]

G.ஏசுவடியான் சாயர்புரம் கல்லூரியில் சங்கீத ஆசானாகவிருந்தார் என்று பார்த்தோம். இவரும் பிற்காலத்தில் குருப்பட்டம் பெற்றார்.

இக்காலம் சேகரத்தில் ஊழியஞ் செய்த குருமார் மூவர் என்றுயிர்த்தோம்.

அவர்கள்:[17] கனம் P.சாலமோன் ஐயர், கனம் Y.கோயில்பிள்ளை ஐயர் சாயர்புரம் சேகரக் குருமார், திரு.D.பாக்கியாவினுபதேசியார் செபத்தியாபுரம் முதலிய வெளிச்சபை குரு கனம் P.ஜெபஞானம் ஐயர் (1886-1888) கனம் G பிச்சமுத்து ஐயர் (1890-1898) இடையர்காடு சேகரக் குருமார்.

S. பரஞ்சோதி B.A. இடையன்குடி சேகரம் காரி கோவிலில் பிறந்தவர். செமினரியில் கல்வி கற்று, ஆசிரியப்பயிற்சி பெற்று கல்லூரியில் ஒர் ஆசிரியர். கல்லூரி தூத்துக்குடிக்கு மாற்றப்பட்ட பின் நார்மல் ஸ்கூலில் உபாத்தியரானார். B.A. பரீட்ஷை பாஸ் பண்ணி, தூத்துக்குடி கால்டுவெல் காலேஜில் ஆசாரியராயிருந்த காலத்தில் 1887 - ல் குருப்பட்டம் பெற்று பின்னும் சில வருஷங்கள் அங்கேயே ஊழியம் செய்து பின் 1896 முதல் பெங்களூரில் ஊழியம் செய்து 1925-ல்

---

16. SPG p 84. Two hundred years Pascoe P931
17. P 38. MDC. Qrly Report No 8/1885

ஓய்வெடுத்து 1929-ல் மரித்தார்.

கனம் ஷாராக் ஐயர் 1894 வரை கால்டுவெல் காலேஜ் பிரின்ஸ்பாலாயிருந்தார். பின் திருச்சிராப்பள்ளி விசாரணை மிஷெனெரியாக 14 வருஷங்களும் அதில் இரண்டு ஆண்டுகள் திருச்சி S.P.G. கல்லூரித் தலைவராகவும் பதவி வகித்து ஓய்வெடுத்து சீமைக்குச் சென்றார். அங்கு வார்மின்ஸ்டர், வொர்ஸ்டர் என்ற விடங்களில் கர்த்தருடைய ஊழியத்தை நிறைவேற்றி 1932 பிப்ரவரி 26-ல் நித்திரையடைந்தார்.

11

கனம் A.J. கார்டன் ஐயர்

(ARTHER JOSEPH GODDEN 1893-1909)

கனம் ஆர்தர் ஜோசப் காடன் (Godden) ஐயர் இங்கிலாந்தின் கென்ட் மாகாணத்தைச் சேர்ந்த கிங்ஸ்னார்த் (kingsnorth) 1863-ம் வருஷம் அக்டோபர் மாதம் 16-ம் திங்கள் பிறந்தவர். கான்றர்பரி பரி. அகுஸ்தீன் மிஷெனெரிக் கல்லூரியில் பயின்று, 1890-ல் மிஷெனெரியாகச் சென்னைக்கு வந்து, சென்னை அத்தியஷரிடம் உதவிக் குருவபிஷேகம் பெற்றார். தஞ்சாவூருக்கு மிஷெனெரியாய் அனுப்பப்பட்டு இரண்டு வருஷங்கள் அங்கு ஊழியம் செய்த பின் குருப்பட்டம் பெற்று சாயர்புரத்துக்கு மாற்றப்பட்டு, 1893-ல் இவ்விடம் வந்து சேர்ந்தார்.

கனம் ஐயர் சாயர்புரம் சேகர விசாரணையை ஒப்புக்கொண்டபோது கனம் P.சாலமோன் ஐயர் சாயர்புரம் சேகரக் குருவாகவும் கனம் D. பாக்கியநாதன் MDC உபதேசியார் செபத்தியாபுரம் முதலிய வெளிச் சபைகளை மேற்பார்க்கிறவர்களாகவும் கனம் G.பிச்சமுத்து ஐயர் இடையர்காடு பாஸ்ற்றரேட் குருவானவராகவுமிருந்தனர் என்று முன் ஒரு பக்கத்தில் பார்த்தோம்.

இவர்களில் P. ஜெபஞானம் ஐயர் சாயர்புரம் செமினரியில் கல்வி கற்று உபதேசியாரான பின், சென்னையில் உயர்தர வேதசாஸ்திரப் படிப்பு முடித்து நம் சேகரத்திலேயே M.D.C. உபதேசியாயராய்ப் பல வருஷங்கள் ஊழியம் செய்தார். கனம் சாலமோன் ஐயர் இவரைக் குருப்பட்டதுக்குச் சிபாரிசு செய்தார். மகாகனம் கால்டுவெல் அத்தியஷர் ஜெபஞானம் 48 வயதுடையவராயிருக்கும்போது அவருக்கு உதவிக் குருப்பட்டம் கொடுத்து இடையர்காட்டில் ஊழியம் செய்ய நியமித்தார்.

இரு வருஷங்கள் (1886-1888) அப்பணிவிடையை நிறைவேற்றினபின் சோழபுரம் 1889-91, ஈரார் (1891-95) சான்தேபம், சென்னை (1895-98) என்ற இடங்களில் குருவூழியம் செய்து 1895-ல் ஓய்வெடுத்துப் பல வருஷங்கள் இளைப்பாறி 1916-ல் நித்ய இளைப்பாறுதலுக்குக்குட்பட்டார்.

Y. கோயில்பிள்ளை ஐயர் சாலமோன் ஐயருக்குதவியாயிருந்தான். இவர் நாசரேத்தில் 1843-ம் ஆண்டில் பிறந்தவர். 1886-ல் குருப்பட்டம் பெற்று 11 ஆண்டுகள் சாயர்புரத்தில் வேலை செய்து, 1897 மரித்தார். பிரசித்திபெற்ற கனோன் D. கோவில்பிள்ளை ஐயர் இவருடைய குமாரன்.

காடன் ஐயர் நம் சேகரத்துடன் புதுக்கோட்டை, தூத்துக்குடி என்ற இரண்டு சேகரங்களையும் சேர்த்துக் கண்காணித்து வந்தார். எனவே அவர் எப்போதும் சேகர விசாரணையிலேயே தன்நேரத்தைச் செலவிட்டார். இவருக்கு முன் வந்த மிஷனெரிமார் சேகர வேலையுடன் மிஷனெரித் தலைவர் பொறுப்பையும் ஏற்றிருந்தது போல் இவருக்கில்லையாதலால் சபைகளின் ஆவிக்குரிய, சுவிசேஷக் கடமைகளைச் செவ்வனே செய்யக்கூடியவரானார். இச்சேவையில் ஐயர் கையாண்ட முறைகளை பல, சபை ஊழியரான உபதேசிமார் தங்கள் ஊழியத்தைச் சரிவரச் செய்ய அவர்களுக்குச் சரியான பயிற்சி அவசியம் என்று கண்டு காடன் ஐயர் உபதேசியாரை, அதிலும் விசேஷமாய் M.D.C. உபதேசிமாரை வாரந்தோறும் கஸ்பாவில் கூட்டுவித்து அவர்களுக்குச் சபை ஊழியக் கலையைப் (Pastoral Theology) போதித்து வந்தார். இக்கலையின் நுட்பங்களை ஊழியர் நன்கறிந்தபின் அவர்கள் தங்கள் கடமைகளை விசேஷித்த திறமையுடன் நிறைவேற்றக்கூடியவர்களாயினர். சபைச் சேவைக்கலையுடன் அவர்களுக்கு ஜெப புஸ்தகத்தின் தாற்பரியங்கள், ஒழுங்கு முறைகள், ரூபிரிக் சட்டங்கள் முதலியவற்றையும் பற்றிய திட்டமான அறிவு புகட்டப்பட்டது. இதனால் ஊழியர் ஆலய ஆராதனைகளை ஏனோதானோவென்று செய்யாமல் கருத்துடன், பொருள் நயத்துடனும் நடத்த முயல்வாராயினர். சபையார் ஆராதனைகளில் பிரியங் கொள்ளவும், போந்த அறிவுடன் கடவுளின் ஆராதனைகளைப் பின்பற்றவும் சாத்தியமாயிற்று.

உபதேசிமாரை மட்டும் தான் இப்பயிற்சிக்குத் தகுதியுள்ளவர்கள் என்று ஐயர் எண்ணிவிடவில்லை. எல்லாச் சபை ஊழியரும் ஆசிரியர்களும் சனிக்கிழமைதோறும் சாயர்புரத்தில்கூட ஏற்பாடு செய்து அச்சமயங்களில் ஐயர், அவர்களுக்கு கிறிஸ்தவ ஊழியத்தின் மேன்மைகள்,

அதன் நுட்பங்கள் முதலியவற்றை விளக்கித் தெரிவித்து பிரசங்கங்கள் செய்யும் முறைகள், வேத வசனங்களைத் தார்ப்பரியப்படுத்தும் விதங்கள் வியாக்கியானப்படுத்தும் தன்மைகள், வசனங்களை மக்களுக்குக் கற்பிக்கும் வழிகள் முதலியவற்றையும் போதிப்பார். இவ்வண்ணம் ஊழியர் பல விதங்களில் தங்கள் ஊழியத்துக்குத் தகுந்த ஆலோசனைகளையும், புத்தி போதனைகளையும் பெற்று வந்ததினால் அவர்கள் சாலைகளில் செய்த வேலைலகள் திறமை மிகுந்தனவாயிருந்ததினால் ஆச்சரியம் ஒன்றுமில்லை.

சபைகளில் ஆலய வாஞ்சை, ஆராதனைப் பிரீதி, ஓய்வுநாள் ஆசரிப்பு, ஆலய பக்தி, கிரமம் முதலியன முன்னிலும் அதிகமாய்க் காணப்பட்டன. சபையார் பக்திக்குகந்த விஷயங்களில் முன்னேற்றமடையும்போது சபை வருமானமும் அதிகரித்தது என்று சொல்லத் தேவையில்லை. காடன் ஐயர் சபை மக்கள் தங்கள் காணிக்கைப் படைக்கும் விஷயத்தில் கொள்ள வேண்டிய அக்கரையைப் பற்றிப் போதித்ததுடன் அவர்கள் காணிக்கைகளை இலகுவாகக் கொடுக்கக்கூடிய வசதிகளைச் செய்வதிலும் கருத்துடையயவரானார். சங்கக்காணிக்கைகள் பரிசுத்தாவியின் திருநாளில் படைக்கப்பட வேண்டும் என்று ஏற்பாடு செய்து வைத்தது அவரே. சபையார் காணிக்கை கொடுப்பதில் தங்களுக்கிருக்கும் கடமையும் உத்திரவாதத்தையும் காண வேண்டும் என்று ஐயர் வெகுவாய் ஆசித்து அதற்கானவற்றைச் செய்து வந்தார். இந்திய சபை பூரண சுய ஆதரவுடையதாகும் காலம் சீக்கிரம் வர வேண்டும் என்று விரும்பின மிஷெனெரிப் பெரியாரில் காடன் ஐயர் ஒருவர்.

ஆலயக் கட்டுமான விஷயத்திலும் ஐயர் வெகு கவனம் செலுத்தினார். சாயர்புரம் ஆலய வேலலயை மிகவும் ஊக்கத்துடன் நடத்தி குறைவாக விடப்பட்ட மீதியான வேலைகளை முடிந்தால் அகரம் என்ற கிராமத்தில் கடந்த 40 வருஷங்களாக நின்றிருந்த சின்ன ஆலயத்துக்குப் பதிலாக ஆரம்பித்திருந்த கட்டத்தையும் பூர்த்தி செய்து 1893-லேயே பிரதிஷ்டை செய்தார். இடையார்காட்டில் வெள்ளத்தினால் சேதப்பட்டு, பல காலங்களாயினும் புதிப்பிக்கப்படாமலேயிருந்த ஆலயத்துக்குப் பதிலாக ஒரு அழகிய உறுதியான தேவாலயம் கட்டத் தீர்மானித்து அதற்காகப் பணங்களைச் சேகரித்து திருவாங்கூர் அத்தியாச்சரைக் கொண்டு அஸ்திபாரம் அமைத்தார். சாயர்புரம் வைத்தியசாலை ஒரு ஓலைக் கூரைக் கட்டடத்தில் தானிருந்து வந்தது. இக்குறையை நீக்கத் துணிந்து தான் வந்த வருஷத்திலேயே (1893)

அதை ஓடுகளால் வேய்ந்து கட்டடத்தை அழகு பெறச் செய்தார். இதற்காக செலவு S.P.C.K. சங்கத்தாரிடமிருந்து பெற்று அத்தொகை பற்றாது போய் விடவே வியாதியஸ்தரிடம் தங்கள் தங்கள் இஷ்டப்படி உதவிசெய்யக் கேட்டு ரூ.91/- அவர்களிடமிருந்து வசூலித்து வேலையை முடிந்தார்.

அக்காலத்தில் பக்தனான ஜோசப் திரசர் வைத்தியசாலையை நடத்தி வந்தார். 1893-ம் ஆண்டுக் கணக்கின்படி அவ்வருஷம் சிகிச்சை பெற்றவர்கள் 5954 பேர். அவர்களில் இந்துக்கள் 2591. கிறிஸ்தவர்கள் 3310. முகமதியர் 53. தினசரி ஆஜர் 67. சில வியாதியஸ்தர் 20 மைல்களுக்கப்பாலிருந்து வந்தவர்கள். இரண சிகிச்சைகள் 135. இதில் 4 மேஜர் ஆபரேஷன்கள். ஜோசப் வைத்தியர் வியாதியஸ்தர்க்கு தினந்தோறும் கிறிஸ்துவின் ரஷிப்பைப் பற்றிய நற்செய்தியைக் கூறி, துண்டுத்தாள் பிரதிகளை வினியோகம் செய்து, ஒவ்வொரு ஆளுடனும் தனித்தனியாகச் சம்பாதித்து இவ்வண்ணமாய் பிணியாளிகளுடைய ஆத்ம ரஷிப்புக்காகவும் பாடுபட்டு வந்தார்.

சேகரச் சுவிசேஷ ஊழியத்தை முன்னிலும் அதிக உற்சாகத்துடன் நடத்தி வந்தார். கால்டுவெல் அத்தியஷர் மிஷனெரியின் பிரயாசங்களைப் பாராட்டி ரூ.100/- நன்கொடையாகக் கொடுக்க அத்தொகையைக் கொண்டு காடன் ஒரு பிரசங்கியாரை நியமித்து, அவர் மூலமாய் சுவிசேஷப் பணி இடையறாது நடைபெறச் செய்தார். பள்ளிக்கூடங்களிலும் இக்கடமையாற்றப்பட வேண்டுமென்று ஐயர் ஆசித்து ஆசிரியரை ஊக்கப்படுத்தினார். கைமேல் பலன் கிட்டிற்று. சாயர்புரம் போர்டிங் பள்ளிக்கூடத்திலேயே வருஷந்தோறும் பல சிறுவர் கிறிஸ்து நாதரைத் தங்கள் ஆண்டவராகவும் தேவனாகவும் ஏற்றுக்கொண்டனர். கிராமப் பள்ளிக்கூடங்களிலும் சில சிறுவர் கிறிஸ்தவர்களாயினர். அவர்களில் இருவர் இரு பேயாடிகளின் பிள்ளைகள். அவர்கள் இருவரும் சாலமோன், சிலுவை முத்து என்ற பெயர்களுடன் ஞானஸ்நானம் பெற்றார்கள்.

உம்மரிக்காடு என்றஊரிலும்கூட ஒரு சபை உண்டாயிற்று. அவ்வூரார் எப்பொழுதும் கிறிஸ்துமார்க்கத்துக்கு விரோதிகளாயிருந்து வந்தனர். 1892-ம் ஆண்டில் ஒரு வாலிபன் கிறிஸ்தவ சத்தியங்களை விசுவாசித்து சாலமோன் ஐயரிடம் தனக்கு ஞானஸ்நானம் கொடுக்கும்படி வேண்டினான். அவரோ அவனுடைய விசுவாசத்தைச் சோதிக்க எண்ணி காலந்தாழ்த்தினார். அவனோ அக்காலங்களை வீணாக்காமல்

தன் பெற்றோரையும், மூன்று சகோதர்களையும், ஒரு சகோதரியையும் கர்த்தருகென்று ஆதாயப்படுத்தி அடுத்த வருஷத்தில் கனம் ஐயரிடம் எல்லாரும் ஞானஸ்நானம் பெற்றார்கள். பின் அவ்வாலிபன் கிறிஸ்தவ செல்வாக்கையும், கிறிஸ்தவ அறிவையும் தன் குடும்பத்தில் அதிகரிக்கச் செய்ய வேண்டும் என்ற நன்னோக்கத்துடன் ஒரு கிறிஸ்தவப் பெண்ணை விவாகம் செய்தான்.

இவ்வாறு சபை ஊழியம் நன்கு நடந்து வந்தபோதிலும், துக்கிக்கத்தக்க விஷயங்களும் சபைகளிலில்லாது போகவில்லை. சாலமோன் ஐயர் 1893-ம் வருஷ இறுதியில் எழுதிய ரிப்போர்டில் சாயர்புரம் பாஸ்றரேட்டில் ஒழுங்கீன வியாகம் செய்தார்கள். சுமார் 40 பேர் இருந்தார்களென்றும் அவர்களைச் சபையைவிட்டுப் புறம்பாக்க வேண்டியதிருந்ததென்றும் அவ்விதம் புறம்பாக்கப்பட்டதும் அவர்களுக்கு அவர்களுடைய இனத்தாரில் பலரும் மறுதலித்துப் போய்விட்டனரென்றும், சிலர் கோபித்துக் கொண்டு வருஷாந்தரச் சங்கக் காணிக்கை முதலிய காணிக்கைகளைக் கொடுக்க மறுத்துவிட்டனர் என்றும் எழுதுகிறார்.[1]

செபத்தியாபுரம் பாஸ்றரேற்றில் 4 கிராமங்கள் மட்டும் உண்டு. (செபத்தியாபுரம், புளியநகர், நடுவெக்குறிச்சி) அவற்றில் ஞானஸ்நானம் பெற்ற கிறிஸ்தவர்கள் 427 ஆராய்ச்சிக்காரர் 51. நற்கருணைக்காரர் 111. சபையார் ஆலயத்துக்குப் போவதிலும், காணிக்கை விஷயங்களிலும், கிருபையின் யத்தனங்களை யாசரிப்பதிலும் மிகவும் அஜாக்கிரதையுடனும் காணப்பட்டார்கள். பாக்கியநாதன் MDC உபதேசியார் இப்பாஸ்றரேற்றின் காரீயங்களைக் கவனித்து வந்தார். அவர் சபையாரை அவர்கள் வீடுகளில் அடிக்கடி சந்தித்துப் புத்தி சொல்லியும் பயனில்லை.

நற்கருணைக்காரர் 111-ல் அப்பந்திக்கு வருவார்கள். சுமார் 35 தான். சங்கக் காணிக்கை 1893-ஆம் ஆண்டில் ரூ.20-7-10 மட்டும். சபை வருமானமும் ரூ.156-6-2 ½ தான். ஓய்வுநாள் வகுப்புகளுக்கு ஜெபக்கூட்டங்களுக்கும் மக்கள் வருவதில்லையாதலால் அவை நிறுத்தப்பட்டன.

இவ்விதச் சீர்கேடுகள் காணப்படுவதற்குக் காரணம் சுமார் 29 வருஷங்களாக இப்பாஸ்றரேட்டில் நடந்து ஜாதி வித்தியாசத்தாலுண்டான கட்சிப் பிரிவினைகளாகும். இக்கட்சிப் பிரிவினை 1854-ம் வருஷம் உண்டாயிற்று.

---

1. Pp 151 of Quarterly Report Oct- Dec 1893

எங்ஙனமெனில், அவ்வாண்டில் ஒரு ஓய்வுநாளில் பிரசங்கம் பண்ணின ஊழியன் Rev.D. A [அவர் யாரென்று தெரியவில்லை] கிறிஸ்தவர்களுக்குள் ஜாதி வித்தியாசமே இல்லை. அது இருப்பது கூடாது. ஏனெனில் கிறிஸ்தவர்கள் எந்த ஜாதியினராயிருப்பினும், அவர்களெல்லாரும் சகோதரர்கள் தான், என்றிவ்வாறு பிரசங்கித்தார். ஆராதனை முடிந்தவுடன் சபையார் திரண்டு வந்து அந்த ஊழியனுடன் சண்டைக்கு வந்தார்கள். விவாதம் முற்றி, அக்காலத்திலிருந்த மிஷெனெரி கனம் பிரதர்ட்டன், ஏர்ண்ஷா ஐயமாரின் சமாதான வார்த்தைகளும் பிரயோஜனமற்றுப் போய், அநேகர் பின் வாங்கலானார்கள். "செபத்தியாபுரத்தில் இரண்டு மூன்று குடும்பத்தினரைத் தவிர மற்றவர்களனைவரும் மறுதலித்துப் போயினர். இக்காலத்தில் (1893) நடுவக்குறிச்சி, புளியநகர், செபத்தியாபுரத்திலுள்ள இந்துக்கள் அனைவரும் மறுதலித்துப் போன அம்மக்களும் அவர்களின் பின் சந்ததியாருமே.

வயோதியரான ஆண்களிலும் பெண்களிலும் சிலர் இன்றும் கூடத் தாங்கள் ஹக்ஸ்டபின் ஐயரிடம் கற்றுக்கொண்ட கர்த்தருடைய ஜெபம், பத்துக் கற்பனைகள் முதலியவற்றை மறக்கவில்லை. இக்காலத்தில் அவர்கள் கிறிஸ்தவப் பிரசங்கங்களைக் கேட்கிறார்கள். கிறிஸ்து மார்க்கத்தை சத்திய மார்க்கம் என்றும் ஒப்புக்கொள்கிறார்கள். ஆனால் வருங்கால நிலையைப் பற்றிச் சிந்தை கொள்கிறார்களில்லை. உலகப் பிரகாரமான காரியங்களுக்காகவே கவலைப்படுகிறவர்களாயிருக்கிறார்கள். அரசியார் [விக்டோரியா மகாராணி] இந்து மார்க்கம் உண்மையானது என்று ஒப்புக்கொண்டு விட்டார்களென்றும் அதனால் தான் இந்தியாவில் அது வளரட்டும் என்று அனுமதித்து விட்டார்களென்றும், பிரிட்டிஷ் அரசாங்கம் இந்து மார்க்கத்துக்குப் பயப்படுகிறதென்றும், அதனால் தான் இந்து கோவில்களுக்கு வருஷந்தோறும் உதவித்தொகைகள் கொடுக்கிறது என்றும் ஒருவித மூடநம்பிக்கை அவர்களுக்குள் பரவியிருக்கிறது.[2]

ஜாதி வித்தியாசத்தைப் பற்றியதால் அன்று (1854) உண்டான கசப்பு இன்றும் (1893) நீங்கவில்லை. அதினால்தான் கிறிஸ்தவர்களிடம் முன் சொன்னவாறான கேடுபாடுகள் காணப்பட்டன.

1893-ம் வருஷக்கணக்கின்படி சேகரச் சபைகளின் நிலைமை இருந்தவாறு:

2.Quarterly Report Oct – Dec 1893

சபைகள்-31, குருமார்-4 (கனம் P. சாலமோன், கனம் Y. கோயில்பிள்ளை, கனம் G. பிச்சமுத்து, கனம் A.J. காடன் ஐயர்), உபதேசிமார்-2, தனி உபதேசிமார்-2, தனி ஆசிரியர் -1, உபாத்திச்சிமார்-7, சட்டம் பிள்ளைகள்-2, உபாத்தி- உபதேசிமார்-16, சபையார்-2416, நற்கருணைக்காரர்-639, ஆராய்ச்சிக்காரர்-514, வாசிக்கத் தெரிந்தவர்கள்-760. பள்ளிக்கூடங்கள்: ஆண்கள் போர்டிங்-1, பெண்கள் போர்டிங்-15.

1896-ம் வருஷம் கனம் P. சாலமோன் ஐயர் வேலையை விட்டு நீங்கிக் கொண்டார். சாயர்புரத்தில் அவர் குருப்பணி விடை செய்த 15 வருஷங்களில் 12 வருஷங்கள் சேகரக்குருவாகவும், 1898 ஜனவரி முதல் மூன்று வருஷங்கள் (1893-1896) விசாரணைக் குருவாகவும் உத்தம ஊழியம் நிறைவேற்றினார். அவர் ஸ்தானத்தில் இடையன்குடி கனம் J. ஜோசப் ஐயர் மாற்றப்பட்டு, 1897-ம் வருஷம் வேலையை ஒப்புக்கொண்டார். அதே வருஷத்தில் இடையர்காடு G. பிச்சமுத்து ஐயர்க்கு சுகவீனம் ஏற்ப்பட்டபடியால், S. பொன்னப்பன் ஐயர் நாகலாபுரம் புதூரிலிருந்து இடையர்காட்டுக்கு மாறுதல் பெற்று வந்தார்.

ஜோசப் ஐயர் வருவதற்குச் சற்று முன்பு பக்தனான வைத்தியர் ஜோசப் டிங்சர் கர்த்தருடைய ராஜ்யம் சேர்ந்தார். இவர் 1847-ம் வருஷம் பிறந்தவர். சாயர்புரத்தில் கல்வி கற்று கீயர்ண்ஸ் ஐயரிடம் புதியம்புத்தூரிலும் புதுக்கோட்டையிலும் சில வருஷங்கள் உபாத்தியாயராயிருந்தார். இயற்கையிலேயே வைத்தியத் தொழிலில் பற்றுள்ளவராதலால் 1872-ல் சென்னைக்குச் சென்று வைத்தியக் கலாசாலையில் சேர்ந்து வைத்தியம் கற்று வைத்திய சாலை உதவியாளனுக்குரிய (Hospital Assistant) பரீட்ஷையில் தேர்ச்சி பெற்றுத் திரும்பியதும் கால்டுவெல் அத்தியஷர் அவரை ராதாபுரத்தில் நியமனம் செய்தார். அங்கு வெகு பிரயாசப்பட்டு சர்க்காரிடம் இலவசமாக ஒரு மனையை வாங்கி அதில் 1876-ல் ஒரு வைத்தியசாலையை ஸ்தாபித்தார்.

தான் ஸ்தாபித்த மருத்துவ விடுதி நிலையாயிருக்க வேண்டுமென்று வாஞ்சித்து அதற்கு ஒரு நிலையான கட்டடத்தையும் டிரசர் வசிக்க வீடும் கட்டினார். இந்துக்களும் கிறிஸ்தவர்களும் அவரை மதித்து நேசிக்கத்தக்கதாக மிகுந்த கரிசனையுடனும் தன் பணியை நிறைவேற்றி வருங்காலத்தில் சாயர்புரத்துக்கு மாற்றப்பட்டார் (1881). அக்காலத்தில் தினசரி ஆஜர் சாயர்புரம் ஆஸ்பத்திரியில் 17 தான்.

ஆனாலும் இளக்கரிப்பு கொள்ளாமல் தெய்வத்தை முன்னிட்டுத் தன் கடமைகளை தேவனுக்கேற்கவும் மனுஷரின் நன்மைக்காகவும் செய்து வைத்தியசாலையை முன்னேற்றுவித்தார். பதினைந்து வருஷங்களாகத் தன் சுகத்தையும் பாராமல் உழைத்து 17-ஐ 79 ஆக்கினார். 1896-ம் ஆண்டில் வியாதிப்பட்டு தூத்துக்குடிக்கு எடுத்துச் செல்லப்பட்டார். அங்கு எவ்வித சிகிச்சையும் பயன்படாது போயிற்று. அவர் அவ்வருஷம் டிசம்பர் மாதம் 2-ம் தேதி தன் 49-ம் வயதில் சமாதானமாய் நித்திரையடைந்தார். **"தன் ஜீவனை கடவுளே செலவழிக்கவும், அது அவருடைய ஊழியத்திலேயே செலவழிக்கப்படவும் அதை அவர் கையில் ஒப்புக்கொடுத்து"** உத்தம பக்தனான வைத்திய சுவிசேஷகன் ஜோசப் திரசர் சாயர்புரம் ஆஸ்பத்திரி தற்காலத்துள்ள முன்னிலைக்கு வர ஆதி காரணருள் சிரேஷ்டராவர். அவர் ஸ்தானத்தில் டாக்டர் M. ஞானசிரோமணி நியமிக்கப்பட்டார்.

ஜோசப் ஐயர் காலத்தில் சுவிசேஷ ஊழியம் விசேஷித்துச் செய்யப்பட்டது. அதற்காக அவர் செய்த முயற்சிகளில் ஒன்று **'சாயர்புரம் நெசவுத்தொழிலாளர் சுவிசேஷச் சங்கம்'** ஒன்று ஸ்தாபித்ததாகும். இது 1900-ம் வருஷம் நிறுவப்பட்டது. அதில் வயோதிபரும் வாலிபரும் பாலியரும் அங்கத்தினராயிருந்தனர். அவர்களுடைய சுவிசேஷ பிரபல்ய வாஞ்சை போற்றத்தக்கதாயிருந்தது.

சபை ஊழியம் முன்போலவே நடந்து வந்தது. சில சபைகள் மறுதலிப்பின் காரணமாய் மூடப்பட்டன. சில பிற சேகரங்களுக்கு விடப்பட்டன. எனவே 1897-ல் சபைகள் 24-ம் ஊழியர் 25-ம் இருந்தனர். அவ்வூழியரில் குருமார் மூவர், MDC உபதேசிமார் 2, சபை ஊழியர் 19. ஆசிரிய ஆசிரியைகள் 29. இவ்விருபத்தினான்கு சபைகளில் கிறிஸ்தவ மக்கள் 2372, ஆராய்ச்சிக்காரர் 162, நற்கருணைக்காரர் 800. பெரிய ஆலயங்கள் நான்கும் சிறியவை 16-ம் இருந்தன.[3]

அவ்வருஷம் சேகரத்தின் பொருளாதார நிலைமை வருமாறு:

வரவு

முந்திய வருஷக் கையிருப்பு	ரூ.551-8-4
பிளாக் கிரான்று	4410-0-0
எக்ஸ்ட்ரா கிரான்று	27-0-0

---

3. P 152 MDC Report 1900

சபை வருமானமும் நன்கொடைகளும்	1749-10-7
சபைக் காணிக்கை	325-12-7 ½
விசேஷித்த காணிக்கைகள்	196-9-5 ½
சுதேசச் சபையாரல்லாதோன் நன்கொடை	514-11-9
வாடகை முதலிய வரவு	3093-1-11
SPCK கிரான்று	192-0-0
சர்க்கார் ரிசல்ற்று கிரான்று	924-4-0
பள்ளிக் கூட பீஸ்	395-6-6
பலவித வரவு	807-13-9
	13268-6-1 ½

செலவு

ஐரோப்பிய குரு சம்பளம்	2400-0-0
ஐரோப்பிய குதிரை அலவன்ஸ்	240-0-0
சுதேசகுருமார் சம்பளம்	746-8-0
சுதேச பிரயாணப்படி	27-0-0
MDC உபதேசிமார் சம்பளம்	600-0-0
MDC உபதேசிமார் வீட்டு வாடகை	6-0-0
உபதேசிமார், சபை ஊழியர், ஆசிரிய, ஆசிரியைகளின் சம்பளம்	2790-8-5
ரைட்டர் & வேலைக்காரர்	217-7-10 ½
போர்டிங் பள்ளிக்கூடங்கள்	1906-13-6
புதுக் கட்டடங்கள்	1855-0-10 ½
ரிப்பேர்	340-1-1 ½
வைத்திய சுவிசேஷகர் சம்பளமும் மற்ற ஆஸ்பத்திரிச் செலவுகளும்	317-8-0
பென்ஷன்கள்	300-0-0
ஏழைகள் தர்மம்	29-1-8
பலவிதம்	1237-58 ½
மொத்த செலவுகள்	13013-7-2

கையிருப்பு

ஜோசப் ஐயரின் காலத்தில் விசேஷங்களில் முக்கியமானவைகளில் ஒன்று திருநெல்வேலி அத்தியஷாதீனத்தின் முதல் அத்தியச்சராகிய மகாகனம் S. மோர்ளி பிஷப்பவர்களின் விஜயம். அவர்கள் மோர்ளி அம்மையாருடன் 1897 பிப்ரவரி மாதம் 22-ம் தேதி அங்கு விஜயம் செய்தார்கள். அன்று அவர்களுடன் ஆஸ்திரேலியாவிலுள்ள பிரிஸ்பேன் நகரத்து சிரேஷ்ட அத்தியச்சாரும் ராமநாதபுரம் மிஷனெரி A.D. லிம்ப்ரிக் ஐயரும் அம்மாளும் வந்தார்கள். சேகர சபையார் அனைவரும் கூடி காடன், ஜோசப் ஐயர்மாரின் தலைமையின் கீழ் அவர்களை வரவேற்று, ரதமேற்றி ஊர்வலம் வந்து மகிழ்ந்தனர். சாயர்புரத்துக்கு திருநெல்வேலி ஆதீனத்தின் முதல் அத்தியஷரின் முதல் விஜயமாதலால் அன்று ஒரு பெருநாளாயிருந்தது.

கனம் ஐயர் காலத்தில் பல பருவங்கடந்த ஞானஸ்நானங்கள் கொடுக்கப்பட்டன. அவற்றில் விசேஷமானவை 1898 ஏப்ரல் 10-லும், டிசம்பர் 25-லும், 1899 ஏப்ரல் 2-லும் 1900 ஏப்ரல் 15, டிசம்பர் 2-லும் கொடுக்கப்பட்டவைகளாம்.

ஏனெனில் 1898 ஏப்ரல் 10-ல் காவல்காடு கிராமத்தைச் சேர்ந்த பழனியாயி என்ற பெண் காவல்காடு சபையின் முதல்வளாக கிறிஸ்து சபையில் சேர்ந்தாள். டிசம்பர் 25-ல் பழைய கயலிலுள்ள இரண்டு வாலிபர் பொன்னப்பன் ஐயரிடத்தில் இடையர்காட்டில் ஞானதீஷைபெற்று பழைய காயல் சபையை உண்டாக்கினார். 1899 ஏப்ரல் 2-ல் மஞ்சள் நீர் காயல் சபையின் பிறந்தவள் எனலாம். அன்று அவ்வூரிலுள்ள பாலம்மை என்ற விதவை தன் மக்களுடன் கனம் பொன்னப்பன் ஐயரிடம் ஞானஸ்நானம் பெற்றான். அது முதல் ஒவ்வொரு குடும்பமாக சபை பெருகவாரம்பித்தது.

ஜோசப் ஐயர் சாயர்புரத்தை விட்டு மாற்றப்படுமுன்னால் சாயர்புரத்தில் 1901 பிப்ரவரி 4-ம் தேதி நடந்த S.P.G. சங்க இரு நூற்றாண்டு (1701-1901) விழாவைக் காணவும் அதில் பங்குபெறவும் சிலாக்கியம் பெற்றார். இவ்வுற்சவம் சாயர்புரத்தில் நடைபெற வேண்டும் என்று தீர்மானிக்கப்பட்டவரிலிருந்து அதற்கான சபை ஆயத்தங்களும் செய்யப்படலாயின. நாசரேத் மர்காஷிஸ் ஐயரும் காடன் ஐயரும்

நுட்பமான ஒழுங்குத் திட்டங்களை வகுத்தனர். மோர்லி அத்தியஷர் ஆதினமெங்கும் சுற்று நிருபங்கள் அனுப்பி இல்வைபவத்தைச் சிறப்பாகக் கொண்டாடிக் கர்த்தரைத் துதிக்க மக்களை ஏவினார்.

பிப்ரவரி முதலாம் தேதியிலிருந்தே S.P.G. ஊழிய ஸ்தானங்களிலும் சேகரங்களிலுமிருந்து மக்கள் சாயர்புரம் சேரலாயினர். 4-ம் தேதியாகிய திங்கள்கிழமைக்குள் சுமார் 5000 கிறிஸ்தவர்கள் கஸ்பாவில் குழுமிவிட்டார்கள். எங்கு பார்த்தாலும் மாட்டுவண்டிகளும், குதிரை வண்டிகளும் காணப்பட்டன. குக்கிராமமாகிய சாயர்புரம் பெருநகரம் போல் நிகழ்ந்தது. அத்திரள் கூட்டத்தாரில் சுமார் 3000 பேருக்குப் பள்ளிக்கூடங்களிலும், தற்காலிகமாக அமைக்கப்பட்டது ஏராளம். விடுதிகளிலும் இடங்கொடுக்கப்பட்டது. மற்றவர்கள் தங்கள் தங்கள் வசதிகளைத் தாங்களே செய்து கொண்டார்கள்.

ஆலயத்துக்கு மேற்கில் 3500 ஜனங்களைக் கொள்ளத்தக்க பெரிய பந்தல் போடப்பட்டிருந்தது. அது தோரணங்களாலும் வாழைகளாலும், புஷ்பச் செடிகளாலும் அலங்கரிக்கப்பட்டு, பல நிற விளக்குகளுடன் வெகு அழகாக விளங்கிற்று. இரவுகளில் இவ்விளக்குகளும், பல நிறங்களுடன் ஜொலித்துப் பிரகாசிக்கும் நெருப்புக் கோளங்களை ஆகாயத்தில் இலங்கச் செய்யும் வாண வேடிக்கைகளுடன் சாயர்புரம் அளித்த காட்சி கண்கொள்ளாக் காட்சியாம். ஆராதனைகள் நடத்தப்படுவதற்க்காகப் போடப்பட்ட மேடைக்குப்பின் தொங்கின திரையில் ஒரு கீரிடம் வரையப்பட்டு அதைச்சுற்றி **"S.P.G. 1701 - 1901"** என்ற எழுத்துக்களும் அதற்கு மேலாக S.P.G. சங்கத்தின் சட்டவாக்கியமான **"On Church lines always, on party lines never"** என்ற வசனம் எழுதப்பட்டிருந்தது.

"4-ம் தேதி திங்கள்கிழமை அத்தியஷாதீனத்தின் மேய்ப்பரான மோர்லி பிஷப் வந்தவுடன் பண்டிகை ஆரம்பமாயிற்று. அவர்கள் வருகிறார்கள் என்ற செய்தி எட்டியதும் சுமார் 500 பள்ளிக்கூடச் சிறுவர் பவனியாகப் புறப்பட்டு சென்று கிராமத்துக்கு வெளியே அத்தியஷரைச் சந்தித்தார்கள். பிஷப்புக்கும் அம்மையாருக்கும் மாலைகள் சூட்டப்பட்டபின், இருவரும் ரதத்தில் ஏறினார்கள். சாயர்புரம் ஆலயப் பாடகர்கள் பாடிக்கொண்டே முன்னடக்க, அவர்கள் பின்னால் பள்ளிக்கூடச் சிறுவர் சிறுமியரும் பின் மற்றொருவருமாக பவனி புறப்பட்டது. கிராமத்துக்குள் வரும் வழியில் வரவேற்பு வளைவு (Welcome Arch) நின்றது. அதில் **"பாண்டிய நாட்டு S.P.G சபை**

தனது அத்தியஷருக்கு இதயபூர்வமான இருநூற்றாண்டு நிறைவு விழா வரவேற்பளிக்கிறது" என்று எழுதப்பட்டிருந்தது. பின் பவனி பிரதான ரோடு வழியாய் நடந்து மிஷனெரி பங்களாவையடைந்தது. சுத்தமாகவும் அழகாகவும் உடுத்தப்பட்ட குழந்தைகள் தங்கள் அத்தியஷருக்கு நல்வரவு கூறி அவரை அழைத்துக்கொண்டு வந்த காட்சி மிகவும் மகிமையாயிருந்தது. மிஷனெரிச் சங்கங்கள் செய்கிற நல்ல வேலையை நம்பவும் நன்கு மதிக்கவும் கூடாதவர்கள் அக்காட்சியைப் பார்த்திருக்க வேண்டியது. அன்று மாலை 6.30 மணிக்கு மாலையாராதனை நடந்தது. அதில் (தற்செயலாய் இங்கு வந்திருந்த) கனம் சென்ற்க்ளோர் டோனால்ட்சன் (Rev.St Clare Donaldson) பிரசங்கம் செய்தார்.

5-ம் தேதி செவ்வாய்க்கிழமை காலை 7 மணிக்கு நடைபெற்ற பரிசுத்த நற்கருணையாராதனையுடன் பண்டிகை ஆராதனைகள் ஆரம்பமாயின. சுமார் 1000 பேருக்கு அதிகமானவர்கள் ஆராதனையில் கலந்து கொண்டார்கள். 485 பேர் திருவிருந்தில் பங்கு பெற்றார்கள். இவ்வாராதனை பாட்டாராதனையாக நடத்தப்பட்டு, வெகு நேர்த்தியாயிருந்தது. சாயர்புரம் ஆலயப் பாடகரை அழகாகப் பாடத்தக்க வேறே பாடகர் ஐரோப்பியரிலாயினும், இந்தியரிலாயினும் தென் இந்தியாவில் இருப்பர் என்பது சந்தேகம்.

இவ்வாராதனைக்குப் பின் பண்டிகையின் முதல் பொதுக்கூட்டம் நடைபெற்றது. அதில் அத்தியஷர் தலைமை வகித்து தன் தலைவருரையில் இப்பண்டிகையில் தலைமை தாங்கிவரச் சம்மதித்திருந்த மகாகனம் மேற்றிராணியவர்கள் வரக்கூடாது போனதற்குக்காகவும் அதற்குக் காரணமாயிருந்த மாட்சிமை தங்கிய விக்டோரியா சக்கரவர்த்தினியின் மரணத்துக்காக வருத்தம் தெரிவித்தார்கள். அதன்பின் நெல்லை மிஷனெரிமாரில் வயதில் முதிர்ந்தவரான நாசரேத் கனம் மர்காஷிஸ் ஐயர் மேற்றிராணியவர்களுக்கு வாசித்தளிக்க வேண்டுமென்று ஆயத்தம் செய்யப்பட்டிருந்த வரவேற்புப் பத்திரத்தை வாசித்தார். அப்பத்திரம் அக்கால S.P.G. சபையின் நிலைமையை நன்கு விளங்குவதால் அதின் நகலை அனுபந்தத்தில் தருகிறோம்.

இந்தப் பத்திரம் மேற்றிராணிக்கு அனுப்பப்பட்டது. இம்முதல் கூட்டம் வெகு சித்தியாய் முடிவுற்றது. அக்கூட்டத்தில் பெரியோரும் சிறியோருமாக 3500 பேரிருந்தனர். S.P.G. சங்கம் உலக முழுவதிலும் கடந்த 200 ஆண்டுகளாகச் செய்து வந்த ஊழியத்தைப் பற்றிய விவரணங்கள் அப்போது பல உபன்னியாசகர்களால் பேசப்பட்டன.

நெல்லை S.P.G. மிஷனெரிமார், குருமார், ஊழியர், சபையார் தவிர C.M.S மிஷனெரிமாரில் நான்கு பெரும் சில குருக்களும் சபையாரும் இக்கூட்டத்தில் கலந்து கொண்டார்கள்.

பிற்பகலிலும் ஒரு பொதுக்கூட்டமிருந்தது. அது குழந்தைகளுக்காக வைக்கப்பட்டது. சிறுவர் மிகவும் உற்சாகத்துடன் அதில் கலந்து கொண்டார்கள். கீர்த்தனைகளை நேர்த்தியாய் பாடினார்கள். மாலையாராதனையிலும் பாடகர் இனிமையாய்ப் பாடி, மிஷனெரி (காடன் ஐயர்) எவ்வளவு பிரயாசத்துடன் அவர்களைப் பழக்கியிருக்கிறார் என்பதற்கு எடுத்துக்காட்டாயிருந்தனர். இரவில் கிராம மக்கள் வாண வேடிக்கைகள் காட்டினர். இவ்விதமாய் முதல் நாள் வைபவங்கள் முடிந்தன.

இரண்டாம் நாளில் முதல் நாள் நடந்தது போலவே கூட்டங்கள் இருந்தன. 7 மணிக்கு நற்கருணையாராதனை. அநேகர் பங்கு பெற்றார்கள். அன்று பொதுக்கூட்டத்தில் பேசப்பட்ட பொருள் **"திருநெல்வேலி, மதுரையில் S.P.G.யின் ஊழியம்"** என்பது. முதல் பேச்சாளர் நாசரேத் மிஷனெரி வேறொருவர் கிடையாது. மோர்லியம்மையார் நெல்லையில் பெண்களுக்குள் நடைபெறும் பணிவிடைகளைப் பற்றிப் பேசினார்கள். பிற்பகலில் பிள்ளைகள் ஆராதனை ஆலயத்தில் நடந்து சாயர்புரம் சேகரக் குழந்தைகளன்றி, நாசரேத், நாகலாபுரம் முதலியவற்றை எல்லா S.P.G. சேகரங்களிலிருந்து வந்த சுமார் 500 சிறுவர்களுடன் அவ்வாராதனைக்குவந்து, இப்பவனிக்காகவே எடுத்துக் காட்டப்பட்ட பாடலைப்பாடி வந்தனர். பரி.செல்பிஸ் (80 Spice) முறை என்று சொல்லப்படும் கேள்வி உத்தரவு முறையில் இவர்களுக்கு ஆராதனையும் பிரசங்கமும் இருந்தது. பிள்ளைகள் சம்பாஷணையும் நடைபெற்றது.

மூன்றாம் நாளில் காலை 7 மணி நற்கருணையாராதனைக்குப் பின்னால் 9.30 மணிக்கூட்டத்தில் **"வருங்கால முயற்சி"** என்ற பொருளில் ராமநாதபுரம் A.D.லிம்ப்ரிக் ஐயரும் பாளைங்கோட்டை E.A.டக்ளஸ் ஐயரும் உபன்னியாசித்தார்கள். அநேகர் தர்க்கத்தில் பங்கெடுத்தனர். கூட்டத்தின் முடிவில் தேவனே உம்மைத் துதிக்கின்றோம் என்ற கீதம் பாடப்பட்டபின் அத்தியஷர் ஆசீர்வாதம் கூறினார். இத்துடன் விழா முடிவுபெற்றது.

விழா எவ்விதமான குறைகளுமின்றி நன்றாய் நடைபெற்றது. அத்தியஷவர்களின் அனுதாபழும் தன்னால் ஆன உதவிச் செய்ய அவர் முன் வந்ததும் இதற்கு ஓர் காரணம். மற்றப்படி மிஷனெரி A.J. காடன்

ஐயரும் அவருக்கு மனஞ்சலியாது உதவி செய்தார்கள், விசேஷமாய் திரு G.M. ஞானமலை என்பவரும் முன்கூட்டியே "சகல காரியங்களையும் யோசித்துச் சகல ஆயத்தங்களையும் சரிவரச் செய்திருந்ததும் இவ்விழா இவ்வளவு சிறப்பாய் நடைபெறக் காரணங்களாம்".4

சாயர்புரத்தில் S.P.G. இருநூற்றாண்டு விழா நடந்த பின் இதின் எதிரொலிப் பண்டிகைகள் (Echo Celebrations) தேசத்தின் பல பாகங்களிலும் இறுதியில் நாசரேத்திலும் கொண்டாடப்பட்டது.

இனி சேகர ஊழியத்தைப் பற்றிச் சில கூறுவோம்.

19-ம் நூற்றாண்டு முடிந்து 20-ம் நூற்றாண்டு ஆரம்பித்த வருஷத்தில் சபை நிலைமை பின்வருமாறு:

குருமார் 42, MDC உபதேசிமார் 2, சபை ஊழியர் 19. ஞானஸ்நானம் பெற்ற கிறிஸ்தவர்கள் 2547. நற்கருணைக்காரர் 870. ஆராய்ச்சிக்காரர் 203. வாசிக்கத் தெரிந்தவர்கள் 892. சபைகள் 28. ஆலயங்கள் 21. ஆண்கள் போர்டிங் ஸ்கூல் 1, ஆண் பெண் பிள்ளைகள் பள்ளிக் கூடங்கள் 16. ஆசிரியர் 18. ஆசிரியைகள் 12.5

சபை விருத்திக்காக 1900-ம் வருஷத்தில் ஒரு புதிய ஏற்பாடு உண்டாயிற்று. மர்காஷிஸ், காடன் ஐயர்மார் திருநெல்வேலி S.P.G. சேகரங்களில் சுவிசேஷப் பிரபல்ய ஊழியம் செய்யவென்று ஒரு தனி ஸ்தாபனம் அவசியம் என்று உணர்வாராகி 1900-ம் வருஷத்தில் அதற்காக ஒரு கூட்டத்தாரை நியமித்தனர். அக்கூட்டம் திருநெல்வேலி சுவிசேஷப் படை என்றழைக்கப்பட்டது.

கனம் C.P. ஞானக்கண் ஐயர் அதன் தலைவரானார். அவருக்கு உதவியாக இரண்டு MDC உபதேசிமாரும் 3 ஊழியரும் படையில் சேவை செய்ய நியமிக்கப்பட்டனர். பின்னால் இது அத்தியஷர் S.P.G. சுவிசேஷச் சங்கம் (SPG Evangelical Band) என்ற பெயருடன் மகாகனம் மோர்லி அத்தியஷரால் திருத்தி அமைக்கப்பட்டது.6 ஞானக்கண் ஐயர் இப்படையை வெகு திறமையாய் நடத்தி வந்தார். இதன் பயனாய் முக்காணி, காயல் இன்னும் பல கிராமங்களிலும், நாகலாபுரம் புதியம்புத்தூர் வட்டாரங்களிலும் பலர் கிறிஸ்துவைத் தங்கள் ஆண்டவராக ஏற்றுக்கொண்டார்கள்.

4.*Pp47-50 Quarterly Report LXV April 1901 – M.D.C.

5. See SPG Returns 1900 June M.D.C.

6. P 124 Nazareth Mission

1900-ம் வருஷத்தில் J.E.L. ப்ராஸ்ட் ஐயர் A.K.C. ஓய்வெடுத்துக் கொண்டார். இவர் 1898 ஏப்ரல் முதல் 1900 ஜூலை வரை தூத்துக்குடியில் மிஷனெரியாயிருந்தவர். அவ்விரண்டு வருஷங்களிலிலும் காடன் ஐயர் சுகத்தின் காரணமாய் இங்கிலாந்துக்குச் சென்றிருந்தார். ப்ராஸ்ட் ஐயர் பதில் மிஷனெரியாய்த் தானிருந்தபடியால் அக்குறுகிய காலத்தில் அவர் நிலைவரமான காரியங்களில் ஈடுபட்டதாக நாம் அறிவதில்லை. 1900 துவக்கத்தில் அவர் சுயதேசம் சென்று பலவிடங்களில் ஊழியம் செய்து 1927 நவம்பர் மாதம் 15-ம் தேதி லண்டனில் மரித்தார். அவர் திருநெல்வேலி பின்னிட்ட காலம் ஆறு வருஷங்களாகும். அதில் 4 வருஷங்கள் (1894-98) இடையர்குடியிலும் இரண்டாண்டுகள் 1898-1900 தூத்துக்குடியில் சாயர்புரம், தூத்துக்குடி, புதுக்கோட்டை சேகரங்களின் மிஷனெரியாகவும் பணியாற்றினார். காடன் ஐயர் 1900 ஜூலை மாதத்தில் இங்கிலாந்திலிருந்து திரும்பி, சாயர்புரம் வந்து சேர்ந்தார்.

கனம் ஜோசப் ஐயர் கொடுத்த ரிப்போர்ட்டுகளிலிருந்து 1902-ம் வருஷத்தில் சேகர சரித்திர வரலாறு சில தெரிய வருகிறது. அவ்வருஷத்தில் முக்காணி, காயல் முதலியவிடங்களில் புதுக் கிறிஸ்தவர்கள் சிலருக்கு ஞானஸ்நானம் கொடுக்கப்பட்டது. சேகரச் சபைகளில் வேதாகம வகுப்புகளிலும், ஜெபக் கூட்டங்களும், குடும்ப ஜெபங்களும் ஒழுங்காக நடைபெறுவதற்கு வேண்டிய ஊக்கமும் உற்சாகமூட்டப்பட்டன. ஓய்வுநாட்கள்தோறும் சாயர்புரத்தில் பரி. நற்கருணையாராதனையும் ஞாயிறு காலை, மாலையாராதனைகளும் இவ்வருஷ முதல் பாட்டாராதனையாக நடத்தப்படலாயின.

முக்காணிக் கிராமத்திலிருக்கிற ஜெபாலயம் 1896-ம் வருஷ வெள்ளத்தில் சேதப்பட்டு உபயோகிக்கக்கூடாது போயிற்று. சபையார் அதிகமாய்க் கவலைப்பட்டு ஆலயத்தை உறுதியாய்க் கட்ட ஆத்திரங் கொண்டார்கள். மேரியட்பிக்கொஸ்ட் சகாய நிதியிலிருந்து காடன் ஐயர் ரூ.1472 வாங்கிக் கொடுக்கவே மீதியான சுமார் ரூ.520-ஐ சபையாரே கொடுத்துத் தங்கள் ஆலயத்தைக் கட்டி முடித்து 1902-ம் ஆண்டில் பிரதிஷ்டை செய்தனர்.

இடையர்காடு ஆலயக் கட்டுமானமும் நடந்தேறி வந்தது.

சாயர்புரத்தில் கனம் போப் ஐயர் காலத்தில் கட்டப்பட்டிருந்த பழைய ஆலயம் இவ்வருஷம் பழுது பார்க்கப்பட்டு ஓடு மேவப்படவே சேகர கஸ்பாப் பாடசாலையை அதில் வைத்து நடத்த ஆரம்பித்தார்கள்.

ஆண்கள் போர்டிங் பாடசாலை இவ்வருஷம் முதல் பரிசுத்த மார்ட்டின் பாடசாலை எனவும் பெண்கள் போர்டிங் ஸ்கூல் பரி. மேரி பெண்கள் கலாசாலை எனவும் அழைக்கப்பட்டன.[7] பெண்கள் பள்ளிக்கூடத்தில் சர்க்கார் லோயர் செக்கண்டரி பரீட்ஷைக்கு அனுப்பப்பட்டவர்கள் ஏழு பேரும் தேறிவிட்டார்கள். ஆண்கள் பள்ளிக்கூடத்திலிருந்து 30 பேர் எழுதினார்கள். அவர்களில் 28 பேர் தேறிவிட்டார்கள். அவ்விருபத்தெண்மரில் 7 பேர் முதல் வகுப்பில் பாஸ் பண்ணினார்கள்.

ஆண்கள் கல்விச் சாலையின் வருஷாந்திர அறிக்கையிலிருந்து சில வசனங்களை ஈண்டு மொழிபெயர்த்தெழுதின் அக்காலசாலையின் மேம்பாடும் அங்கு நடைபெற்றதுமான ஊழிய விபரமும் தெளிவாகும். தனக்கு வாசித்தளித்த உபச்சாரப் பத்திரிகைக்குப் பதில் கூறுகையில் **'இந்த ஸ்தாபனம் ஒரு பெரிய ஊற்று. இதிலிருந்து அநேக நதிகளும் ஓடைகளும் புறப்பட்டு உலகத்தின் பல பாகங்களிலுமுள்ள வயல்களுக்குத் தண்ணீர் பாய்ச்சுகின்றன'** வென்று முன்னொரு வருஷம் இங்கு விஜயம் செய்த மெட்ராப் பாலிட்டன் கூறினார். (இவர் 1887-ல் ஆலயப் பிரதிஷ்டைக்கு வந்த மேற்றிராணி பிஷப் ஜான்சன்) இவ்வசனங்களை ஞாபகத்தில் வைத்துக்கொண்டு ஒருவர் இப்பள்ளிக்கூடத்தின் முத்திரையைப் பார்க்க வேண்டும். அவர் அதில் 'சாயர்புரம் மிஷனெரி வித்தியா ஸ்தாபனம், 1844' என்ற வார்த்தைகளையும் அவற்றின் கீழ் ஒரு ஆலமரத்தின் உருவத்தையும் காண்பார்.

இந்தப் பெரிய ஊற்று தன்னிலிருந்த நதிகளையும், ஓடைகளையும் அதாவது மிஷனெரிகளையும், குருக்களையும், உபதேசிமாரையும், ஆசிரியர்களையும் உலகத்தின் பல பாகங்களுக்கும், நெட்டால், மொரீஷியஸ், ரங்கூன், பினாங், சிங்கப்பூர் முதலிய தூரமான இடங்களுக்கும் அனுப்பியிருக்கிறது. சென்னை யத்தியஷாதீனத்திலுள்ள கிட்டத்தட்ட எல்லா சுதேசக் குருக்களும், மிஷன் ஊழியரும் தங்கள் பூர்வப் பயிற்சிகளை இங்கு பெற்றவர்களே. சராசரி ஒவ்வொரு வருஷத்திலும் இக்கலாசாலையில் 90 கிறிஸ்தவ போர்டிங் மாணவரும் 50 இந்து, கிறிஸ்தவ வெளி மாணவரும் கல்வி கற்கின்றனர்.

சாயர்புரம் கலாசாலை ஒரு பெரிய சுற்று வளைவுக்குள் (Compound) இருக்கிற அதனுள் அழகிய சிற்றாலயம் ஒன்றுண்டு. அது காவல் தூதர் சிற்றாலயம் என்று (Chapel for a Gnanam Angels)

---

7. Quarterly Report No LxxI for 1902 ol p 260

என்றழைக்கப்படுகிறது. எட்டுமுக்கு மண்டபமும், வகுப்பு அறைகளும், படுக்கையறைகளும், மியூசியம், நூல் நிலையம் முதலியவையும், டென்னிஸ், பாடமின்றன் பந்தாட்ட மைதானங்களும், தோட்டம் துரவுகளும், பெருமிதத்துடன் மிதந்து விளையாடும் மீன்களைக் கொண்ட நீராட்ட நீர் நிலையும், நீண்ட போஜன அறைகளும் சாயர்புரத்துக்கு வரும் எவரையும் கூவியழைக்கும், ஒரு மாணவனுடைய ஆவிக்குரிய, புத்தி சரீர வளர்ச்சிக்குரியனவனைத்தும் இங்குண்டு.

ஐந்து வகுப்புகளாக தினந்தோறும் மார்க்க அறிவு புகட்டப்படுகிறது. இவ்வைந்தில் ஒன்று அத்தியஷாதீன ஜெப புஸ்தகப் பரீஷைக்கு ஆயத்தப்படுகிறது. ஒன்று கிறிஸ்தவரல்லாதாருக்கென்று நடத்தப்படுகிறது. ஜெபபுஸ்தக வகுப்பு தலைமையாசிரியராலும் முதல் ஆசிரியர் திரு S.காலேப்பாலும் நடத்தப்படும். அவர் ஒரு MDC. உபதேசியாருமாவார் ஒவ்வொரு வருஷம் முதல் பரிசு உட்பட மற்ற அனேக பரிசுகள் நமது கலாசாலை மாணவருக்கே கிடைத்து விடுகின்றன. போன வருஷம் அத்தியஷாதீனத்திற்குரியதான 12 பரிசுகளில் கிடைத்தன. பரி. சல்பிஸ் முறை 1897-ம் வருஷம் மிஷனெரி கனம் காடன் ஐயரால் புகுத்தப்பட்டன. சன்மார்க்கத்திலும், சித்தாந்தத்திலும், வணக்க முறைகளிலும் ஜெபாலயத்தில் ஒவ்வொரு ஓய்வுநாள் மாலையிலும் திட்டவட்டமான ஒழுங்குமுறையில் மாணவருக்கு உபதேசங்கள் கொடுத்து வருகிறோம். திடப்படுத்தலுக்கும் பரிசுத்த நற்கருணைக்கும் மாணவரை வெகு ஜாக்கிரதையாக ஆயத்தப்படுத்துகிறோம். இரண்டாம் ஞாயிறு மாணவர் நற்கருணை பெரும் நாள். அதற்காக முந்திய வியாழன் மாலையில் நற்கருணை ஆயத்த ஆராதனை நடத்துகிறோம். நற்கருணைக்காரரும் திடப்படுத்தல் மாணவருமான அநேக மாணவர் தங்கள் குருவும் மானேஜருமானவரிடத்தில் ஆவிக்குரிய ஆலோசனைக்காக போவதுண்டு..''8

இந்த ரிப்போர்ட்டை எழுதினவர் கனம் J. மனுவேல் ஐயர். இவர் 1858-ல் இடையன்குடியில் பிறந்து சாயர்புரம் காலேஜில் கல்வி கற்றார். ஷாராக் C.P.ஞானக்கண் ஐயர்மாரின் மாணவன் மாணவனாயிருந்த காலத்தில் பரிசுகள் அநேகம் பெற்றிருந்தார். சாயர்புரம் லோயர் செக்கண்டரி ஸ்கூலின் தலைமையாசிரியராயிருந்த காலத்தில் 1900-ம் வருஷம் உதவிக் குருப்பட்டமும், 1902-ல் குருப்பட்டமும் பெற்றார். ஞானோபதேச வினாவிடை அவருடைய விசேஷபாடம் அதின் மீது ஒரு நூலும் எழுதியிருக்கிறார். 1903-ம் வருஷம் அவர் நாகலாபுரத்துக்கு

8. Pp 264-266 op Cit

மாற்றப்பட்டு 16 வருஷங்கள் ஊழியம் செய்து ஓய்வெடுத்து, 1931-ல் இருங்களூரில் மரித்தார். பிரசித்திபெற்ற கனோன் R.A. மனுவேல் ஐயர் அவருடைய குமாரன். R.A. மனுவேல் ஐயர் கல்கத்தா பிஷப்ஸ் கல்லூரியின் தலைவராயிருந்து மறுமைக்குட்பட்டார் .என்பது வாசகருக்குத் தெரிந்திருக்கும்.

J. மனுவேல் ஐயர் நாகலாபுரத்துக்கு மாற்றப்பட்டபின் திரு W.A. சிரோமணி இதன் தலைவரானார். இவர் சென்னையில் வேதசாஸ்திரம் படித்து முடித்தபின் ஒரு வருஷம் மட்டும் இவ்வூழியம் செய்தார். அக்குறுகிய காலத்தில் கலாசாலையின் வைர விழாவைக் கொண்டாடும் வாய்ப்பு இவருக்குக் கிடைத்தது.

கனம் போப் ஐயர் 1843 அக்டோபர் மாதம் 5-ம் தேதி இப்பள்ளிக்கூடத்தை பிரிப்பராண்டி வித்யாதனமாக ஸ்தாபித்தார் என்று முன்னொரு பக்கத்தில் கூறினோம். எனவே 1903-ல் 60 ஆண்டுகள் முடிவுற்றனதினால் இவ்வைரவிழாக் கொண்டாடப்பட்டது. இந்தியாவிலும், சிங்கப்பூர், பர்மா, மலேசியா, தென் ஆப்பிரிக்கா முதலியவிடங்களிலுமிருந்து பழைய மாணவர் உற்சவத்துக்கு விழாவிற்கு வரக்கூடியவர்கள் வந்தும், மற்றவர்கள் பணவுதவி செய்தும் உற்சாகமூட்டினார்கள். 1903 அக்டோபர் 13 மகாகனம் மோர்லி அத்தியஷாசர்கள் தலைமையில் விழா ஆரம்பமாயிற்று. காலையில் 7 மணி திருவிருந்தாராதனையும் 10 ½ மணிக்கு ஸ்தோத்திர ஜெபமும் பிற்பகல் 3 மணிக்கு பொதுக்கூட்டமும் நடைபெற்றன. ஸ்தோத்திர ஆராதனையில் அத்தியஷர் பிரசங்கம் செய்தார். மூன்றுமணிக் கூட்டம் பள்ளிக்கூட மண்டபத்தில் கூடிற்று. நாசரேத் கனம் M. யேசுவடியானும், தர்மக்கன் என்பவரும் பேசினார்கள். இருவரும் கலாசாலை திறக்கப்பட்ட நாளில் மாணவராகச் சேர்ந்து போப் ஐயரிடம் கல்வி பயின்றவர்கள். அவர்கள் இருவரும் உபன்னியாசங்கள் கொடுத்தபின் கூட்டத்தினர் மூன்று தீர்மானங்கள் நிறைவேற்றினார்கள்.

1. பழைய மாணவர் கூடியுள்ள இக்கூட்டம் கடந்த 60 வருஷங்களாக இக்கலாசாலை இந்தியாவின் இப்பாகங்களில் செய்து வந்த நல்ல வேலைக்காகக் கடவுளுக்கு இருதய பூர்வமாக ஸ்தோத்திரமும் செலுத்துகிறது.

2. இந்த வைரவிழாவுடன் சம்பந்தப்பட்டதான ஒரு நிரந்தர ஞாபகார்த்தம் இக்கலாசாலை ஸ்தாபகரான கனம் போப் ஐயரின் ஞாபகத்துக்காக ஏற்படுத்தப்பட வேண்டும்.

3. சாயர்புரம் மிஷனெரி ஸ்தாபனத்தின் பழைய மாணவரின் இக்கூட்டம் இவ்வித்தியாலயத்தின் ஸ்தாபகரான கனம் ஐயருக்குத் தன் அன்பான வாழ்த்துதல்களைத் தெரிவிக்கிறது.

பின்னர் மோர்லி அத்தியஷர் கனம் போப் ஐயர் எழுதியனுப்பியிருந்த பாராட்டு வசனங்களையும், விழாவிற்கு வரக்கூடாது தடைப்பட்டிருந்த பழைய மாணவர் அநேகர் எழுதியிருந்த வாழ்த்துச் செய்திகளையும் வாசித்தார்.

மாலையில் பள்ளிக்கூடக் காம்பவுண்ட் விளக்குகளால் அலங்கரிக்கப்பட்டிருந்தது. மாலையாராதனைக்குப் பழைய மாணவர்களும் மற்றோரும் பவனி சென்றனர். அவ்வாராதனையில் கனம் M. யேசுவடியான் ஐயரே பிரசங்கம் செய்தார். ஆராதனைக்குப் பின் வாண வேடிக்கைகளுடன் விழா முடிந்தது.

ஞாபகார்த்த நிதி உடனேயே நிறுவப்பட்டது. போப் ஐயரின் முற்கால மாணவர்கள் பலரும் தற்கால [அதாவது இங்கிலாந்தில் ஆக்ஸ்போர்டு கலாசாலையில் அவரிடம் கற்றவர்கள்] மாணவர்கள் அநேகரும் தங்களாலான தொகைகள் அனுப்பினர். அத்தொகையைக் கொண்டு ஒரு நூல் நிலையமும், மியூசியமும் ஏற்படுத்த வேண்டும் என்று திட்டம் போடப்பட்டது.

திரு. W.A. சிரோமணி தலைமையாசிரியர் மறு வருஷம் (1904) உதவிக் குருப்பட்டம் பெற்று சபை வேலைக்குப் போய் விடவே, முதல் ஆசிரியராயிருந்த S.காலேப் தலைமையாசிரியரானார். இவர் 1904 முதல் 1918 வரை இச்சீரியப் பணியைச் செவ்வனே நடத்தினார்.

1904-ம் வருஷத்தில் சேகரச் சபைகளில் சிலவற்றில் ஆலயக்கட்டுமானங்கள் முடிவு பெற்றன. செந்தியம் பலத்தில் சுமார் ரூ.1000 செலவில் கட்டப்பட்ட ஆலயத்துக்கு சபையார் ரூ.400 கொடுத்தார்கள். அவர்கள் இத்தொகை கொடுத்தது அதிகமாய்ப் பாராட்டப்பட்டது. கட்டையாலங்குளத்திலும், மஞ்சநீர் சபையிலும் ஆலயக்கட்டட வேலை பூர்த்தியாயின. செபத்தியாபுரம் ஆலய வேலை ஊக்கத்துடன் நடந்தேறிற்று. சாயர்புரம் தேவாலயத்தில் காலஞ் சென்ற ஜோசப் திரசர் ஞாபகார்த்தமாக ஒரு புதிய சன்னல் பிரதிஷ்டை செய்யப்பட்டது.[9]

சபை ஊழியரில் ஏற்பட்டிருந்த மாறுதல்களை நாம் முன்

____

9. MCD Report 1905 P 54

குறிப்பிடவில்லை. 1901-ம் வருஷம் கனம் ஜோசப் ஐயர் புதியம்புத்தூருக்கு மாற்றப்பட்டார். அங்கு அவர் 8 வருஷங்களும், பின்னால் குருகாட்டூரில் நான்காண்டுகளும் (1909-1913) ஊழியம் செய்து சுகவீனப்பட்டு 1913 ஜூலை 20-ம் தேதி நாசரேத்தில் மரித்தார். அவருடைய குமாரன் J.J. ஏசுதாசன் ஐயரும் நமது சேகரத்தில் ஊழியம் செய்தார். இவரைப் பற்றிப் பின்னால் பார்ப்போம்.

ஜோசப் ஐயருக்குப் பின் கனம் D.தேவப்பிரியம் ஐயர் சாயர்புரம் சேகர குருவாக வந்தார். இவர் (1901-1905) குளத்தூர் இடையன்குடியிலும் குருத்துவ ஊழியம் செய்தவர். நான்கு வருஷம் வேலை பார்த்ததுடன் நாசரேத்துக்கு மாற்றப்பட்டு அங்கு 3 வருஷங்களும், பின் மூக்குப்பீறியில் இரண்டு வருஷங்களும் வேலை செய்து, மூக்குப்பீறி பரி. மாற்கு ஆலயத்தைக் கட்டி முடித்துப் பிரதிஷ்டை செய்தார். 1910 அக்டோபரில் நாசரேத்தில் மரித்தார். இவருடைய குமாரன் கனம் D.J.தேவப்பிரியம் ஐயரும் நாம் சேகரத்தில் பிற்காலம் ஊழியம் செய்தார். கனம் தேவப்பிரியம் ஐயருக்குப் பின் D.பாக்கியநாதன் ஐயர் சேகர விசாரணையை மேற்கொண்டார் (1905 -1916)

கனம் காடன் ஐயர் மிஷனெரியாக வந்தபோது தூத்துக்குடி, புதுக்கோட்டை சேகரங்களும் சாயர்புரம் சேகரமும் அவருக்குக் கொடுக்கப்பட்டிருந்தன. இந்த பழுவான வேலையை அவர் அதிகச் சிரமத்துடன் மேற்பார்த்து வந்தார். அக்காலத்தில் S.P.G. மிஷனெரிமார் மிகக்குறைவு. இந்தியக் குருக்கள் விசாரணைக் குருக்களாக நியமிக்கும் வழக்கமும் நின்று போயிற்று. இந்நிலையில் 1903-ம் வருஷத்தில் ராதாபுரம், நாகாலாபுரம் சேகரங்களும் அவருக்குக் கொடுக்கப்பட்டன. இவ்விரு சேகரங்களிலும் 137 கிராமங்களும், 4531 கிறிஸ்தவர்களும் 1188 நற்கருணைக்காரர்களும் உண்டு. இதினால் அவருக்கு வேலை அதிகமாயிற்று. எனவே 1905 டிசம்பரில் கனம் A.A.டிக்னம் (AR-THUR ABBOTT DIGNUM 1859-1908) ஐயர் அவருக்கு உதவியாக அனுப்பப்பட்டார். இம்மிஷனெரி சங்கத்தைச் சேர்ந்தவராய் இந்தியாவுக்கு வந்து 1882 முதல் 1905 வரை சேலத்தில் ஊழியம் செய்து, பின் ஆங்கிலேயத் திருச்சபையைச் சேர்ந்தார். சென்னையத்தியஷர் 1900 டிசம்பர் 21-ம் தேதி இவருக்கு உதவிக் குருப்பட்டம் கொடுத்துச் சாயர்புரத்துக்கு அனுப்பினார். இங்கு உதவி மிஷனெரியாய் ஒரு வருஷம் வேலை பார்த்து குருப்பட்டம் பெற்றுத் தூத்துக்குடியில் வசிக்கலானார். இவருடைய உதவியினால் காடன் ஐயரின் சுமை சற்று குறைந்தது. தூத்துக்குடி சேகரம் டிக்னம் ஐயரின் வசம் விடப்பட்டது. ஆனாலும்

காடன் ஐயர் அதிக வேலையின் காரணமாய் நோய்ப்பட்டார். கூல் பிரயாணம் சுகம் தரும் என்று கூறப்பட்டதால், ஐயர் மூன்று மாத ரஜாவில் ஜப்பானுக்குப் பயணமானார். (1906) அவர் சுகத்துடன் திரும்பி வந்து மற்ற சேகரங்களையும் நன்கு கண்காணித்து வந்த காலத்தில் டிக்னம் மரித்துவிடவே (Feb, 6 1908) மறுபடியும் தூத்துக்குடி காடன் ஐயரிடமே விடப்பட்டது.

அவர் தூத்துக்குடி, புதுக்கோட்டை, சாயர்புரம் சேகராதிபதியாயிருந்த காலத்தில் அச்சேகரங்களில் திருச்சபையடைந்திருந்த முன்னேற்றம் அதிகம்.

கீழ்க்கண்ட 10 வருஷச் சுருக்கம் அதைக் காட்டும்.[10]

	1898	1908
பெரிய ஆலயங்கள்	7	48
நற்கருணைக்காரர் தொகை	1751	2565
கிறிஸ்தவர்கள் தொகை	5743	6659
சபை வருமானம்	Rs.4127	Rs. 8886

சாயர்புரம் லோயர் செக்கண்ட்ரிப் (ஆண்,பெண்) பாடசாலைகள், தூத்துக்குடி கால்டுவெல் உயர்தரப் பாடசாலை, நாகலாபுரம், சாயர்புரம் ஆஸ்பத்திரிகள் முதலியவற்றிற்கு மானேஜராகவுமிருந்தார். 1908 வருஷத்திலேயே கனம் W.E. எவன்ஸ் ஐயர் காடனுக்கு உதவியாக அனுப்பப்பட்டார். அவர் 1908-1910 வரை சாயர்புரத்திலேயே இருந்து உதவி செய்யலானார். ஆனாலும் முழுப்பொறுப்பும் காடனுடையதாகவே இருந்தது. எனினும் தன் வேலையை மிகுந்த உற்சாகத்துடனேயே செய்து வந்தார்.

1909-ல் அவருடைய பழைய வியாதி திரும்பியது. எனவே அவர் உதகமண்டலத்துக்குப் போனார். அங்கும் அவர் இளைப்பாறுதல் கொள்ளவில்லை. அடிக்கடி பரி.ஸ்தேவான் ஆலயத்திலும் மற்றும் சிற்றாலயங்களிலும் வேலை செய்தார். மே மாதத்தில் கொடைக்கானலுக்கு வந்திருந்த மிஷெனெரிமாரிடம் அளவளாவியிருந்த போதிலும் சாயர்புரத்துக்கு எப்போது திரும்புவோம் என்றே காத்திருந்தார். மே மாதம் 26-ம் தேதி உதகைக்குக் கோடை விடுமுறையில் வந்திருந்த சென்னை மகாகனம் ஒயிட் ஹெட் அத்தியஷரிடம் உதகமண்டலத்துக்குத் தான் வந்ததினால் தன் உடல் நலம் எவ்விதத்திலும் அதிக

10. Pp 213, 214 Tirunelveli Diocesan 1809

நன்மையடைந்துவிடவில்லை என்றே கூறினார்.

ஜூன் மாதம் 10-ம் தேதி சாயர்புரம் வந்தார். பார்வைக்குப் பூரண சுகம்பெற்று வந்தது போலவே காணப்பட்டார். ஆனால் கொஞ்ச நேரத்துக்கெல்லாம் அதிகமானக் காய்ச்சல் தோன்றிற்று. உடனே எவன்ஸ் ஐயர் அவரைப் பார்க்கச் சென்றார். வியாதிநேரம் செல்லச் செல்ல முற்றிக் கொண்டே போனபடியால் பாளைங்கோட்டையிலிருந்து சிவில் சர்ஜன் தருவிக்கப்பட்டார். அவர் வந்து பார்த்து ஐயருக்கு என்ட்ரிக் காய்ச்சல் (குடற் காய்ச்சல்) என்று தீர்த்து, உடனே திறமையுள்ள தாதியரின் (Nurses) உதவி தேவை என்று தெரிவித்தார். சென்னையிலிருந்து இரு தாதியர் தந்தி மூலம் அழைக்கப்பட்டனர்.

11-ம் மாதம் 9-ம் தேதி நரம்பு வெடித்தது. இனி நம்பிக்கையில்லை என்ற நிலைமை ஏற்பட்டது. சர்ஜனும், எவன்ஸ் ஐயரும், உதவியாளர்களும் எவ்வளவோ பார்த்தும் பயனில்லை. அன்று மாலை 7 மணிக்கு காடன் ஐயரின் ஆவி பிரிந்து தன் நேச இயேசுவிடம் சென்றது. அவர் எல்லாராலும் நேசிக்கப்பட்டவர். தன் சுகத்தையும் நலத்தையும் சற்றும் எண்ணாமல் இரவும் பகலும் உற்சாகத்துடன் உழைத்தவர். இடைவிடாமல் சேவையில் ஈடுபட்டவர். தன் பொறுப்பில் விடப்பட்டுள்ள ஆத்துமாக்களின் ஆவிக்குரிய, லௌகீக நன்மைகளுக்காக எந்நேரமும் பாடுபட்டவர். அவருடைய மரணம் மக்களை ஆறாத்துயரத்துள்ளாக்கிற்று. நெல்லை சென்னையத்தியஷாதீனங்களில் அச்செய்தி பெரிய கலக்கத்தை உண்டு பண்ணிற்று.

அவர் அடிக்கடி சொல்லிக் கொண்ட ஒரு காரியம் சாயர்புரம் ஒரு மிஷனெரியின் கல்லறையினால் புனிதமடையாதது அதற்கு ஒரு பெருங்குறை என்பதும் தான் இந்தியாவில் மரிப்பதானால் தன் கல்லறைத் தோட்டத்தில் தான் சேவித்த மக்களுடன்தானிருக்க வேண்டும் என்பதுவுமாம். அதின்படியே அவர் சரீரம் உயிர்த்தெழுந்த நாளின் நம்பிக்கையின் நிறைவேறுவதால் எதிர்நோக்கிச் சாயர்புரம் கல்லறைத் தோட்டத்தில் வைக்கப்பட்டிருக்கிறது.

காடன் ஐயரின் மரணத்தைக் குறித்து தூத்துக்குடி தாலுகா போர்டர் ஐயர் பொது ஜன நலனுக்காகப் பாடுபட்டார் என்பதை அங்கீகரித்து, அவருடைய மரணம் பெரும் நஷ்டம் என்று ஓர் தீர்மானம் நிறைவேற்றினார்கள்.

சின்னையாபுரம் சபையார் கனம் ஐயர் தங்கள் சேகர விசாரணை

மிஷெனெரியாகத் தங்களுக்காகச் செய்த எல்லா நன்மைகளையும் நன்கு மதித்துத் தங்களூர் ஆலயத்துக்குக் **"காடன் ஞாபகார்த்த ஆலயம்"** என்று பெயர் வைத்தார்கள்.

காடன் ஐயர் காலத்தில் சேகர ஊழியத்திலீடுபட்டிருந்த மற்ற குருமார் கனம் P.ஜான் ஐயர் (1907-1908), சாயர்புரம் M.தர்மனாதன் ஐயர் (1904 -1907), செபத்தியாபுரம், S.தேவயிரக்கம் ஐயர் (1903 - 04), A.ஞானப் பிரகாசம் ஐயர் (1904 - 1906), இடையர்காடு. செபத்தியாபுரம் 1904-ல் தனிப் பாஸ்ற்றரேற்றானது.

SAWVERPURAM SEMINARY.

1. நாசரேத் மிஷன் சரித்திரம். 1950
2. இந்து நண்பனுக்கு கிறிஸ்தவ நற்செய்தி. 1952
3. தீர்க்கத்தரிசி ஏசாயா - ஒரு நாடகம். 1945
4. பில்லி கிரேஹாம் - வாழ்க்கை வரலாறு 1956
5. கிறிஸ்தியா நகரம் மிஷன் சரித்திரம். 1960
6. அனைத்துலகக் கிறிஸ்தவ ஒருமைப்பாட்டியம். 1962
7. பழையேற்பாட்டுப் பெரியார் - எலியா, எலிசா. 1965
8. மறையவிருந்த மாணிக்கக் கற்கள் - பாகம் 1. 1970
9. ஒய்யாங்குடி சபை வரலாறு. 1971
10. வெள்ளரிக்காயூரணி சபை வரலாறு, 1972
11. பேராயர் அசரியா அத்தியட்சர். 1974
12. வட நெல்லை அப்போஸ்தலன் ராக்லாந்து ஐயர் - பாகம் I. 1974
13. நெல்லை அப்போஸ்தலன் ரேனியஸ் ஐயர். 1975
14. இந்திய திருச்சபை வரலாறு - பாகம் 1. 1975
15. முதலாம் இரத்தச்சாட்சி - தாவீது சுந்தரனந்தம். 1976
16. மறையவிருந்த மாணிக்கக் கற்கள் - பாகம் II 1976
17. திருச்சபையின் பரிசுத்தவாட்டிகள் பன்னிருவர். 1976
18. இந்திய திருச்சபை வரலாறு - பாகம் II. 1977
19. கடாட்சபுரம் ஜாண் தேவசகாயம் ஐயர். 1977
20. தென் நெல்லை அப்போஸ்தலன் ஜாண் தாமஸ் ஐயர். 1977
21. மகோன்னத மிஷனெரி மர்காஷிஸ் ஐயர். 1977
22. வட நெல்லை அப்போஸ்தலன் ராக்லாந்து ஐயர் -பாகம் II. 1977,
23. பேராயர் சார்ஜென்ட் அத்தியச்சர் வாழ்க்கை வரலாறு.
24. இந்திய திருச்சபை வரலாறு பாகம் III. (1978)
25. பேராயர் கால்டுவெல் அத்தியட்சர்- 1980
26. திருநெல்வேலி திருச்சபையின் தாய் குளோரிந்தாள் -(1977)
27. பெண் இரத்தச் சாட்சி நம்பியம்மாள் வரலாறு-(1977)
28. ஜான் வில்லியம் வாழ்க்கை வரலாறு-(1983)
29. மேல் நெல்லை ஷாப்வற்றர் வரலாறு. (நல்லூர்)
30. வடகீழ் நெல்லை கேர்ணஸ் வரலாறு. (புதியம்புத்தூர்)

31. கீழ் நெல்லை டக்கர் வரலாறு

32. தீர்க்கதரிசியாகிய ஏசாயா (ஓர் நாடகம்) - (1955)

33. இரத்தச் சாட்சிகளாகிய தைரிய சேனை (1978)

34. அந்த அற்புதம் நடந்த கதை (1979)

35. இரத்த முத்திரை -(1981)

36. இராஜாவின் இருதயம் கர்த்தரின் கையில்- (1978)

37. அப்போஸ்தலர் வரலாறு- (1978)

38. தங்க நிலத்துச் செங்குருதி.

39. திருச்சபை வித்துக்கள்.

40. 19th Cent. Missionaries of Tirunelveli Diocese

41. Rev D A Christdoss Articles

42. History Tirunelveli Diocese Tirunelveli